போகப்போக...

முதற்பதிப்பு: 2023

First Edition: 2023

Pogappoga...

போகப்போக...

Sivasankari

சிவசங்கரி

ISBN: 978-93-5695-677-3

Pustaka
EBooks | Audiobooks | Paperback

Pustaka Digital Media Pvt. Ltd.
#7-002, Mantri Residency,
Bannerghatta Main Road, Bengaluru - 560 076
Karnataka, India
+91 7418555884

போகப்போக...

சிவசங்கரி

Pustaka
EBooks | Audiobooks | Paperback

1

லிஃப்ட் மூன்றாம் மாடியில் குலுக்கல் இல்லாமல் நின்று சமர்த்தாக வாயைத் திறக்க, அருண் நிதானமாக வெளியில் வந்தான்.

இவன் வருவதை எதிர்பார்க்கும் தினுசில் ஃபிளாட்டின் வாசக்கதவைத் திறந்து வைத்துக்கொண்டு காத்திருந்த தாமு, கால்களை அகலஅகலமாக வைத்து, அருகில் வந்து, ப்ரீஃப்கேஸை கையில் வாங்கிக்கொண்டான்.

"வாங்க தம்பி... நல்லாயிருக்கீங்களா? என்ன இப்படி இளைச்சுப் போயிட்டீங்க!"

"இளைச்சிட்டேனா? நானா! ஹா! இந்த சூப்தானே வேணாங்கறது, தாமு! ரெண்டு மாசமா டென்னிஸ் ஒழுங்கா விளையாடாம தொந்தி விழுந்துபோயிட்டதுல, பேண்ட்டை ஒரு இஞ்ச் பிரிச்சுவிடச் சொல்லணும்னு நா நினைச்சிட்டிருக்கேன்... நீ என்னடான்னா சும்மா கதை அளக்கறியே!"

"நா சும்மா சொல்லலை தம்பி... நீங்க வேணா அம்மா வந்தா கேட்டுப்பாருங்க..."

"அம்மாவா? அவங்களாவது, நா பெருத்திருக்கேன்னு ஒத்துக்கறதாவது! நீயும், அம்மாவும் என்னிக்கும் ஒரே கட்சிதானே!"

சிரித்துக்கொண்டே அருண் வீட்டினுள் நுழைந்து, கோட்டைக் கழட்டி தாமுவிடம் நீட்டிவிட்டு, கைகளை மேலே தூக்கி சின்னதாக சோம்பல் முறித்தபடி சோபாவில் உட்கார்ந்தான்.

"ம்ம்... ஸோ? நீ எப்படியிருக்கே, தாமு?"

"நல்லாயிருக்கேங்க..."

பதில் சொன்னவன், பெட்டிகளோடு உள்ளே வந்த கார் டிரைவரிடம், "முன்னறைல வெச்சிடு தாமஸ்..." என்று சொல்லி, அவன் பின்னாடி போய், தாமஸ் வெளியில் சென்ற பிறகு வாசக்கதவை சாத்திவிட்டு, மீண்டும் அருணிடம் வந்தான்.

"இந்த எடத்துக்கு நீங்க இப்பத்தான் மொத தடவையா வர்றீங்க, இல்லியா தம்பி? பெரியவருக்கு ரொம்பக் கவலை... இந்த ஃபிளாட் உங்களுக்குப் பிடிக்குமோ பிடிக்காதோனிட்டு! அந்த முன்னறையில உங்க பெட்டி வெச்சிருக்கேன்... சரிப்படலைன்னா, இந்த பெட்ரூமுக்கு மாத்திடலாம்..."

"ம்ம்... பாக்கலாம்... என்ன அவசரம்! மொதல்ல எனக்கு ஸ்ட்ராங்கா ஒரு கப் காஃபி, சக்கரை போடாம..."

"இதோ கொண்டு வரேங்க..."

தாமு அவசரமாய் திரும்பி சமையல்கட்டைப் பார்க்க நடந்தான்.

லேசாக வழுக்கை விழுந்த தலை, ஒருபக்கமாய் சாய்ந்து நடக்கும் நடை... தாமு அப்படியேதான் இருக்கிறான். கொஞ்சம்கூட மாறவில்லை. எத்தனை வயசிருக்கும் இவனுக்கு? ஐம்பத்தைந்து? ஓ... ஈஸி!

அருணுக்கு நினைவு தெரிந்த நாளாய் தாமு அவர்களோடுதான் இருக்கிறான்.

கொடைக்கானல் குளிருக்குக் கொஞ்சமும் அஞ்ச மாட்டான். மங்குமங்கென்று விடியலிலிருந்து இரவுவரை உழைப்பான்.

இதைச் செய், அதைச் செய் என்று சொல்லவே வேண்டாம்... இழுத்துப் போட்டுக்கொண்டு அத்தனையும் செய்வான்.

இவனுக்கு நம்மை விட்டால் யார்? என்ற எண்ணத்தில் அருணின் தாய் ஈஸ்வரி, தாமுவுக்கு ஏற்ற பெண்ணாய் தேடிப்பிடித்து கல்யாணம் பண்ணிக்கூட வைத்தாள். ஆனால், அந்தப்பெண் முழுசாய் ஆறு மாசம் போவதற்குள், 'ஐயே, இவன் ஆம்பிளையே இல்லை' என்று பகிரங்கமாய் பழித்துவிட்டு, வேறு யாருடனோ ஓடிவிட்டது.

அது நடந்தும் இருக்கும், பதினெட்டு இருபது வருஷங்கள்.

தன் மணவாழ்க்கை இப்படிச் சீரழிந்துவிட்டதே என்ற குறையெல்லாம் தாமுவுக்கு இருந்ததாக யாரும் உணரவில்லை. சரியாகச் சொல்ல வேண்டுமென்றால், விட்டது சனி என்ற நிம்மதியோடு அவன் வலம்வந்த மாதிரிகூடப் பட்டது.

தாமு அருமையாய் சமையல் செய்வான். பார்த்துப் பார்த்துப் பரிமாறுவான். அக்கறையுடன் கவனித்துக் கொள்வான். வீட்டில் பத்து ஆள் இருந்தாலும், ஒவ்வொன்றின் மேற்பார்வையும் தானே செய்தால்தான் அவனுக்குத் திருப்தி.

சென்னையில் அருண் தனியாகத் தங்குவது தீர்மானமான பிறகு, நம்பிக்கையான, பொறுப்பான ஆசாமி அவனை கவனிக்கத் தேவை என்று ராமசாமியும் ஈஸ்வரியும் நினைத்ததால், இப்போது தாமுவுக்கு சென்னை வாசம்.

அருண், முன்னாலிருந்த மேஜை மேல் காலைப் போட்டுக்கொண்டு சோபாவில் சரிந்து, பார்வையைச் சுழற்றினான்.

சுவருக்குச் சுவர் தொட்டுக்கொண்டிருந்த புஸுபுஸு கார்பெட், ஆளை விழுங்கும் வசதியான சோபாக்கள், நடுநாயகமாகத் தொங்கும் அழகான ஷாண்டலியர், விட்டத்துக்கும் தரைக்குமாய் ஆடிய கர்ட்டன்கள், நடராஜர்

சிலை, பாவை விளக்கு, ஓவியங்கள், பச்சைக் குரோடன்ஸ் தொட்டிகள்...

ம்ம்... பரவாயில்லையே! அப்பா பார்த்துப் பார்த்துதான் வீட்டைத் தயார் செய்திருக்கிறார்.

விசிலடித்தபடி எழுந்தவன், வலதுபக்கச் சுவரில் மாட்டியிருந்த மாடர்ன் ஓவியத்தை ஒரு நிமிஷத்துக்கு ஊன்றிப் பார்த்தான்.

குதிரைகள்... புரிகிறது... தேர் மாதிரி ஏதோ ஒன்று... ம்... புரிகிறது. அப்புறம், அது என்ன? சிவப்பாய் ஒளிர்வது சூரியனா?

தலையைச் சாய்த்து இரண்டு தரம் கோணத்தை மாற்றிப் பார்த்தான்.

என்ன ஓவியம் இது?

கீதோபதேசமா?

இல்லை, வேறு ஏதாவது...?

ம்ஹூம், புரியவில்லை. தோள்களைக் குலுக்கி, படுக்கையறைப் பக்கம் போக எண்ணி இரண்டடி வைத்தபோது, போன் ஒலித்தது.

எடுத்து, "ஹலோ..." என்றான்.

"அருண், திஸ் ஈஸ் டாடி... ஸாரி, ஏர்போர்ட்டுக்கு வரமுடியலை. லாயர்கூட ஒரு டிஸ்கஷன்ல உக்காந்திட்டிருக்கேன்..."

"அதனால என்னப்பா? நா என்ன குழந்தையா!"

"வீடு பாத்தியா? பிடிச்சிருக்கா?"

"இன்னும் பூரா பாக்கலை... ஆனா, ஐ திங்க் இட் லுக்ஸ் பியூட்டிஃபுல்!"

ராமசாமி சிரித்தார். உனக்குப் பிடிக்குமென்று நான் அப்போதே சொன்னேனே என்ற பெருமை அதில் கலந்திருந்தது.

"நீ கொஞ்சம் ரெஸ்ட் எடுத்துக்க, நா லஞ்சுக்கு வரேன். ரெண்டு மணிக்கு மேல ஃபாக்டரிக்குப் போலாம்... ஓகே?"

"எஸ், டாடி."

"அ... மறந்திட்டேனே! உங்கம்மாகிட்ட பேசினியா? பேசிடு... அவளுக்கு நீ கொடைக்கானலுக்கு வந்து அவளோட ரெண்டு நாள்கூடத் தங்காம நேரா வேலை ஒப்புத்துக்க வந்துட்டதுல வருத்தம்..."

அருண் சிரித்தான்.

"நா என்ன வெளிநாட்டுலேந்தா வரேன் டாடி? ரெண்டு மாச ட்ரெயினிங் முடிஞ்சு, பாம்பேலேந்துதானே வரேன்? பத்து நாள் கழிச்சு, இங்க வேலை கொஞ்சம் புரிபட்டப்பறம், ஒரு ட்ரிப் வந்து அம்மாவப் பாக்காமலா இருப்பேன்?"

"அதை உன் வாயால நீயே உங்கம்மாகிட்ட சொல்லிடு... அவ சந்தோஷப்படுவா!"

சரியென்று சொல்லிவிட்டு அருண் தொடர்பைத் துண்டித்தான்.

தாமு நீட்டிய காபியைக் குடித்தபின், கொடைக்கானலுக்கு எஸ்.டீ.டி. போட்டுப் பார்த்தான். லைன் கிடைக்கவில்லை. நாலு தரம் முயற்சி பண்ணிய பிறகும் தொடர்பு கிடைக்காமலிருக்க, அப்புறமாய் பார்த்துக் கொள்ளலாமென்ற முடிவோடு எழுந்தான்.

படுக்கையறைகள், சாப்பாட்டுக் கூடம், எல்லாம் தனிப்பட்ட அழகோடு சிங்காரிக்கப்பட்டிருப்பதை ரசித்துக்கொண்டே, பால்கனிக்கு வந்து நின்றான்.

வெளிர் நீல ஆகாயத்தில் வெள்ளை நாய்க்குடையாய் மேகங்கள் இங்குமங்கும் முளைத்திருந்தன. டிசம்பர் மாசத்து வெயில் உடம்புக்கு இதமாக இருந்தது.

குனிந்து கீழே பார்த்தபோது, பச்சைப் புல்வெளிக்கு நடுவில் பீன்ஸ் விதை வடிவிலிருந்த அந்த நீச்சல்குளம் பளிச்சென்று துத்தநாக நீலமாய் தெரிந்தது.

ஓ, இதுதானா!

இந்த ஸ்விம்மில் பூல்தானா!

“அந்த போயஸ் கார்டன் வீட்டை உனக்குப் பிடிக்கும்னே நினைக்கறேன்... கொயட் அண்ட் பாஷ் பிளேஸ்! எண்ணி பன்னெண்டு ஃபிளாட்ஸ்... வசவசன்னு கூட்டமில்ல! ஒருபக்கம் நாலு பெட்ரூம் கொண்ட நாலு ஃபிளாட், இந்தப் பக்கம் ரெண்டு பெட்ரூம் ஃபிளாடுஸ் எட்டு... அவ்வளவுதான்! தனி காம்பவுண்டு, லான், லிஃப்டு, எட்செட்ரா, எட்செட்ரா! ஜெனரேட்டர் இருக்கறதால எலெக்ட்ரிசிடி போயிடுமோன்ற பயம் வேணாம்! அக்கம்பக்கத்துல கன்னாபின்னா ஆள்கள் இல்லாம, அத்தனை பேரும் ஊர்ல பெரிய மனுஷங்க! அ, மறந்துட்டேனே... அந்தக் கட்டடத்துக்கு சொந்தமா ஒரு அழகான ஸ்விம்மிங் பூல்கூட இருக்கு அருண்...”

அப்பா அன்று கண்களை விரித்துக்கொண்டு ‘ஓஹோ’வென்று சிலாகித்துப் பேசிய நீச்சல்குளமும் புல்வெளியும் இவைதானா!

பரவாயில்லையே!

அருண் திரும்பி உள்ளே வந்து தன்னறையில் நுழைந்தான்.

உடைகளைக் களைந்துகொண்டே பாத்டப்பில் வெதுவெதுப்பான நீரை நிரப்பினான். இறங்கி, காலை நீட்டி உட்கார்ந்தான்.

முதல்நாள் இரவு சரியான தூக்கம் இல்லை. போய்வருகிறேன் என்று தெரிந்தவர்களிடம் சொல்லிக்கொள்ள அலைந்த அலைச்சல்... அப்புறம், ராத்திரி விடிய விடிய நண்பர்கள் கொடுத்த ஃபேர்வெல் பார்ட்டி...

கண்களை மூடி சில நிமிஷங்களுக்கு நீர் உடம்பைப் பிடித்துவிட்டதை அனுபவித்தபோது, அப்பா தன்னைத் திருப்தி செய்வதில் எத்தனை முனைப்பாக இருக்கிறார் என்ற நினைப்பு எட்டிப்பார்க்க, இறுகியிருந்த உதடுகளை உட்பக்கமாய் ஒரு முறுவல் கீறியது.

ஐ.ஐ.டி-யில் படித்த கடைசி வருஷத்தில், 'மேலே எம்.எஸ். அல்லது எம்.பி.ஏ. பண்ண அமெரிக்காவுக்குப் போக விரும்புகிறேன்' என்று அருண் சொன்ன நாளிலிருந்து, அப்பாவுக்குள்ளும் அம்மாவுக்குள்ளும் பூதமாய் ஒரு பயம் ஏறி உட்கார்ந்துகொண்டு விட்டது.

இந்தக் காலத்தில் பல பையன்கள் விஷயத்தில் சகஜமாக நடக்கிறதைப் போல, அருணும் வெளிநாட்டுக்குப் படிக்கப் போகிறேன் பேர்வழி என்று கிளம்பிப் போய், ஒரு வெள்ளைக்காரியை மணந்து, அந்த நாட்டுச் சுகவாழ்க்கையை விட்டு வர மனமில்லாமல் அங்கேயே ஐக்கியமாகிவிடுவானோ என்ற பயம்...

ஒற்றைப் பிள்ளையை நம் நிழலிலேயே வைத்துக்கொள்ளாமல் பிரிந்துவிடுவோமோ என்ற பயம்...

இத்தனை காசும் பணமும், நிலமும் நீச்சும், கோட்டைக் கோட்டையாய் வீடும் தொழிற்சாலையும், பிள்ளைக்கு லட்சியமில்லாமல் வீணாகிவிடுமோ என்ற பயம்...

இந்த பயங்கள் விரட்டிய விரட்டலில், அருண் தன் ஆசையை வெளியிட்ட கையோடு, ராமசாமி தன் மனசில் இருப்பதையும் வெளிப்படையாகச் சொல்லிவிட்டார்.

"அமெரிக்கா என்ன பெரிய அமெரிக்கா! இங்க நம்ம ஊர்ல இல்லாத படிப்பா, அனுபவமா, சௌகரியமா? என்ன இல்ல இங்க? இப்பல்லாம் மேல்படிப்புக்கு அமெரிக்கா போறதுன்றது ஒரு கிரேஸ்! உனக்கு எதுக்கு மேல்படிப்பு, அருண்? ஃபாக்டரி பொறுப்புக்கும், எஸ்டேட் வேலைக்கும், நீ படிச்ச படிப்பே அதிகம்! வேணுன்னா, பொறுப்பை

ஏத்துக்கறதுக்கு முன்னால ஒரு தடவை வெளிநாடுங்களுக்கு ஜாலியா போயிட்டு வா... அங்கங்க பேக்கேஜிங் இன்டஸ்ட்ரீஸ் எப்படி நடக்குதுன்னு பாக்கணும்னா பாரு... நா ஏற்பாடு பண்றேன். அதையெல்லாம் விட்டுட்டு, என்னப்பா நீ புதுசா ஒரு பிரச்சினையக் கிளப்பறே...''

"இதுல புதுப் பிரச்சினை என்ன இருக்கு டாடி? எனக்கு மேல படிக்கணும்னு ஆசையா இருக்கு அவ்வளவுதான்! தவிர, இப்ப வயசு எனக்கு இருவத்திமூணுகூட ஆகலை... இதுக்குள்ள ஃபாக்டரி எம்.டி-யா பொறுப்பை ஏத்துக்க நா விரும்பலை... எனக்கு அனுபவம் வேணும்...''

ராமசாமி இப்படியும் அப்படியும் நடந்தார்.

"ஓகே, உடனே வேலைய ஒத்துக்க உனக்கு இஷ்டமில்லியா? ரைட்... வேணாம். மேல படிக்கணும்னு ஆசையா இருக்கா? சரி. இண்டியாவுலயே எம்.பி.ஏ. பண்ணு... நா தடுக்கலை. ஆனா அமெரிக்கா, அங்க, இங்கனு மட்டும் கிளம்பிடாதே... உங்கம்மாவால உன்னைப் பிரிஞ்சு கண்டிப்பா இருக்க முடியாது!''

பெற்றவர்களுக்கு தான் தேவைப்படுவதுபோல, தனக்கும் பெற்றவர்களின் நெருக்கம் வேண்டும். அதைப் பிரிந்து அதிக நாள் இருக்க முடியாது. என்பதை உணர்ந்த அருண், மேலே வாதாடாமல், அகமதாபாத்தில் எம்.பி.ஏ. முடித்தான். இரண்டு மாசம் பம்பாய் பேக்கேஜிங் இன்டஸ்ட்ரீஸில் பயிற்சி எடுத்தான். இதோ... பொறுப்பேற்க வந்து விட்டான்.

முரண்டிக்கொண்டு நிற்காமல் சட்டென்று அவர் வழிக்கு நான் வந்துவிட்டதில்தான், அப்பாவுக்கும், அம்மாவுக்கும் எத்தனை சந்தோஷம்!

அதை வெளிப்படுத்தும் தினுசில், என்னெல்லாம் செய்து என்னை குஷிப்படுத்த முயல்கிறார்!

லட்சக்கணுக்காய் பணத்தைக் கொட்டி, போயஸ் கார்டனில் ஒரு ஃபிளாட்...

இங்கு, அங்கு போக ஒரு டாட்ஸன் வண்டி...

தயங்காமல் எடுத்துச் செலவழிக்க ஏக பணம்...

ஷவரில் முகத்தைக் காட்டி, பன்னீர்த் துளிகளாக விழுந்த அந்த நீரை அனுபவித்தவாறே அருண் குளித்து முடித்தான்.

வெளியில் போக உடை உடுத்தி, மில்லியனேர் பெர்ஃப்யூம் வாசனையுடன் பால்கனியில் நின்று நீச்சல்குளத்தைப் பராக்குப் பார்த்தபோது, ராமசாமி வந்தார்.

பேசிக்கொண்டே சாப்பிட்டார்கள்.

இரண்டரை மணி சுமாருக்குப் புறப்பட்டு, வேளச்சேரி தொழிற்சாலை, மவுண்ட் ரோடு ஆபீஸ் எல்லாம் ஒரு சுற்றுச் சுற்றிவிட்டு, முக்கியமான அறிமுகங்களை முடித்துக்கொண்டு திரும்பி வந்தபோது, மணி ஐந்தரை என்றது.

வண்டியிலிருந்து இறங்கிய நிமிஷத்தில், கட்டிடத்தின் சகக் குடித்தனக்காரர்களைப்பற்றி ராமசாமி பேசினார்.

"நாலாவது மாடில 'பி' ஃபிளாட்ல மிஸ்டர் அண்ட் மிசஸ் குப்தா இருக்காங்க... நைஸ் கப்பிள். அப்பறம், மொதல் மாடில மிஸ்டர் சதாசிவம், எம்.எம். இன்டர்நாஷனலின் சேர்மன், இருக்கார். பெரிய மனுஷர்... ரொம்ப நல்லவர். எனக்கு நல்ல சிநேகிதர். இப்ப டெல்லிக்கு வேலையா போயிருக்கார், ரெண்டு நாள்ல வருவார். வேணும்னா, அவங்க வீட்டுல உன்னை அறிமுகப்படுத்திவிடறேன், வர்றியா?"

அருண் முகம் சுளித்தான்.

"வேணாம்பா... இப்ப வேணாம். மிஸ்டர் சதாசிவம் வந்தப்பறம் நானே போய் அறிமுகப்படுத்திக்கறேனே..."

பிள்ளையின் அதிகம் பழகாத சுபாவத்தை அறிந்த ராமசாமி, அவனை வற்புறுத்தவில்லை.

மேலே வந்தார்கள். தாமுவை காபி கொண்டுவரச் சொல்லிவிட்டு, சோபாவில் அமர்ந்து மகனுக்குத்

தெரியவேண்டிய விவரங்களைப்பற்றி ராமசாமி நீளமாகப் பேசினார்.

அப்பாவின் பேச்சைக் கேட்டபடி கையில் காபிக் கோப்பையுடன் எழுந்து நடந்த அருண், பால்கனிக்குச் சென்று நின்றுக்கொண்டான்.

பார்வை இயல்பாகக் கீழே படர்ந்தது.

வாவ்!

மை காட்!

யாரிவள்?

'நம்பர் டென்' படத்தில் 'போ டெரிக்' அணிந்த நீச்சலுடைப் பாணியில் பின்பக்கம் இ...றங்கி ஒன்றுமேயில்லாமல் மறைந்து, முன்பக்கம் திட்டமாய் வளைந்து... வாவ்! இரண்டு பக்கமும் துள்ளும் போனிடெய்ல்கள்... குறையவேண்டிய இடங்களில் குறைந்து, நிறைய வேண்டிய இடங்களில் நிறையும் உடல்... யார்?

வா...வ்...!

ஜெயராஜ் படத்துக்கு உயிர் கொடுத்து, நடமாடி, நீந்தும் இந்தக் கடல்கன்னி யார்?

"என்ன அருண், நாம்பாட்டுக்குப் பேசிட்டுப் போறேன்... நீ கேக்கறியா இல்லியா? அருண்..."

அருண் சட்டென்று திரும்பினான்.

என்ன இது! அப்பா பேசுவதை, கூப்பிடுவதைக் கவனிக்க முடியாதபடி இந்தப் பெண் என் கவனத்தை ஈர்க்கிறாள்!

காது மடல்கள் சிவந்து போகுமளவுக்கு உள்ளுக்குள் சின்னதாக வெட்கம் எட்டிப் பார்க்க, அப்பா தன் அவஸ்தையை உணருமுன் அவன் அவசரமாக பால்கனியை விட்டு நகர்ந்தான்.

———

2

இரண்டாம் நாள் காலையில் ராமசாமி ஊருக்குக் கிளம்பிவிட்டார்.

கொடைக்கானலில் பிறந்து வளர்ந்து வாழ்பவராதலால், ஒரே சமயத்தில் இரண்டு நாள்களுக்கு மேல் சென்னையைத் தாக்குப்பிடிப்பதென்பது அவருக்கு முடியாத காரியம்.

அசையாமல் உட்கார்ந்திருந்தால்கூட பசபசவென்று பெருகும் வியர்வை, புழுக்கம்... 'ச்சே... என்ன கிளைமேட் இது! மனுஷனின் சக்தியை அடியோடு உறிஞ்சிவிடுகிறதே!' என்று வந்து இறங்கின அரைமணிக்கெல்லாம் முணுமுணுக்கத் தொடங்குபவர், வேலை நிமித்தம் நிமிஷங்களை எண்ணிக்கொண்டு இருந்துவிட்டு, முதல் சந்தர்ப்பத்தில் கிளம்பி விடுவார்.

"உருளை வெட்டற சீஸனாச்சே... கிழங்குகளுக்கு திட்டமா கலர் போடறதுக்கு நா கிட்டவே நிக்கணுமே!" என்பார்.

"பண்ணைக்காடு எஸ்டேட்ல ஏலக்கா செடிகள்ல பூச்சி விழுந்திருக்கு... மருந்து சரியா அடிச்சாங்களோ, இல்லியோ! போய்ப் பாக்கணும்..." என்பார்.

"காபிக்கொட்டை பறிக்கற நேரமில்லியா? இப்ப இங்க அதிகநாள் தங்க முடியுமா?" என்பார்.

எந்தக் காரணமும் அகப்படாவிட்டால், "ஈஸ்வரி தனியா இருக்கா... நா போகணும்..." என்று சொல்லிக் கொண்டாவது கிளம்பிவிடுவார்.

"பேக்கேஜிங் இண்டஸ்ட்ரி, மத்த ஏஜென்சி விஷயமா இனிமே மாசம் ரெண்டு தடவை ஓடிவர வேணாம்ன்றதை நினைக்கறப்பவே அப்பாடின்னு இருக்கு, அருண்... அந்த நினைப்பே நிம்மதியா இருக்கு! நீ இருக்கே எல்லாத்தையும் பாத்துக்க... அப்பறம் எனக்கு என்ன கவலை!" என்று சொல்லியபடி அன்று காலை அவர் காரில் புறப்பட்டுப் போனதும், குளித்து காலைச் சிற்றுண்டி சாப்பிட்டு, ஒன்பது மணி அளவில் அருண் தானும் ஆபீஸுக்குக் கிளம்பினான்.

லிஃப்ட்டில் இறங்கி வாசலை நோக்கிச் சென்றபோது, மாடிப்படிகளில் வேகமாக இறங்கி, துள்ளல் நடையில் ஒரு பெண் வாசலுக்கு ஓடினாள்.

அவளா?

இரண்டு நாள்களுக்கு முன் நீச்சல்குளத்தில் காணப்பட்ட அந்தக் கடல்கன்னியா?

ஆமாம்... அவளேதான்!

படிகளைக் கடந்து தயாராக நின்ற அம்பாசிடர் காரில் ஏறிக்கொண்டதும், வண்டி புறப்பட்டுப் போனது.

அருண் கொஞ்சம் நிதானித்தான்.

கருநீல ராங்லர் ஜீன்ஸ், ச்சீஸ் காட்டன் பிளவுஸ், கோலாபுரி செருப்புகள்... அப்புறம், இரண்டு பக்கமும் துள்ளிய போனிடெய்ல்கள்...

அவள் தோன்றி, நடந்து, மறைந்த சில கணங்களில், இவற்றை மட்டுமே நன்றாகப் பார்க்கமுடிய, மனசு திடுமென்று 'வாவ்!' என்றது.

உள்ளுக்குள் என்னவோ ஜிலுஜிலுப்பு...

முகத்தைப் பார்க்க முடியாவிட்டாலும், அந்த உயரமும், அந்தத் துள்ளலும், அந்தச் சுறுசுறுப்பும்...

கடவுளே!

அவள் முகத்தைப் பார்க்க வேண்டுமே!

எப்படி இருக்கும் அந்த முகம்?

கையையும் காலையும் பார்க்கையில், நல்ல வெளுப்பு மாதிரிதான் தோன்றுகிறது.

அதோடு, நல்ல உயரம் வேறு!

என்ன உயரமிருப்பாள்? ஐந்தடி ஏழங்குலம்?

ம்ம்... சீக்கிரம் அந்த முகத்தைப் பார்க்க வேண்டும்... கிட்டத்தில்...

யோசனை மாறாமலேயே டாட்ஸனைச் செலுத்தினாலும், மவுண்ட் ரோடு அலுவலகத்துக்குள் நுழைந்து, தன்னறைக்குச் சென்று இருக்கையில் அமர்ந்தபின், அவன் கவனம் சுத்தமாய் மாறிப்போனது.

பர்ச்சேஸ் மானேஜர், அக்கவுண்டண்ட், ஜெனரல் மானேஜர்களோடு பேசி, ஃபைல்கள் படித்து, லெட்ஜர்கள் பார்த்து, இதை, அதைசெய்து, தொழிற்சாலைபற்றி நிறைய தெரிந்துக்கொள்ள முனைந்ததில் பொழுது ஓடிப்போக, மாலை ஐந்தரைக்கு ஒவ்வொருவராக வீட்டுக்குக் கிளம்பியதும், தானும் புறப்பட்டான்.

வீட்டுக்கு வந்து காரை நிறுத்திவிட்டு லிஃப்டில் ஏறியபோது, கூப்பிடாமல் ஓடிவரும் நாய்க்குட்டி மாதிரி அந்தப் பெண்ணின் நினைப்பு நெஞ்சுக்குள் ஓடிவந்தது.

இது நாழிகை அவளை நினைக்காமல் எப்படி இருக்க முடிந்தது என்று ஆச்சர்யப்பட்டுக்கொண்டே மேலே போனான்.

"காபி கொண்டு வரட்டுமா, தம்பி?" என்ற தாமுவிடம் வேண்டாமென்று சொல்லிவிட்டு, நேரே பால்கனிக்குச் சென்று எட்டிப் பார்த்தான்.

குண்டாய், ரொம்ப குண்டாய், அழித்தால் சாதாரண சைஸில் நாலு பேர் பண்ணக்கூடிய கனமாய்... ஒரு நடுத்தர வயசுப் பெண்மணி, குஞ்சும் குளுவானுமாய் நாலைந்து பொடிசுகள், ரப்பர் டியூபை மாட்டிக்கொண்டு, 'காச்காச்'சென்று கத்திக்கொண்டு...

ம்ஹூம், அவளைக் காணோம்.

நேற்று வராத மாதிரி இன்றும் நீச்சலடிக்க வராமல் இருந்து விடுவாளோ?

முகத்தைக்கூட நன்றாகப் பார்க்காத பெண்ணுக்காக, தான் இப்படித் தவிப்பது வேடிக்கையாய் இருந்தது.

அருண் தன்னறைக்குச் சென்று குளித்தான். ஜீன்ஸும் குர்தாவும் அணிந்து ஹாலுக்கு வந்து, "தாமு..." என்று குரல் கொடுத்தான்.

"என்ன தம்பி?"

"சோடா இருக்கா?"

"இருக்குதுங்க..."

"எலுமிச்சம் பழம்?"

"இருக்குதுங்க..."

"பழத்தைப் பிழிஞ்சு, சோடா விட்டு கொண்டு வாயேன்..."

அவன் சமையல்கட்டுக்குள் மறைந்துப் போனான்.

அருண் டிவி-யை ஆன் செய்தான். திராபையாய் ஏதோ நிகழ்ச்சி.

திடீரென்று நீச்சல்குளத்திலிருந்து ஹோவென்று சிரிப்பு சப்தம். பால்கனிக்குச் சென்று எட்டிப் பார்த்தான்.

இருட்டத் துவங்கி விட்டதால், நீச்சல்குளத்தைச் சுற்றியிருந்த விளக்குகள் ஏற்றப்பட்டிருந்தன.

மெர்க்குரி வெளிச்சத்தில் ஜலத்தின் நீலம் பளபளத்தது.

இப்போது குளத்தில் கூட்டம் கொஞ்சம் கூடியிருந்தது.

ஆணும் பெண்ணுமாய் ஒரு ஜோடி... ஒருபக்கமாய் உட்கார்ந்து தண்ணீரில் காலை அளைந்தபடி இரண்டு பசங்கள்...

அப்புறம்...

அவள்.

அதே 'போ டெரிக்' நீச்சலுடைதான்... அதே போனிடெய்ல்கள்தாம்.

கடவுளே! எவ்வளவு அழகு!

"இந்தாங்க, தம்பி..."

பார்வையை அவளிடமிருந்து விலக்காமலேயே அருண் கையை நீட்டி, தட்டிலிருந்த கண்ணாடி டம்ளரை எடுத்துக்கொண்டான்.

தாமுவுக்கு அவளைப் பற்றின விவரங்கள் ஏதாவது தெரிந்திருக்குமோ?

பேச்சுக் கொடுத்துப் பார்த்தாலென்ன?

"நீ இங்க வந்து பதினைஞ்சு இருவது நாள் ஆயாச்சு, இல்ல தாமு?"

"ஆமா, தம்பி..."

"இந்தக் கட்டடத்து மத்த குடுத்தனக்காரங்களையெல்லாம் சிநேகம் பண்ணிக்கிட்டியா? கீழ சில பேரு குளிக்கறாங்களே, அவங்களை உனக்குத் தெரியுமா?"

தாமு பால்கனியின் விளிம்புக்கு வந்து எட்டிப்பார்த்தான்.

ஐந்தடி உயரமுள்ள டைவிங் போர்டில் ஏறி, வில்லிலிருந்து விடுபட்ட அம்பாகத் தண்ணீரில் பாய்ந்து, அமிழ்ந்து, சரசரவென்று மேலே வந்து, லாவகமாகக் கைகளை வீசி நீந்தி, கரையை அடைந்து, படிக்கட்டு வழியாக ஏறி, முகத்து

நீரை வழிந்தபடி அவள் மீண்டும் டைவிங் போர்டை நோக்கி நடந்துக் கொண்டிருந்தாள்.

"அதோ, அங்க ஒண்ணா நீஞ்சறாங்களே, அவங்கதான் மாடில இருக்கற குப்தா சாரும் அவங்க சம்சாரமும்..."

அவள் நீரில் பாய்ந்து நீந்தத் தொடங்கிவிட்டாள்.

"சிவப்பு நிக்கர்ல இதோ, இந்தப் பக்கம் இருக்கறது சுரேஷ்... ரெண்டாவது மாடி சங்கரன் சாரோட மகன். பள்ளிக்கூடத்துல படிக்கறான். ஒரு நாய் வளக்கறான் பாருங்க, கன்னுக்குட்டியாட்டம்... அடேங்கப்பா!"

விளிம்புக்கு வந்து கரையேறியவள், தரையில் கிடந்த துண்டை எடுத்து மேலே போர்த்திக்கொண்டு, சற்றுத் தள்ளியிருந்த அறையை நோக்கி நடக்க முற்பட்டதும், அருண் லேசாகப் பரபரத்தான்.

"அந்த தாட்டியான அம்மா யாரு தெரியுமா, தம்பி? அவங்களும் நம்ம மாடிதான்... சேட்டு சம்சாரம். எதுக்காவது, யாரையாவது வெரட்டிகிட்டே இருக்காட்டி, அவங்களுக்குப் பொழுது போவாது, ஆமா!"

எதையோ நினைத்துக்கொண்டு தாமு சிரித்தது, அருணுக்கு எரிச்சலைத் தந்தது.

எந்த குண்டம்மா யாரை விரட்டினால் எனக்கென்ன?

அவளைப் பற்றின விவரங்களைச் சொல்லாமல் இவன் ஏன் கழுத்தை அறுக்கிறான்!

அருண் பார்த்துக் கொண்டிருக்கையிலேயே அவள் உடைமாற்றும் அறையை விட்டு வெளியில் வந்தாள்.

காலையில் பார்த்த அதே ஜீன்ஸ், அதே பிளவுஸ்தான்.

தலையை ஒரு உதறு உதறி, ஈரமுடியை அலட்சியமாய் பின்னுக்குத் தள்ளி நடந்தவள், கட்டடத்துக்குள் புகுந்து மறைந்தாள்.

"அப்பறம், தம்பி..."

தாமுவின் பேச்சில் சுவாரஸ்யம் குறைந்துப்போக, அருண் உள்ளே வந்து சோபாவில் உட்கார்ந்தான்.

டைவ் அடித்துக் குளித்தாளே, அத்தனைபேரிலும் பளிச்சென்று தனியாகத் தெரிந்தாளே, உயரமாய்ப் பளபளவென்று கண்ணைப் பறித்தாளே அவள் யார், தாமு? கேட்டுவிடலாமா?

வேலைக்காரனிடமா?

ஒரு வயசுப்பெண்ணைப் பற்றியா?

என்ன நினைப்பான் அவன்?

ம்ஹூம், வேண்டாம்.

காலி டம்ளரை நீட்டி, "சரி, நீ போய் உன் வேலையக் கவனி..." என்றான்.

மனசு முழுவதையும் அந்தப்பெண்ணே அடைத்துக் கொண்டிருந்தாள்.

யாரவள்? எந்த மாடியில் இருக்கிறாள்?

சலிப்போடு டீபாயிலிருந்த பேப்பரைப் பிரித்தவன், சட்டென்று நிமிர்ந்து உட்கார்ந்தான்.

நாளைக்கு நீச்சலடிக்கப் போனாலென்ன? நானும் இந்தக் கட்டடத்தில் ஒரு ஃபிளாட் சொந்தக்காரன்தானே! எனக்கும் இந்தக் குளத்தில் குளிக்க உரிமை உண்டுதானே!

ஜம்மென்று நீச்சலுடையோடு குளிக்கப் போய், அவளை எதேச்சையாய் சந்திப்பதுபோலப் பார்ப்பதை விட்டுவிட்டு, இப்படி உட்கார்ந்து வெட்டியாய் அங்கலாய்த்துக் கொண்டிருக்கிறேனே... எவ்வளவு பெரிய முட்டாள் நான்!

அருண் புது உற்சாகத்தோடு எழுந்தான். "வெளில வேலையிருக்கு, போயிட்டு வரேன், தாமு..." என்று சொல்லிவிட்டுக் காரில் கிளம்பி, மவுண்ட் ரோடு கடை

ஒன்றிற்குப் போனான். நல்லதாக ஒரு நீச்சலுடையை வாங்கிக்கொண்டு திரும்பி வந்து, பொழுதோடு சாப்பிட்டான்.

எஸ்.டீ.டி. போட்டு அப்பா, அம்மாவுடன் பேசினான். "வெளில எங்கயும் போகலியா? உன் பழைய ஐ.ஐ.டி. ஃபிரெண்ட்ஸ் யாரையும் பாக்கலியா?" என்று அப்பா கேட்டதற்கு,

"என்ன அவசரம்ப்பா? மொதல்ல வேலை புரிபடட்டும், அப்பறமா கிளப், ஃபிரெண்ட்ஸ்னு போனாப் போச்சு!" என்றான். பத்து மணிக்கெல்லாம் படுக்கச் சென்று, 'பீடில்'களின் பாடல்களைக் கேட்டுக்கொண்டே, டேப்பை நிறுத்தாமல் உறங்கிப்போனான்.

காலை ஏழரை இருக்கும்... போன் விடாமல் தலைமாட்டில் அலற, கண்களைத் திறக்காமல், எரிச்சலோடு ரிசீவரை எடுத்து, "ஹலோ..." என்றான்.

"மிஸ்டர் ராமசாமி இல்ல, மிஸ்டர் அருண்கிட்ட பேசலாமா, ப்ளீஸ்?" கனமாய் ஒரு குரல் வினவியது.

"அருண் ஸ்பீக்கிங்..."

"குட்மார்னிங். என் பேர் சதாசிவம்... மொதல் மாடில இருக்கேன். ஸாரி, தூக்கத்துலேந்து எழுப்பிட்டேனோ?"

சதாசிவமா? எந்த சதாசிவம்?

ஓ, அப்பா அன்று சொன்னாரே, அந்த மனிதரா!

தூக்கக் கலக்கம் மாறாமலேயே அருண், "குட்மார்னிங்... உங்களைப்பத்தி அப்பா சொல்லியிருக்கார்... டெல்லிலேந்து எப்ப வந்தீங்க, சார்?" என்றான்.

"ராத்திரி ஃபிளைட்டுல. அப்பா இருக்காரா அருண்?"

"இல்ல சார்... அவர் நேத்து கொடைக்குத் திரும்பிட்டார்."

"அதுக்குள்ளயா? ம்ம்... சரி, நீங்க பிரேக்ஃபாஸ்டுக்கு என்ன பண்ணப் போறீங்க? எங்க வீட்டுக்கு வர்றீங்களா? எட்டரைக்கு வரமுடியுமா?"

அருண் உடனே பதில் சொல்லவில்லை.

காலைநேரத்தில் ஹெவியாக இட்லி, தோசை என்று வெட்டும் சமாச்சாரம் அவனுக்குப் பிடிக்காது.

எதற்கு சார் வீண் சிரமம் என்று தட்டிக்கழிக்கலாமா?

எட்டரைக்கா? வேலை இருக்கிறதே! ஸாரி என்று நைஸாக நழுவிவிடலாமா?

"என்ன அருண், வர்றீங்க இல்ல?"

சதாசிவம் மீண்டும் அழைத்ததும், அருண் தன் நினைப்பை மாற்றிக்கொண்டான்.

பெரிய மனிதர், அப்பாவின் நண்பர். போய் எட்டிப்பார்த்துவிட்டு வருவதுதானே மரியாதை!

வருவதாகச் சொல்லி, நன்றி தெரிவித்து ரிசீவரை வைத்துவிட்டு, அத்தனை சீக்கிரம் எழுந்திருக்கப் பிடிக்காததால் திரும்பிப் படுத்து, இன்னொரு குட்டித்தூக்கம் போட்டுக் கண் விழித்தபோது, மணி எட்டடித்திருந்தது.

நாழியாகிவிட்டதே!

பரபரவென்று பல் தேய்த்து, மழுங்க ஷேவ் செய்து, குளித்து, வெளிர் சாம்பல் நிறத்தில் கோடு போட்ட சூட் அணிந்து, மில்லியனேர் வாசனையோடு கீழே இறங்கி சதாசிவம் வீட்டு காலிங் பெல்லை அழுத்தினான்.

ஆள் ஒருவன் கதவைத் திறந்து உள்ளே அழைத்துப்போய் ஹாலில் உட்காரச் சொன்னான்.

மகா தடபுடலாய் பணக்காரத்தனத்தை டாம்டாம் அடித்துக் கொண்டிருந்த வீட்டை மேல்பார்வையாகப் பார்த்து முடிப்பதற்குள், சதாசிவமே வந்துவிட்டார்.

மனுஷர் சரியான ஆஜானுபாகு ரகம்.

தன்னையும், மனைவியையும் அறிமுகப்படுத்திக்கொண்டார். ரொம்பநாள் பழக்கப்பட்ட தினுசில் சிரித்துப் பேசினார். அப்புறம், "ராஜி, நித்யா எங்க? வரச்சொல்லு... சேந்து சாப்பிடலாம்..." என்றார்.

"குட்மார்னிங், டாடி... ஐ'ம் கம்மிங்..."

அப்போதுதான் பூத்திருக்கும் ரோஜாவின் மலர்ச்சியோடு வந்தவளை ஏறிட்டுப் பார்த்த அருணுக்கு, ஷாக் அடித்தது.

வாவ்!

அவள்... அந்த 'போ டெரிக்' நீச்சலுடை அழகி!

வாட் எ ப்ளெசன்ட் சர்ப்ரைஸ்!

"என் ஒன்லி டாட்டர் நித்யா, பி.காம் ஃபைனல் இயர் படிக்கறா... படிப்புல கெட்டிக்காரி! 'டாடி, எனக்கு சி.ஏ. படிக்கணும்'னா... சரிம்மா, உன் இஷ்டம்னு விட்டுட்டேன்! அதோ கப்போர்ட்ல இருக்கற கப்ஸ் அத்தனையும் இவ வாங்கினதுதான்... பேச்சுக்காக, ஸ்விம்மிங்குக்காக... இன்னும்..."

மூச்செடுக்க சதாசிவம் நிறுத்த... நித்யா, "என் உயரம், வெயிட் பத்தின விவரங்களை விட்டுட்டீங்களே, டாடி!" என்று சொல்ல, அருண் சிரித்துவிட்டான்.

நித்யா கண்களை நிமிர்த்தி அருணைப் பார்த்தாள். நட்பு கலந்த புன்னகையோடு, "ஹலோ, அப்பாவுக்கு நா ரொம்ப செல்லம்... புரிஞ்சிருக்குமே!" என்றாள்.

அருகில் நின்றிருந்ததால், நித்யா கிட்டத்தட்ட தன் புருவத்துக்கு வருவது அருணுக்குப் புரிந்தது.

நல்ல நிறம். மேக்கப் இல்லாத முகம். ஒருபக்கமாகக் குழிவிழும் கன்னம்.

இன்றைக்கும் ஜீன்ஸ்-பனியன்தான். ஆனால், போனிடெய்ல் இல்லை... பிரஷ் செய்யப்பட்ட கேசம்... 'நான் ரொம்ப மிருது... தொட்டுப் பார்க்கிறாயா?' என்று அழைத்தது.

முதல் சில நிமிஷங்களுக்கு அவளை நிமிர்ந்து பார்க்க, அவளோடு சகஜமாய் பேச, அருண் ரொம்ப சிரமப்பட்டான்.

அப்புறம், சாப்பிட்ட நாழிகையில் அப்பாவும், பெண்ணும் சரளமாகப் பேசப்பேச, தானும் கொஞ்சம் சாதாரணமானான்.

"உங்களுக்குச் சொந்த ஊர் கொடைக்கானலா?"

"ம்..."

"படிச்சதெல்லாம் அங்கதானா?"

"கொஞ்சம் அங்க, கொஞ்சம் இங்க..."

"என்னை மாதிரி நீங்களும், குட்டிச்சுவராக்கப்பட்ட கேஸா? ஐ மீன், ஒரே பிள்ளையா?"

"நோ, நோ... ரெண்டு அக்கா... கல்யாணமாகி டெல்லி, சிங்கப்பூர்ல இருக்காங்க."

"அடி சக்கை! வர்ற வருஷம் லீவுக்கு சிங்கப்பூர் போனா, தங்க வசதியான எடம் இல்லியேனு தவிச்சிட்டிருந்தேன்... இனிமே அந்த அவஸ்தை இல்ல!"

அருண் சிரித்தான்.

"நீங்க ஸ்விம் பண்ணுவீங்களா, அருண்?"

"ம்ம்... காலேஜ் டீம்லகூட இருந்திருக்கேன்."

"ரியலி? எந்த காலேஜ்?"

"ஐ.ஐ.டி. மெட்ராஸ்..."

"யா? தென், யூ மஸ்ட் பீ ரியலி குட், யார்!"

அந்தக் கண்விரிப்பும் ஆச்சர்யமும் ஏகமாய் சந்தோஷத்தை உண்டு பண்ண, காலை டிபன் முடிந்து ஆபீஸுக்கு வந்த பிறகும்கூட, வேலையில் கவனத்தைச் செலுத்த முடியாதபடி, மாலையில் நித்யாவோடு கழிக்கப்போகும் நேரத்தின் நினைப்பு குமிழ்குமிழாய் அவனுக்குள் வெடித்துக்கொண்டே இருந்தது.

———

3

அன்றைக்கு சனிக்கிழமை என்பது ஒரு மணிக்குத்தான் அருணுக்கு ஞாபகம் வந்தது.

மதியம் ஆபீஸ் கிடையாது.

என்ன பண்ணலாம்?

ஜிம்கானாவுக்குப் போகலாமா? போய்...? ஜில்லென்று பீர் குடிக்கலாம். தனியாகவா? ஓ, போர்! வேண்டாம்.

ஏதாவது மாட்னி ஷோவுக்குப் போனாலென்ன?

டேபிள் மேலிருந்த 'ஹிந்து'வைப் பிரித்தான். எல்லாம் ஏற்கனவே பம்பாயில் பார்த்துவிட்ட ஆங்கிலப் படங்கள்தாம். ஹிந்தி, தமிழுக்குப் போக மூடு இல்லை. ஆக படமும் வேண்டாம்.

தாமுவை போனில் அழைத்து, "அரைமணில சாப்பிட வரேன்..." என்று சொன்னவன், ஃபைல்களைப் பார்த்துக் கொண்டிருந்துவிட்டு, இரண்டரை சுமாருக்குக் கிளம்பினான்.

சப்பாத்தி, சப்ஜி, வறுத்த மீனை ஒரு கை பார்த்தான். அந்த வார தமிழ், ஆங்கிலப் பத்திரிகைகளோடு தன்னறைக்குச் சென்று படுத்தான்.

படிப்பில் புத்தி போகவில்லை. காலையில் நித்யா பேசிய பேச்சுக்களும், சிரித்த சிரிப்பும், அவளது குழிந்த கன்னமும் கண் முன்னால் நின்று வித்தை காட்டின.

பத்திரிகைகளை ஒருபக்கமாகப் போட்டுவிட்டு, கண்களை மூடிக்கொண்டான்.

மாலையில் தானும் நித்யாவும் போட்டி போட்டுக்கொண்டு நீந்துவதாகவும், 'உங்களுக்குச் சரியா ஸ்விம் பண்ண என்னால முடியாது... யூ ஆர் டூ குட்!' என்று அவள் சொல்வது போலவும் கற்பனை பண்ணிக்கொண்டே தூங்கிப்போனான்.

நாலரை மணிவாக்கில் எழுந்து முகம் கழுவி ஹாலுக்குச் சென்று, தாமு தந்த டீயுடன் உட்கார்ந்தபோது, வாசல் மணி மென்மையாய் அழைத்தது.

கதவைத் திறக்கப்போன தாமு திரும்பிவந்து, "உங்க ஃபிரெண்டாம்... வந்திருக்கார் தம்பி..." என்றதும், சினேகிதனா, யார் அவன் என்ற கேள்விகளுடன் அருண் வாசலுக்கு வந்தான்.

"ஹலோ மச்சான்... ஞாபகம் இருக்கில்ல?"

வெடவெடவென்று உயர்ந்த உடம்பு, மீசை, காதை மறைத்த முடி, வெளுத்த ஜீன்ஸ், ஷர்ட், வாயில் சூயிங்கம்...

"விசு!"

அருணின் சந்தோஷம் வெளிப்படையாகத் தெரிந்தது.

கையை நீட்டி நண்பனின் கையைப் பற்றிக் குலுக்கினான்.

"திடும்னு எங்கேயிருந்துயா முளைச்சே? நா இங்க இருக்கறது உனக்கு எப்படித் தெரியும்? நாலு நாள் முன்னாலதானே நானே இங்க வந்தேன்?"

விசு உள்ளே வந்தான். வீட்டைச் சுற்றிப் பார்த்துவிட்டு, ப்ஷூ என்று விசிலடித்தான்.

"திஸ் ஈஸ் ஃபென்டாஸ்டிக்யா... வீடுன்னா இதில்ல வீடு!"

"மொதல்ல நா கேட்ட கேள்விக்கு பதில் சொல்லு, விசு..."

"என்ன கேட்டே?"

“நா இங்க இருக்கறது உனக்கு எப்படித் தெரியும்?”

விசு முகத்தைத் தீவிரமாக்கிக் கொண்டான்.

“விடிகாலைல ஒரு சிட்டுக்குருவி என் ரூம் ஜன்னல்ல வந்து உக்காந்து ‘சிப்... சிப்’னு கூப்பிட்டுது... என்னம்மா கண்ணு விஷயம்னேன்... அருண் வந்துட்டானே, தெரியுமான்னு கேட்டுது... அட, தெரியாதேன்னேன்... எம்.டி-யா பொறுப்பெடுத்துகிட்டு, போயஸ் கார்டன் வீட்டுல ஷோக்கா இருக்கான்னுது! சரி, நம்ப தோஸ்த் நம்பளை மறந்துட்டாலும், நாம்ப விட்டுட கூடாதுன்னு நினைச்சேன்... வந்திருக்கேன்!”

அருண் முன்னால் சாய்ந்து நண்பனின் தோளைத் தட்டி சிரித்தான்.

“நீ மாறவேயில்லய்யா... அப்படியே அதே விஷமம், குறும்புத்தனத்தோடதான் இன்னும் இருக்கே! ஜோக்ஸ் அபார்ட்... நிஜமா எப்படித் தெரியும்னு சொல்லு, விசு...”

“இன்னிக்குக் காத்தால ஒரு சிட்டுக்குருவி...”

“ஹேய், அறுக்காதடா... ஆளை விடு! சொல்ல இஷ்டமில்லாட்டி வேணாம்!”

“இதுல சொல்ல என்ன இருக்கு அருண்! ஊர் பெரிய பணக்காரங்கள்ல நீ ஒருத்தன்... புதுசா பெரிய பதவி ஒப்புத்துகிட்டிருக்கே... நியூஸ் வெளில பரவாமயா இருக்கும்!”

“விளையாடாதடா... ப்ளீஸ், நா வந்ததை உனக்கு யார் சொன்னா?”

“ஓகே, ஓகே... நேத்து உன்னை மவுண்ட் ரோட்ல பாத்தேன்... சிக்னல் லைட்டுகிட்ட... நீதானான்னு சரியா புரியலை. ஊருக்கு வந்தா உடனே காலேஜ் பக்கம் வருவியேன்னு நினைச்சேன். எதுக்கும் விசாரிக்க காலைல உன் ஃபாக்டரிக்கு போன் பண்ணேன். நீ வந்திருக்கறதும், இங்க வீடு வாங்கியிருக்கறதும் தெரிஞ்சுது... சர்ப்ரைஸா இருக்கட்டும்னு நேரயே வந்துட்டேன்!”

“நானே நாளைக்கு காம்பஸுக்கு வர்றதா இருந்தேன்... நல்லவேளை, நீயே இன்னிக்கு வந்திட்டே! எப்படியிருக்கே? மத்தவங்கள்லாம் எப்படியிருக்காங்க?”

“நீ எப்படியிருக்கே? மொதல்ல அதைச் சொல்லு! நாம பாத்து ஒரு வருஷம் இருக்காது?”

“இருக்கும்... எம்.பி.ஏ. கடைசி வருஷத்துல இருக்கறப்ப உன்னைப் பாத்தது, இல்லியா? அப்பறம்தான் காண்டாக்ட் விட்டுப்போச்சு! அப்பா ஃபாரின் போக விடலை... அந்தக் கதைதான் உனக்கும் தெரியுமே! பாம்பேல ரெண்டு மாசம் ட்ரெயினிங் எடுத்தேன்... அப்பறம் இதோ, இங்க வந்திருக்கேன்! என் விஷயம் இருக்கட்டும்... இன்னும் நாலு மாசத்துல உன் கோர்ஸ் முடிஞ்சிடுமே... மேல என்ன பண்றதா உத்தேசம்?”

“வேற என்ன? எல்லா ஐ.ஐ.டி. பசங்களுக்கும் இருக்கற கனவுதான் எனக்குள்ளயும் வளந்திருக்கு... அமெரிக்கா... மேல்படிப்பு! அதான் ஜி.ஆர்.ஈ, ஜி.மேட் எல்லாம் எழுதி பாஸ் பண்ணியாச்சு... நிறைய யூனிவர்சிடிகளுக்கு அப்ளை செஞ்சிருக்கேன்... ரிசல்ட்டுக்காக வெயிட் பண்ணிட்டிருக்கேன்!”

அருண் கரிசனத்துடன் விசுவைப் பார்த்தான்.

“உனக்கு என்ன கவலை விசு... படிப்புல நீ ப்ரில்லியண்ட்... விளையாட்டு, அது, இதுன்னு ஒரு ஆல்ரவுண்டர்! அப்பறமென்ன? கண்டிப்பா ஸ்காலர்ஷிப்போட அமெரிக்கா யூனிவர்சிடி உன்னை என்கிட்ட வா, என்கிட்ட வான்னு கூப்பிடத்தான் போவுது...”

அருண் சொன்னது மிகையில்லை. விசு அத்தனை கெட்டிக்காரன்தான்.

விசுவை கிட்டத்தட்ட ஐந்து வருஷங்களாக அருணுக்குத் தெரியும்.

இவன் மூன்றாம் ஆண்டில் இருந்தபோது அவன் முதல் ஆண்டில் சேர்ந்தான். இவன் மெக்கானிகல் பிரிவு, அவன் எலெக்ட்ரானிக்ஸ்.

லட்சணமாய், சுறுசுறுவென்று, தன் புத்திசாலித்தனம் முகத்தில் பரவிக்கிடக்க வளையவந்த விசு, கல்லூரியில் சேர்ந்த சில நாள்களிலேயே சீனியர்களின் செல்லம் ஆனான். அதுவும், அருணை அவன் கொஞ்சம் அதிகமாகவே நெருங்கிவிட்டான்.

இத்தனைக்கும், குணம் என்று பார்த்தால், அருண் அதிகம் பேசிப்பழகாதவன், விசு சரியான லொடலொட... ஒருத்தரை சுலபத்தில் சினேகிதம் பண்ணிக்கொள்வது அருணுக்குக் கஷ்டம். விசுவுக்கு மகா சுலபம். அருண் வாயில் தங்க ஸ்பூனோடு பிறந்தவன், இவன் ஒரு சாதாரணக் குடும்பத்தைச் சேர்ந்தவன். ஆனாலும்... இரண்டு பேருக்கும் விருப்பு வெறுப்புகள், ரசனை ஒன்றாக இருந்ததால், சீனியர்-ஜூனியர் பாகுபாடு இல்லாமல் இருவரும் அன்னியோன்னியமாகப் பழகியதுதான் நிஜம்.

"ஸோ... அப்பறம் என்னய்யா?"

"நீதான் சொல்லணும் அருண்... பிரபா இப்ப எங்க இருக்காங்க?"

"சிங்கப்பூர்ல... அவளுக்குப் போன வருஷம் பெண்குழந்தை பிறந்திருக்கு, தெரியுமா?"

"எனக்கெப்படி மச்சான் தெரியும்! நீ லெட்டர் போட்டியா? மீட் பண்ணியா? பெரிய மனுஷனாயிட்டே!"

"ச்சே... சும்மா டீஸ் பண்ணாதடா... நாந்தான் நாளைக்கு உங்களையெல்லாம் பாக்க வர்றதா இருந்தேன்னு சொல்றேனே..."

"ரீல் விடாதே, மச்சான்!"

"என்ன விசு, புதுசா 'மச்சான், மச்சான்'னு வார்த்தைக்கு வார்த்தை சொல்றே!"

"இதான் இப்ப ஸ்டைல்... மச்சான்னு சொல்லக்கூடாது... மஷ்ஷான்னு நுனி நாக்கால சொல்லணும்... எங்க சொல்லு?"

அருணுக்கு சிரிப்பு எழுந்தது.

"என்ன ஸ்டைலோ! எனக்கு வேணாம்யா! அதெல்லாம் உன்னோடயே இருக்கட்டும்! சரி, உங்க அம்மா, தங்கச்சிங்க நல்லாயிருக்காங்களா? எங்க, திருச்சிலதானே இருக்காங்க?"

"ம்ம்... ரைட் யூ ஆர்!"

"நாம்பாட்டுக்குப் பேசிட்டேயிருக்கேனே... என்ன சாப்பிடறே? டிபன் பண்ணச் சொல்லவா?"

"அப்பாடி, ஒருவழியா கேட்டியே! என்னடா, ஒரு வாய் ஐஸ்வாட்டர்கூடக் குடுக்காம அனுப்பிடுவியோன்னு பயந்துட்டேன்! செம்ம பசி, மச்சான்... எது வேணா குடு."

அருண் உள்பக்கம் திரும்பி தாமுவை அழைத்தான்.

"விசு சாரை ஞாபகம் இல்லியா தாமு? மூணு வருஷம் முன்னால கொடைக்கு வந்திருந்தாரே! மீசைய பெரிசா வளத்துகிட்டு, சம்பல் பள்ளத்தாக்கு கொள்ளைக்காரன் மாதிரி இருக்கறதுல அடையாளம் தெரியலியா? விசுவுக்குப் பசிக்குதாம்... ஆம்லெட் போடறியா? சீஸ் ஆம்லெட் அண்ட் டீ..."

பதினைந்து நிமிஷங்களில் ஆம்லெட்டும், டீயும் தயாராயின.

சாப்பாட்டு மேஜைக்கு முன் அமர்ந்து சாப்பிடுகையில், கீழிருந்து பேச்சுக்குரல்கள் கேட்க, திடுக்கிட்டுப்போய் அருண் மணிக்கட்டைப் பார்த்தான்.

ஆறு!

நித்யா குளிக்க வந்திருப்பாளோ?

இத்தனை நாழிகை இல்லாத பரபரப்பு திடுமெனத் தலைதூக்க, அருண் இருக்கை கொள்ளாமல் தவிக்கத் தொடங்கினான்.

"எங்கயாவது போகணுமா, அருண்?"

"ம்? ஒண்ணுமில்ல... வேணா ஸ்விம்மிங் போலாமேன்னு நினைச்சேன்... தட்ஸ் ஆல்..."

"எங்க... ஜிம்முக்கா?"

"எங்க பில்டிங்கிலயே நீச்சல்குளம் இருக்கு, விசு... இங்க பாரு..."

எழுந்து அவன் பால்கனிக்குப் போக, பின்னோடு விசுவும் சென்றான்.

"அங்க பாரு..."

நித்யா பளிச்சென்று ஜலத்தினூடே கண்ணைப் பறித்தாள்.

இன்று வேறு உடை. கறுப்பில் பெரிசாய் சிவப்புப் பூக்கள் போட்ட உடை.

ஊன்றிப் பார்த்த விசு, மெதுவாக விசிலடித்தான்.

"ஹேய்... அது ரெட்டை வால் நித்யா இல்ல?"

அருண் திடுக்கிட்டுத் திரும்பினான்.

"ஷ்ஷ்... உரக்கப் பேசாதே... அவளுக்குக் கேட்டுடப்போவுது! உனக்கு நித்யாவைத் தெரியுமா?"

"ம்... கொஞ்சம்! டிபேட்டுக்கு வருவா... சரியான அரட்டை, ரெட்டை வால்! ரெண்டு பக்கமும் போனிடெயில்ஸ் தொங்குமா, அதான்... எல்லாத்துக்குமா சேத்து ரெட்டை வால்னு பேர்..."

குபுக்கென்று ஒரு எண்ணம் அருணுக்குள் எட்டிப்பார்த்தது.

விசுவுக்கு அவளைத் தெரியுமா?

திஸ் ஈஸ் ரியலி கிரேட்!

என்ன பேசுவது, எப்படி அவளை நெருங்குவது என்று தயங்கினதற்கு, இப்போது வழி பிறந்துவிட்டதே!

விசுவைக் கூட வைத்துக்கொண்டு சுலபமாய் நன்றாக அரட்டை அடிக்கலாமே!

தனியாக, நித்யாவுக்குச் சரியாக தன்னால் வளவளக்க முடியாதே என்ற அவஸ்தை மறைய, அருண் ஆர்வத்துடன் விசுவின் கைகளைப் பிடித்தான்.

"நீகூட ஸ்விம் பண்ணுவே, இல்லடா?"

"என்னது! நீகூடவா? என்ன அப்படி சாதாரணமா சொல்லிட்டே, மச்சான்! ஐயா இப்ப காலேஜ் டீம் கேப்டன், தெரியுமா?"

வாவ்! இது இன்னும் சௌகர்யமாயிற்றே!

"வெரிகுட்! அப்ப, வா... நாம கீழ போய் கொஞ்சநேரம் ஸ்விம் பண்ணிட்டு வரலாம்."

"நா டிரெஸ் கொண்டு வரலியே! வேணா நீ பண்ணு, நா கூட இருக்கேன்..." அருண் ஒப்புக்கொண்டான்.

கீழே போனார்கள்.

தனியறைக்குச் சென்று அருண் உடைமாற்றிக்கொண்டு வந்தான்.

"ஹலோ!" நித்யா அவனைப் பார்த்துவிட்டுகிட்டே வந்தாள்.

"ஹலோ... அது என் ஃபிரெண்டு விசு, ஃப்ரம் ஐ.ஐ.டி.... உங்களைத் தெரியும்னு சொல்றானே..."

நித்யா கண்களை அப்படியா என்று விரித்தாள்.

"யா... டிபேட்ல பாத்திருக்கோம்..."

அறிமுகம் முடிந்த கையோடு அருண் நீரில் பாய்ந்து குளத்தின் நீளத்தை நாலு தரம் நிற்காமல் நீந்திவிட்டு, பின்பக்கம் திரும்பி மிதக்கத் தொடங்கினான்.

கரையிலிருந்த விசு, வாயில் விரல்களைக் குவித்துக்கொண்டு கத்தினான்.

"நீ இப்படி ரிலாக்ஸ் பண்றப்போ, எனக்கு மில்காசிங் நீச்சல் போட்டில தோத்துப் போனதுதான் ஞாபகத்துக்கு வர்றது..."

“வாட் ஈஸ் தட்?” தண்ணீரிலிருந்து தலையைத் தூக்கி அருண் வினவினான்.

“ஒருதரம் மில்காசிங் நீச்சல் போட்டில கலந்துகிட்டாராம். யார் மொதல்ல குளத்தோட நீளத்தைப் பத்து தரம் நீஞ்சறாங்கனு போட்டி. இவர் வேகவேகமா நீஞ்சி மொதல்ல வந்து, பத்தாவது நீளத்தை நீஞ்சறப்ப, தலையத் தூக்கி பின்னால பாத்தாராம். கண்ணுக்கெட்டின வரை ஒருத்தரையும் காணலியாம். சரி, கிட்ட யாரும் இல்லியே, கொஞ்சம் ஓய்வெடுப்போம்னு திரும்பி மிதக்க ஆரம்பிச்சாராம். அப்ப, கூட்டத்துல ஒருத்தன், ‘ஆர் யூ ரிலாக்சிங்?’னு கேட்டானாம். இவருக்குக் கோபம் வந்துடுச்சாம். திரும்பி கூட்டத்தைப் பாத்து, ‘நோ, ஐ’ம் மில்காசிங், நாட் ரிலாக்சிங்’னு கத்தினாராம்! அதுக்குள்ள இன்னொரு ஆள் அவரைத் தாண்டி நீஞ்சிப் போயிட்டதுல, பாவம் தோத்துப் போயிட்டாராம்!”

கரையில் உட்கார்ந்திருந்த நித்யா பகபகவென்று சிரிக்க ஆரம்பிக்க, அருணையும் அந்தச் சிரிப்பு தொற்றிக்கொண்டது.

அடுத்து வந்த ஒருமணிநேரம் இறக்கை கட்டிக்கொண்டு பறந்துதான் போயிற்று.

விசு ஏதாவது அறுக்க, நித்யா பதில் சொல்ல, அருண் சேர்ந்துக்கொள்ள, மூவருமாய் சிரிக்க...

அன்றைக்கு ஆனாலும் விசு நல்ல மூடில்தான் இருந்தான்.

“என் ரூம்ல இருக்கற மேஜை ரொம்ப வெக்கப்படுது, அருண்...” என்றான்.

என்னடா உளறுகிறாய் என்கிற தினுசில் அருண் கண்களை விரித்தான், “அதுக்கு டிராயர் இல்ல, மச்சான்... அதான்!” என்றான்.

“மவுண்ட்ரோட் டிராஃபிக் லைட்டுக்கு அவமானமா இருக்காம்... ஏன் தெரியுமா?” என்று கேட்டு, “டிராஃபிக் லைட்டுக்கா? அவமானமா? ஏன்?” என்றால், “எல்லார் நடுவுலயும் மாத்திக்கறது இல்லியா... ச்சீ பாவம்!” என்றான்.

இன்னும் என்னென்னவோ சொல்லி நித்யாவை ஓயாமல் சிரிக்கவைத்து, பேசச் செய்து, நெருங்கிவரப் பண்ணியது ஏகமாய் சந்தோஷத்தை உண்டாக்க, ஒருவழியாய் குளித்து முடித்து மேலே வந்ததும், "நாளைக்கு சண்டேதானே, காலைலியே இங்க வந்துடு... ஸ்விம் பண்ணி, சாப்பிட்டு, ஏதாவது பிக்சர் போலாம்... சுகம்!" என்று மறுநாளும் கண்டிப்பாய் வரவேண்டும் என வற்புறுத்தி, விசு சரியென்ற பிறகே அவனுக்கு அருண் விடைகொடுத்தான்.

——

4

ஸப்ஜீரோ...

ஏ.சி. செய்யப்பட்டு ஜிலுஜிலுத்தது.

ஒருபக்கமாய் சின்னச்சின்ன ஐஸ்க்ரீம் தொட்டிகள்... தினுசுதினுசாய் பார்க்கும் போதே நாக்கில் நீரை வரவழைப்பதாய்... கலர்க்கலராய்...

எதிர்ப்பக்கம் போடப்பட்டிருந்த நாற்காலியில் அருண் உட்கார்ந்தான்.

யாருக்கு எந்த ஐஸ்க்ரீம் என்று தீர்மானிக்கும் நோக்கில் கண்ணாடிப்பெட்டி மேல் கவிழ்ந்து தீவிரமாகப் பேசிக்கொண்டிருந்த விசுவையும் நித்யாவையும் பார்க்கையில் அவனுக்கு சந்தோஷமாக இருந்தது. முக்கியமாய் நித்யாவை...

அந்த உயரத்தை... அந்த அழகை... அந்தத் துறுதுறுப்பை...

இலைப் பச்சையில் குட்டிக்குட்டி பூக்கள். கூடவே ஜரிகை 'கடி' பிரிண்டு செய்யப்பட்ட சூரிதார், கம்மீஸ். வெளிர் பச்சை சல்லாத்துணி துப்பட்டா.

வெறும் க்ரீம் தடவப்பட்டு பளபளத்த முகம். அதில் பெரிசாய் சிவப்பு நிறத்தில் ஒட்டப்பட்ட பொட்டு. மூக்கில் ஒரு வளையம். கண்களில் மை. கழுத்தில் கறுப்புக் கயிற்றில் சேர்க்கப்பட்ட மணிகள். பாதங்களில் மெல்லிசாய் வெள்ளி

கொலுசு. கை, கால் விரல் நகங்களில் மரூன் நிற நெயில் பாலிஷின் ஜொலிப்பு.

வாவ்!

இவள்தான் எத்தனை நேர்த்தியாகத் தன்னை அலங்கரித்துக் கொள்கிறாள்!

இந்த மூக்கு வளையமும், கறுப்புக் கயிறும், இவளுக்குத்தான் எத்தனை பொருத்தமாக இருக்கின்றன!

இவளைப் பக்கத்தில் உட்காரவைத்து, கையோடு கை பிணைத்து, 'ஐ லவ் யூ, நித்யா' என்றால், என்ன சொல்வாள்?

'உன்னைப் பார்க்கப் பார்க்க, உன்னோடு பழகப்பழக, உன்மேல் நான் கொண்டுள்ள அன்பு அதிகரிக்கிறது. என்னைக் கல்யாணம் செய்துகொள்கிறாயா?' என்றால், என்ன சொல்வாள்?

சொல்லிவிட வேண்டும்... சீக்கிரம் அவளிடம் என் மனசைச் சொல்லிவிட வேண்டும்.

தனக்கு அவர்கள் முதுகைக் காட்டிக்கொண்டு நிற்கும் தைரியத்தில், அருண் கண்ணை இப்படியப்படி நகர்த்தாமல் நித்யாவையே ஊன்றிப் பார்த்தான்.

ஒரு மாசமா?

வெறும் ஒரே ஒரு மாசமா?

அன்றைக்கு விசு எதேச்சையாக வந்ததும், இருவருமாய் நீச்சல்குளத்துக்குப் போனதும், நித்யாவோடு பொழுதைக் கழித்ததும், மறுநாள் ஞாயிறன்று திரும்ப சந்தித்ததும் நடந்து ஒரு மாசம்தானா ஆகிறது! அதற்குள்ளா இத்தனை நெருக்கமும் பிணைப்பும் தவிப்பும்!

அருணுக்கு ஆச்சர்யமாக இருந்தது.

சுபாவத்தில் கூச்சமுள்ளவனான தான்கூட இந்த இரண்டு பேர்களின் அரட்டைக்கு ஈடுகொடுப்பது, நிஜமாகவே ஆச்சர்யமாக இருந்தது.

அடுத்த ஞாயிறன்று சொன்னபடி விசு காலையில் எட்டுக்கெல்லாம் வந்துவிட்டான்.

கீழே போய் நீச்சல்குளத்தில் குளித்தபோது, நித்யாவும் அவர்களோடு சேர்ந்துக் கொண்டாள்.

"விசு என்கூட பிரேக்ஃபாஸ்டு சாப்பிடப் போறான்... நீங்களும் வரமுடியுமா?" என்று அருண் கேட்க, "இந்த 'ங்க' பிசினெஸை நாமெல்லாம் விட்டுடறதா இருந்தா வரேன்!" என்று சொன்னவள், ஒன்பது மணி அளவில் இவர்கள் மேல் ஃபிளாட்டுக்குப் போனதும், தன் வீட்டுக்குப் போய் உடை மாற்றி, அம்மாவிடம் சொல்லிக்கொண்டு தானும் வந்து சேர்ந்தாள்.

அரட்டை... அரட்டை... அரட்டைதான்.

தாமு தயாரித்த சிற்றுண்டிகளை ஒரு பிடி பிடித்தார்கள்.

சீட்டு விளையாடுகிறோம் பேர்வழியென்று ஒருமணிநேரம் கூத்தடித்தார்கள்.

திடுமென, "ஹவ் அபவுட் லஞ்ச் இன் சோழா?" என்று அருண் வினவ, பன்னிரெண்டரைக்குக் கிளம்பி சோழா ஹோட்டலுக்குச் சென்று, இரண்டு மணி வரைக்கும் சாப்பிட்டுக்கொண்டே பேசினார்கள்.

மூன்று மணி சுமாருக்கு விசு, நித்யாவை, டாடா சொல்லி அனுப்பிவிட்டு படுக்கையில் விழுந்தபோது, அருணுக்குள் 'யாஹ்ஹூ' என்று உரக்கக் கத்தி குதிக்க வேண்டும் போன்ற குஷி ஆட்டம் போட்டுக்கொண்டிருந்தது.

அந்த வாரத்தில் மூன்று மாலைப் பொழுதுகளில் அவர்கள் சந்திப்பு நடந்தது.

ஐந்துக்கெல்லாம் ஆபீஸிலிருந்து வந்து அருண் தயாராக இருப்பான். ஐ.ஐ.டி-யிலிருந்து விசு வருவான். காலேஜிலிருந்து திரும்பி, குளித்து மாற்றுடை உடுத்தி நித்யாவும் வருவாள்.

மெரினாவுக்கு டிரைவ் போனார்கள். போயஸ் கார்டனில் வாக் போனார்கள். நீச்சல் குளத்தில் குளித்தார்கள். நுங்கம்பாக்கம் நெடுஞ்சாலையில் இருக்கும் 'டிக் டாக்' ரெஸ்டாரெண்டுக்குச் சென்று, பன்னுக்கு நடுவில் மாமிசத் துண்டத்தை வைத்து வாட்டித் தரும் ஹாம்பர்கரை வாங்கி, கடுகுச் சட்னியில் தோய்த்துத் தின்றார்கள்.

கூடவே, விடாமல் அரட்டையடித்தார்கள்.

விசு வாய் ஓயாமல் அறுப்பான். சிரிப்பதையும் சிரித்துவிட்டு, "ஐயோ, ரொம்ப அறுவை! அசைவ ஜோக்ஸ்! சிரிப்பே வரலை!" என்று நித்யா பழிப்பாள்.

"சிரிப்பு வரலைன்னா, ஏன் சிரிச்சே?"

"சும்மா... ஐயோ பாவம்னு சிரிச்சு வெச்சேன்!"

"ஹை... இதானே வேண்டாங்கறது! சிரிச்ச சிரிப்புல கண்ணுல ஜலம் வந்துடுத்தாம்... அப்பறம் ஜம்பமா இந்தப் பேச்சு வேற!"

இப்படி ஆரம்பிப்பது கொஞ்சம் கொஞ்சமாக வளர்ந்து, நீளமான விவாதமாக மாறிப் போகும்.

"உனக்குத் தெரியுமா, அருண்... நித்யா சி.ஏ. பண்ணப் போறாளாம்... அவ்வளவுதான்! எந்த மகானுபாவர் இவளை தன்கிட்ட சேத்துக்கப் போறாரோ! அவர் கோவிந்தா, அவர் தொழில் கோவிந்தா, அவரை நம்பி தங்களோட கணக்குகளைக் குடுக்கற கம்பெனிகள் கோவிந்தா! கோவிந்த நாம சங்கீர்த்தனம், கோவிந்தா, கோவிந்தா!" சிரிப்பினூடே விசு கேலி பண்ண, நித்யா முறைப்பாள்.

"யார் யாரோ ஐ.ஐ.டி-ல படிச்சிட்டு, எம்.பி.ஏ. பண்ணணும், அமெரிக்கா போகணும்னு ஆசைப்படறதுக்கு, என் ஆசை

ஒண்ணும் குறைஞ்சு போயிடலை! நானாவது நம்ம ஊர் கம்பெனிகளைத்தான் கெடுக்கப் போறேன்... ஆனா, பாவம் அமெரிக்கா! அது தலைல இப்படி கண்டவங்களால சீரழியணும்னு இருக்கே... அதை நினைச்சா ரொம்பக் கஷ்டமா இருக்கு! என்ன அருண், நா சொல்றது சரிதானே?''

அவர்களுடைய விதண்டாவாதங்களை வாய் திறக்காமல் கூடவே அமர்ந்து அருண் ரசிப்பான்.

சில சமயங்களில் நித்யாவை அதீதமாக விசு கிண்டல் பண்ணுவது பொறுக்க முடியாமல் போனால், ''மை காட்! நீங்க ரெண்டு பேரும் எப்பவுமே இப்படித்தான் ஏட்டிக்குப் போட்டியா பேசிட்டே இருக்கணுமா? ரிலாக்ஸ் ஃபிரெண்ட்ஸ், ரிலாக்ஸ்!'' என்று நடுவில் புகுந்து ஒரு வார்த்தை பேசி, சிரித்து, சமாளிப்பான்.

அடுத்து வந்த நாள்களில் ஊரில் ஓடிக்கொண்டிருந்த ஆங்கிலப்படம் ஒன்று விடாமல் போனார்கள். சின்ன வயசு வீம்பு என்பதை நிரூபிக்கும் தினுசில், ஒரு ஞாயிறன்று காலை மாட்னி, மாலை என்று மூன்று தியேட்டர்களில் மூன்று படம் பார்த்தார்கள்.

அப்புறம்...

''அ...ரு...ண்...''

கொஞ்சம் உரக்க, கிட்டத்தில் குனிந்து நித்யா அழைக்க, அருண் ஒரு வேகத்துடன் நிமிர்ந்தான்.

''எந்த ஊர்ல இருக்கீங்க? என்ன ஞாபகம்? அரைமணியா கூப்பிடறேனே!''

''வாயத் திறந்தா பொய்தான்... நிமிஷத்துக்கு நானூறு பொய்! உனக்கு 'க்வீன் ஆஃப் லைஸ்'னு பட்டம் குடுத்துடலாம், நித்யா! அரைமணியாம்... மை ஃபுட்! நாம இங்க வந்தே அஞ்சு நிமிஷம்தானே ஆறது!''

“ப்பா... விளையாட்டுக்கு, ஒரு பேச்சுக்கு ஒரு வார்த்தை சொன்னா, நாந்தான் அரிச்சந்திரனுக்கு வாரிசுன்னு கிளம்பணுமா?”

“நீ சொன்னாலும் சொல்லாட்டாலும், ஐயா ஒரு சந்திரனுக்கு வாரிசுதான்... ஆனா, அரிச்சந்திரன் இல்ல, ராமச்சந்திரன்!”

நித்யா சிரித்துக்கொண்டே அருண் பக்கம் திரும்பி, “உங்களுக்கு எந்த ஐஸ்க்ரீம் அருண்? அதைக் கேக்கத்தான் அரைமணியா ஸாரி, ரெண்டு நிமிஷமா கூப்பிடறேன்...” என்றாள்.

அருண் எழுந்து கண்ணாடிப் பெட்டியிடம் சென்று குனிந்தான்.

“ஹனி அண்ட் வால்நட்...”

“எனக்கும்.”

“எனக்கும்.”

மூன்று ஐஸ்க்ரீம்களை வாங்கிக்கொண்டு அங்கேயே அமர்ந்து தின்றுவிட்டு வெளியில் வந்தார்கள்.

காரில் செல்லும்போது எதிரில் வந்த லாரி ஒன்று ஒற்றைக்கண்ணுடன் வர, “இடியட்! இப்படி ஒத்தை லைட்டுடன் வர்றது ரொம்ப அபாயமானதுன்னு இவனுக்கு ஏன் தெரியலை?” என்றாள் நித்யா.

“ரெண்டு விளக்கும் போட்டுட்டு வர்றப்பவே சிலபேர் முட்டாள்தனமா நடந்துக்கறாங்களே, அதை என்ன சொல்றது?”

பேசிய விசு கால்நிமிஷம் தாமதித்துவிட்டு, “ஒரு சமயம் ஒரு சர்தார்ஜி என்ன பண்ணாராம்...” என்று துவங்க, “ஐயோ, திரும்ப ஜோக்கா?” என்று நித்யா சலிப்புடன் பரிதவிக்க, அதைப் பொருட்படுத்தாமல் விசு தொடர்ந்தான்.

“ரோட்ல வேகமா மோட்டார் சைக்கிள்ல போயிட்டிருந்த சர்தார்ஜி, எதிர்ப்பக்கமா வந்த லாரியில போய் திம்முனு

மோதி விழுந்தாராம். 'கண் தெரியலை? ரெண்ட் ஹெட் லைட்ஸையும் போட்டுகிட்டு வர்றேனே?'னு லாரிக்காரன் கத்தினப்ப, 'நீ லாரின்னு நா கண்டேனா! என்னை மாதிரி ரெண்டு மோட்டார் சைக்கிள்காரங்க அடுத்தடுத்து வர்றாங்க, நடுவுல வேகமா பூந்து அவங்களுக்கு பயம் உண்டாக்கலாம்னு நா நினைச்சேன்'னு சர்தார்ஜி சொன்னாராம்... எப்படி!"

"சகிக்கலை!"

"சரி, இது போகட்டும்... இன்னொண்ணு சொல்றேன். நேருஜியும் அவரோட சர்தார்ஜி ஃபிரெண்டும் மலையடிவாரத்துல காரை நிறுத்திட்டு, மேல வாக் போனாங்களாம். பேசிட்டே ரொம்ப தூரம் நடந்துட்டாங்களாம். 'அடக் கடவுளே, மலை உச்சிக்கு வந்துட்டமே, கார் கீழ நிக்கறதே... இத்தனை தூரமும் திரும்ப நடந்தாகணுமே... கூப்பிட்டாக்கூட டிரைவருக்குக் கேக்காதே!'னு நேருஜி அங்கலாய்ச்சதும், சர்தார்ஜி சிரிச்சாராம். 'இதுக்காக ஏன் வருத்தப்படணும்? டிரைவரைக் கிட்ட வரவழைச்சிட்டா போச்சு!'னு சொல்லி, கையிலிருந்த பைனாகுலரைக் கண்ல வெச்சு, கிட்டத்துல தெரிஞ்ச டிரைவர்கிட்ட ஒரு விரலை அசைச்சு, சின்னக் குரல்ல, 'டிரைவர், கார் எடுத்துட்டு மேல வா'னு கூப்பிட்டாராம்! இது எப்படி?"

"ச்சீ, ஹவ் ஸ்டுப்பிட்!" என்று சொல்லிக்கொண்டே நித்யா சிரித்தாள். அப்புறம் கொஞ்சம் யோசனையுடன், "ஆமா, ஏன் எல்லா ஜோக்ஸும் சர்தார்ஜிகளை வெச்சே இருக்கு? பாவம் அவங்க..." என்று கேட்க, தெரியாது என்கிற பாவனையில் விசு தோளைக் குலுக்கினான்.

"ஏன் சர்தார்ஜிகள்னு கேட்டா எனக்கு பதில் சொல்லத் தெரியலை... ஆனா, அவங்க மேலதான் எக்கச்சக்கமா ஜோக்ஸ்!"

காரை போயஸ் கார்டனில் திருப்பிய அருண், "எனக்கென்னமோ இது ரொம்ப அநியாயமா தோணுது...

நம்ப நாட்டுல சர்தார்ஜி, மேல்நாட்டுல ஸ்காடிஷ்காரங்க... ரியலி அன்ஃபேர்! இண்டியாவுல வீரம் நிறைஞ்சவங்க சர்தார்ஜிங்கதான். விளையாட்டு வீரர்களும் அவங்கதான். இந்த குணங்களோட ஸ்போர்டிவ் நேச்சரும் அவங்களுக்கு நிறைய இருக்கறதாலதான், எல்லாரும் இப்படி பக்கம் பக்கமா டீஸ் பண்ணு முடியுதுன்னு நா நினைக்கறேன்...'' என்று சொல்ல,

நித்யா, ''ஹியர்... ஹியர்!'' என்று சொல்லி கைகளைத் தட்டினாள்.

''பாத்தியா, விசு? வாய் வலிக்க உனக்கு ஜோக் அடிக்கத் தெரியுது... ஆனா, இந்த மாதிரி பொறுப்பா பதில் சொல்லத் தெரியலை! என்ன இருந்தாலும் அருண் அருண்தான்!''

''ஐஸ்... ஐஸ்...'' நின்றுவிட்ட காரிலிருந்து இறங்கிய விசு கேலி செய்தான்.

''நா ஏன் அருணுக்கு ஐஸ் வெக்கணும்? நிஜத்தைத்தான் சொல்றேன்...''

''ஓஷ்... காக்கா ஓஷ்... ஆனாலும் இன்னிக்கு ரொம்ப காக்காத் தொல்லை, மச்சான்!''

அருண் சிரிக்க, நித்யாவையும் அந்தச் சிரிப்பு தொற்றிக்கொண்டது.

லிஃப்டில் ஏறியதும் விசு, ''ஈவ்னிங் ஷவர் பெய்கிறது, ஒவ்வொரு டிராப்பிலும் உன் ஃபேஸ் தெரிகிறது...'' என்று பாட ஆரம்பித்தான்.

நித்யா காதை மூடிக்கொண்டாள்.

''என்ன பாட்டுய்யா இது? தமிழும் இல்லாம, இங்கிலீஷும் இல்லாம?'' அருண் கண்களை விரித்தான்.

''இது ஒரு ஸ்டைல், மச்சான்! தமிழ் சினிமாப் பாட்டை அங்கங்க இங்கிலீஷ்படுத்திப் பாடணும்! ராஜபார்வை படத்துல அந்தி மழை பொழிகிறதுன்னு ஒரு பாட்டு... அதை...''

முடிக்கவிடாமல் நித்யா குறுக்கிட்டாள். “ப்ளீஸ், வேணாமே... நல்ல பாட்டைக் கொலை பண்ண வேணாமே... ஒண்ணு அறுவை ஜோக்ஸ், இல்லேன்னா இப்படி சித்ரவதை! நல்லதா எதுவுமே உனக்குத் தெரியாதா, விசு?”

“ஏன் தெரியாது... ஃபர்ஸ்டு கிளாஸ் ஜோக் தெரியும்... சொல்லட்டுமா?”

“உனக்கு? ஃபர்ஸ்டு கிளாஸ் ஜோக்? ஹோ! என்னால நம்பமுடியலை!”

தாமு கதவைத் திறந்துவிட, உள்ளே சென்று உட்கார்ந்தார்கள்.

“சொல்லட்டுமா? அப்பறம் திட்டக்கூடாது. அருமையான ஜோக்... ஒரு அம்மா இருந்தாங்க... அவங்களுக்கு ஒரு தரம் செம்ம ஜலதோஷம் பிடிச்சிட்டது. அன்னிக்குப் பாத்து ஒரு முக்கியமான பார்ட்டி... போகாம இருக்க முடியாது. எதுக்கும் இருக்கட்டும்னு ரெண்டு கர்சீப் எடுத்து, ஒண்ணை கையிலயும், இன்னொண்ணை முன்பக்கமா பிளவுஸுக்குள்ளயும் வெச்சுகிட்டு கிளம்பினாங்க. பார்ட்டி நடந்துகிட்டிருக்கு... இந்த அம்மா கையில வெச்சிருந்த கர்சீபை எங்கயோ தவற விட்டுட்டாங்க. சரி, பிளவுஸுக்குள்ள இருக்கற இன்னொரு கர்சீபை எடுக்கலாம்னு தேடினா, அது கிடைக்கலை... நழுவி கீழே போயிட்டது போலருக்கு. ஒரு நிமிஷம் போலத் தேடினவங்க, திடும்னு தன்னைச் சுத்தி இருக்கறவங்க பேச்சை நிறுத்திட்டு தன்னைப் பாக்கறது புரிஞ்சதும் தவிச்சுப் போயிட்டாங்க... எதையாவது பேசி நிலைமைய சமாளிக்கணுமேனு நினைச்சு, ‘என்கிட்ட கண்டிப்பா ரெண்டு இருந்தது... எனக்குத் தெரியும்...’னு சொல்ல...”

அருணால் சிரிப்பை அடக்க இயலவில்லை. ஆனால், காது சிவந்து சிரிப்பைக் கஷ்டப்பட்டு விழுங்க முயற்சிக்கும் நித்யாவின் முன்னால் விசு இப்படிப்பட்ட ஜோக்கை சொன்னது சங்கடத்தை உண்டுபண்ண, “தாமு, டீ...” என்று குரல்கொடுத்தபடி உள்பக்கம் எழுந்துப் போனான்.

மறுநாள் மதியம் டவுனுக்கு வேலையாய் செல்ல நேரிட்டபோது, ஒரு கடையில் பெரிசு பெரிசாய் போஸ்டர்கள் தொங்குவதைப் பார்த்ததும், 'நித்யாவுக்குப் போஸ்டர்களில் விருப்பம் அதிகமாயிற்றே!' என்ற நினைப்பு மின்ன, வண்டியை நிறுத்திவிட்டு அருண் கடையினுள் போனான்.

நுழைந்த உடனேயே கண்களில் பளிச்சென்று பட்டது ஒரு போஸ்டர்.

சின்னப் பையன், அவனைச் சுற்றி நாலைந்து நாய்க்குட்டிகள். காலை நக்கிக்கொண்டு ஒன்று, கன்னத்தை முத்தமிட்டபடி ஒன்று, வயிற்றில் ஏறிப் படுத்தபடி ஒன்று... இன்னும்...

இந்த நாய்க்குட்டிகளின் அன்பை உணர்ந்துவிட்டதில், பையன் முகத்தில் ஏக சந்தோஷம்!

மேலே ஒரு வாசகம்... 'இஃப் யூ லவ் சம்படி, ஷோ இடு.'

யாரிடமாவது அன்பு தோன்றினால், அதை வெளிப்படுத்திவிடு.

வாவ்! எவ்வளவு அழகான போஸ்டர்!

பேசத்தெரியாத நாய்க்குட்டி வாலாட்டி, கண்ணில் அன்பைத் தேக்கி எப்படியோ அன்பை வெளியிடுவதுபோல, நானும் இனியும் தாமதிக்காமல் நித்யாவிடம் 'ஐ லவ் யூ' என்று சொல்லிவிட வேண்டுமோ?

அன்பை வெளிக்காட்டாமல் அடக்கி வைத்திருப்பது அசட்டுத்தனமோ?

போஸ்டருக்குப் பணும் கொடுத்து அழகான பரிசுப் பேப்பரில் அதைச் சுற்றி, ரிப்பன் கட்டி, காருக்கு எடுத்து வருகையில், விவரிக்கத் தெரியாத குதூகலத்தில் இதயம் எகிறிக் குதித்தது.

மூன்று வேலைகளை உடனடியாகச் செய்ய வேண்டும்.

முதலில், நாளைக்கே நித்யாவிடம் தனிமையில் இந்தப் போஸ்டரைத் தரவேண்டும்.

இரண்டாவதாக, விசுவிடம் 'டேய், சும்மா நீ நித்யாவை ஓவரா கேலி பண்ணாதேடா, ப்ளீஸ்... ஐ லவ் ஹர்டா... ப்ளீஸ், புரிஞ்சுக்கோ' என்று சொல்லவேண்டும்.

அப்புறம், அம்மாவோடு போனில் பேசவேண்டும்... இங்கே ஒரு நடை வந்து போயேம்மா என்று கூப்பிடவேண்டும். வந்தவுடன் 'இவளை உனக்குப் பிடிக்கிறதாம்மா' என்று நித்யாவைக் காட்டிக் கேட்கவேண்டும்.

செய்ய வேண்டியவை தீர்மானமாகிவிட, விசிலடித்துக்கொண்டே இன்ஜினை ஆன் செய்து, கியரைப் போட்டு, அருண் வண்டியைக் கிளப்பினான்.

———

5

"அருண்?"

"ஸ்பீக்கிங்..."

"விசு பேசறேன்."

"என்னய்யா விஷயம்? அதிசயமா ஆபீஸ்கே போன் பண்றே!"

"உன்கிட்ட பேசணும், அருண்..."

"இதுக்கென்னடா இத்தனை தயக்கம்? சாயங்காலமா வீட்டுக்கு வர்றியா? நா வந்து உன்னை பிக்கப் பண்ணிக்கட்டுமா?"

"வேணாம், அருண்... வீட்டுல வேணாம். நீ ஆபீஸ்லேந்து எத்தனை மணிக்குக் கிளம்புவே?"

"ம்... அஞ்சு மணி வாக்குல..."

"நா அதுக்குள்ள அங்க வந்துடறேன். எங்கயாவது டிரைவ் போய் பேசலாம்."

சரி என்று சொல்லி ரிசீவரை வைத்த அருணுக்குக் கொஞ்சம் ஆச்சர்யமாக இருந்தது. கொஞ்சம் கவலையாகவும் இருந்தது.

வீட்டில் பேசவேண்டாம் என்கிறான்... காரில் போய் தனியாகப் பேசலாம் என்கிறான்...

என்ன பிரச்சினை?

பணம் கிணம் தேவைப்படுகிறதா? தாமுவுக்குத் தெரியவேண்டாமென்று நினைக்கிறானா?

விசுவின் குடும்பநிலை அருணுக்கு நன்றாகத் தெரிந்ததுதான்.

பணக்காரன் என்ற ரகமும் இல்லை... ஏழை, இல்லாதவன் என்ற பிரிவுமில்லை.

நடுத்தரம். கொஞ்சம் சிக்கனமாய், எதிர்காலத்தை நினைத்துப்பார்த்து திட்டமிட்டு நடக்கும் குடும்பங்களில் அவனுடையதும் ஒன்று.

விசுவுக்கு அப்பா கிடையாது, அம்மா மட்டும்தான்... திருச்சி காலேஜ் ஒன்றில் லெக்சரராக இருக்கிறார்.

அப்புறம், மொட்டுமொட்டாய் மூன்று தங்கைகள். இரண்டிரண்டு வயசு வித்தியாசத்தில்... பன்னிரெண்டு, பதினாலு, பதினாறு என்று.

விசுவின் அம்மா விவேகி, தைரியசாலி.

கணவர் அகாலமாக இறந்துபோனதும், அடித்துக்கொண்டு அழுது உடைந்து போகாமல், 'குழந்தைகளுக்காக நான் தெம்பாக வாழவேண்டியது என் கடமை' என்று அழுத்தம்திருத்தமாகப் பேசினவராம்.

அம்மாவைப் பற்றிப் பேசுகையில் விசுவுக்குக் குரல் செம்மிப்போகும், நெஞ்சு அடைத்துப்போகும். அருண் ஓரிரு முறை பார்த்திருக்கிறான்.

அருணைத் தெரிந்த இத்தனை வருஷங்களில், பணம் போதவில்லை என்று ஒருநாள் கூட விசு குறைப்பட்டுக் கொண்டதில்லை.

ஒவ்வொரு பையன் மாதிரி தன்னிடம் விதவிதமாய் டிரெஸ் இல்லை, ஸ்கூட்டர் இல்லை, ஏன் சைக்கிள்கூட இல்லை என்றெல்லாம் விசு முனகினவனே இல்லை.

தனக்கிருப்பதில் திருப்தி அடைபவன்போல, பேச்சில், நடத்தையில் எப்போதும் ஒரு நிறைவு இருக்கும்.

அப்பேர்ப்பட்டவனுக்கு இப்போது மட்டும் திடுமென்று பணத்தட்டுப்பாடு உண்டாகக் காரணம்?

சட்டென்று அருணுக்கு சிரிக்கத் தோன்றியது.

நானாகவே பணக்கஷ்டம் என்று நினைத்துக்கொண்டு என்னவெல்லாமோ கற்பனை பண்ணுவது மகா அசட்டுத்தனம்தானே!

விசுவுக்குப் பணத்தின் தேவை இருக்காது, நிச்சயம்.

சரி, இருக்காது. வேறென்ன? எது குறித்துப் பேச இந்த போன்கால்?

அடுத்த மாசம் வரும் ஐ.ஐ.டி. 'மாடிக்ரா' விழாவுக்கு என் உதவி எதற்காகவாவது தேவைப்படுகிறதோ? இல்லை, அமெரிக்கா போகும் விஷயமாகக் கலந்தாலோசிக்க விரும்புகிறானோ?

ஆமாம்... அப்படித்தான் இருக்கும்.

காரணத்தை ஊகித்துவிட்ட தினுசில், திருப்தியுடன் நாற்காலியில் சாய்ந்து உட்கார்ந்த அருணுக்குள், ஒரு நிமிஷம் பூரணமாய் போவதற்குள், 'அப்படியென்றால், வீட்டிலேயே பேசலாமே! வீட்டில் வேண்டாமென்று ஏன் சொல்லவேண்டும்?' என்ற கேள்வி எழ, புருவங்கள் திரும்ப முடிச்சுமுடிச்சாக சுருங்கிப்போயின.

சொன்னபடி ஐந்தடிப்பதற்குள் விசு வந்துவிட்டான்.

அரக்கப்பரக்க வந்ததைத் தெரிவிக்கும் கலைந்த தலை, வியர்வை.

"ப்ஷூ..." பெருமூச்சு விட்டு சோபாவில் உட்கார்ந்தவனைப் பார்த்து, அருண் புன்னகைத்தான்.

"காபி சாப்பிடறியா?"

"உனக்கு வேலை இருக்கா? இல்லேன்னா 'டிரைவ் இன்'னுக்குப் போலாமே?"

பத்து நிமிஷங்களில் இரண்டுபேரும் கிளம்பினார்கள்.

கார்க் கதவைத் திறந்துகொண்டு உள்ளே அமரப்போன விசு, பின்சீட்டிலிருந்த போஸ்டர் உருளையைக் கவனித்தான்.

"போஸ்டரா, அருண்?"

"ம்."

"யாருக்கு? உனக்கா? ஓ, நோ... உனக்கில்ல... கிஃப்ட் ராப்பிங் பண்ணியிருக்கே!"

இது நித்யாவுக்காக விசு, ஐ லவ் ஹர், அதைத் தெரிவிக்கும் ரீதியில் அமைந்துள்ள போஸ்டர் இது என்று சொல்லிவிடலாமா என்று நினைத்த அருண், சின்னச் சிரிப்போடு வேண்டாமென்று தீர்மானித்தான்.

இப்போது வேண்டாம்... சொன்னால் கேலியும் சிரிப்புமாக இவன் பேச ஆரம்பித்து விடுவான்.

எதையோ பேசவேண்டுமென்று சொன்னானே, அதை முதலில் கூறி, சீரியஸாகப் பேசவேண்டியவற்றை முடித்துவிடலாம்.

அப்புறம், டேய் விஷயம் இதுடா என்று நிதானமாகச் சொல்லி, இவனை ஆச்சர்யத்தில் ஆழ்த்தலாம்.

"போஸ்டர்தான்... அது யாருக்கு, என்ன விவரம்னு அப்பறமா சொல்றேன். மொதல்ல, நீ என்னமோ பேசணும்னு சொன்னியே, அதைச் சொல்லு..."

"சொல்றேன், சொல்லத்தானே போன் பண்ணிட்டு வந்திருக்கேன்... டிரைவ் இன் போலாம்... ஒரு எடத்துல வண்டிய பார்க் பண்ணப்பறம் பேசலாம்..."

கியரை மாற்றிப்போட்டு வேகத்தை அதிகரித்து, மவுண்ட் ரோட் டிராஃபிக்கில் கலந்த அருண், தலையைத் திருப்பி நண்பனைப் பார்த்தான்.

ஏதோவொரு சமாச்சாரம் அவனைப் பாதித்திருப்பது வெளிப்படையாகப் புரிய, ஏதும் பேசாமல் காரை ஓட்டினான்.

டிரைவ் இன்னில் ஒருபக்கமாய் மர நிழலில் நிறுத்தி, ஹாரன் அடித்து, சர்வர் வந்ததும், "ரெண்டு சன்னா பட்டூரா, காபி..." என்று ஆர்டர் கொடுத்தான். விசுவைப் பார்த்து, நீ பேசலாமென்று சொல்லும் வகையில் திரும்பி உட்கார்ந்தான்.

விசுவின் பார்வை அருணிடம் இல்லை. தூரத்தில் விளையாடும் குழந்தைகளிடம் இருந்தது.

அழஅழ ஊஞ்சலில் ஒரு குழந்தையை அமர்த்தி வேகமாக ஆட்டியது ஒரு பிள்ளை... சறுக்கு மரத்தில் சறுக்கிவிட்டு, திரும்பவும் சறுக்க படிகளில் ஏறியது ஒன்று... குதிரை மேல் சவாரி செய்தபடி ஒரு பெண்குழந்தை, முகத்தில் ஏகப்பட்ட பெருமை, சிரிப்பு...

"விசு..."

"ம்?"

"எனிதிங் பாதரிங் யூ?"

"ம்..."

இன்னமும் அருணைப் பார்க்காமல் தலைகுனிந்திருந்த விசு, டாஷ்போர்டில் படிந்திருந்த தூசியில் 'விசு விசு' என்று இரண்டு தரம் எழுதி அழித்தான்.

"ஹேய்... என்னய்யா... பேசணும்னு வந்திட்டு, இப்படிப் பேசாம உக்காந்திருந்தா என்ன அர்த்தம்?"

விசுவின் தலைகுனியலும் மௌனமும் என்னவோ மாதிரியிருக்க, நண்பனின் தொடையைத் தட்டி, ''விசு... என்ன விஷயம்? சொல்லுய்யா...'' என்றான்.

விசு தலையை நிமிர்த்தாமலேயே பேசினான்.

''நா பொய் சொல்லிட்டேன் அருண்... அதுக்காக மொதல்ல உன்கிட்ட மன்னிப்பு கேக்கறேன்...''

பொய்யா! என்னிடமா? எப்போது? ஒன்றும் புரியாததால் அருண் பேசாமல் இருந்தான்.

''ஒரு பொய்யச் சொல்லிட்டு அதக் காப்பாத்தறதுக்காக இந்த ஒரு மாசமா நா படற பாடு எனக்குத்தான் தெரியும்... இனிமேயும் உண்மைய மறைக்க நா விரும்பலை... நீ என்ன நினைச்சாலும் சரி, சொல்லிடறதுன்னு முடிவு பண்ணிட்டேன்.''

எதற்காக இத்தாம் பெரிய பீடிகை?

ஒரு மாசமாய் ஒரு விஷயத்தை மறைத்தானா! என்ன அது?

விசு பார்வையைத் திரும்ப குழந்தைகள் பக்கம் ஓட்டினான். இரு நிமிஷங்கள் போல மௌனமாய் இருந்தான். அப்புறம் சன்னக் குரலில் பேசினான்.

''நித்யாவைத் தெரியாதுன்னு நா சொன்னது பொய், அருண்... எனக்கு அவளைத் தெரியும். அவளுக்கும் என்னை நல்லாவே தெரியும். கிட்டத்தட்ட ஒரு வருஷமா எங்களுக்குள்ள பழக்கம்.''

''.....''

''சரியாச் சொல்லணும்னா, வீ ஆர் இன் லவ் வித் ஈச் அதர், அருண்! உன்னைச் சந்திக்கறதுக்கு ரொம்ப முன்னாடிலேந்தே நாங்க ஒத்தரை ஒத்தர் நேசிக்கறோம்! உங்க விட்டுக்கு நா போன மாசம் வந்தப்ப, நித்யாவை அவ்வளவா தெரியாதுன்னு சொன்னதும், அவகிட்ட 'இது விசு'ன்னு நீ

அறிமுகப்படுத்தினப்போ, 'அப்படியா?'னு அவ கண்ணை விரிச்சதும் பொய்... நடிப்பு அருண்! வீ ஆர் ஸாரி அபௌட் இட்... தினம்தினம் இதை உன்கிட்ட சொல்லிடணும்னு நினைப்பேன்... என்னமோ தயக்கமா இருக்கும்... ப்ளீஸ் அருண், ஐ'ம் ஸாரிய்யா..."

விசு சொன்னதைக் காதில் வாங்கி மனசில் பதியவைத்துக் கொள்வது, அருணுக்கு பிரம்மப் பிரயத்தனமாக இருந்தது.

திடுமென்று ரொம்ப வியர்த்துக்கொட்டியது. இதயம் காதுக்குள் அடித்தது. ஸ்டீரிங் வீலைப் பிடித்திருந்த கை லேசாய் நடுங்கியது.

நித்யாவுக்கும் இவனுக்கும் காதலா?

கடவுளே!

ஒன்றுமே தெரியாத வெகுளிகள் மாதிரி இரண்டு பேரும் நடித்து, என்னை ஏமாற்றி விட்டார்களா?

நித்யா விசுவைக் காதலிக்கிறாளா?

அப்படியென்றால், என் நித்தி, நித்திம்மா என்று மனசுக்குள் கோட்டைகள் கட்டியதெல்லாம் வீண்தானா?

ஏமாற்றம் நெஞ்சில் ஆட்டம் போட்டதில், பகபகவென்று கோபம் எழுந்தது.

ராஸ்கல்... அயோக்கிய ராஸ்கல்!

ஒரு மாசமாய் என்னை ஏமாற்றியிருக்கிறான், என்னால் புரிந்துக்கொள்ள முடியவில்லையே!

நித்யாவை இவன் காதலிக்கிறானா?

நன்றாய் காதலிக்கட்டும்... இரண்டு பேரும் எக்கேடு கெட்டு ஒழியட்டும்!

ஐ டோண்ட் கேர்!

இந்த ஆத்திரமும், கோபமும் சரியாய் ஒரு நிமிஷத்துக்குதான்... அதற்குள் புத்தி செயல்படத் துவங்கியது.

எதற்காக நான் இப்படி ஆத்திரப்படுகிறேன்?

இப்படி வெடித்துப்போக எனக்கு என்ன உரிமை இருக்கிறது?

இரண்டு பேர் மனமொப்பி ஒரு வருஷமாகப் பழகுவதைப் புரிந்துக்கொள்ளும் சக்தி எனக்கு இல்லையென்றால், கோளாறு என்னிடம்தானே!

விசுவின் சலசலப்பையும், அவனை நிமிர்ந்து பார்த்தபோதெல்லாம் நித்யா அலாதி சந்தோஷத்துடன் பளபளத்ததையும் உணரமுடியாதது என் தப்புதானே!

நானாக நித்யா மேல் அன்பை வளர்த்துக் கொண்டுவிட்டு, இன்று உண்மை தெரிந்ததும், என் அன்பு அர்த்தமில்லாமல் போனதற்காகக் கண்டபடி வெகுண்டுப் போவது நியாயமில்லையே!

எனக்கு என்ன ஆகிவிட்டது?

நோ... பொறாமை, ஆத்திரம் எல்லாம் மனுஷனை சாப்பிட்டுவிடும் அசுரன்கள்.

என்னிடம் அவை நெருங்கக்கூடாது.

நோ... நோ...

மிகுந்த பிரயத்தனத்துடன் அருண் சிரித்தான்.

"கங்கிராட்ஸ், விசு! ஒண்ணு நா மடையனா இருக்கணும், இல்ல நீங்க ரெண்டு பேரும் ரொம்ப புத்திசாலித்தனமா நடந்துகிட்டிருக்கணும்... எது சரி, சொல்லு?"

அருணின் சிரிப்பும், யதார்த்தமான பேச்சும் விசுவைத் தொட்டன.

"யூ ஆர் கிரேட் அருண்! என்மேல உனக்குக் கோவம் இல்லியா?"

"கோவமா? எதுக்கு?"

"பொய் சொன்னதுக்கு..."

"ம்ம்... கோவம் இல்ல... உங்களுக்குள்ள ஆயிரம் காரணம் இருக்கலாம், அதனால மறைச்சீங்க. ஆனா, எனக்குக் கொஞ்சம் வருத்தமாதான் இருக்கு... நீ என்னை நம்பி உண்மையச் சொல்லலியேன்னு..."

"நோ யார்... நம்பிக்கையில்லாம இல்ல... இப்போதைக்கு எங்க காதல் சமாச்சாரம் யாருக்கும் தெரியவேண்டாம்னு நாங்க நினைச்சதாலதான்..."

"அப்ப, இப்ப மட்டும் ஏன் சொன்னே?"

விசு சங்கடத்துடன் இருக்கையில் கால் மாற்றி உட்கார்ந்தான்.

"அதான் சொன்னேனே, உன்கிட்ட பொய் சொல்றது எனக்குக் கஷ்டமா இருக்குனு..."

சாப்பிடாமல் ஆறிக்கிடந்த பூரோவை காக்கை ஒன்று வந்து கொத்தியது.

பையனை அழைத்து தட்டுகளை எடுத்துபபோகச் சொல்லிவிட்டு, காபியை ஆளுக்கு ஒன்றாகக் குடித்தார்கள்.

"நித்யாவை நா மொதமொதல்ல ஒரு டிபேட்ல சந்திச்சேன்... அவளைப் பேசவிடாம ஒரேடியா நாங்க கேலி பண்ணதை அவ ரொம்ப ஸ்போர்டிவா எடுத்துண்டா. அந்த குணம் எனக்குப் பிடிச்சுது. அப்பறம், ஜஸ்ட் எ மினிட் நிகழ்ச்சியில நாங்க ரெண்டு பேரும் கலந்துகிட்டோம்... அவ என்னை மடக்க, நா அவளை மடக்க... அன்னிக்கு ஏக ரகளை! நாளாக ஆக, எப்படியோ ரெண்டு பேருக்கும் ஒருத்தரை ஒருத்தர் ரொம்பப் பிடிச்சுப்போச்சு... அடிக்கடி சந்திக்கத் தொடங்கினோம். பீச், ரெஸ்டாரெண்டு, சினிமான்னு போக ஆரம்பிச்சோம். மெதுவா, நாங்க காதலிக்கறதைப் புரிஞ்சுண்டோம். படிப்பு முடியற வரைக்கும் இந்த விஷயம் யாருக்கும் தெரியவேண்டாம்னு நினைச்சதால, ஃப்ரீயா வெளில போகறது, சந்திக்கறது

கஷ்டமா இருந்தது. எங்க அதிர்ஷ்டம், அந்த சமயம் பாத்து நீ வந்தே... நாங்க அடிக்கடி சந்திக்க நீ ரொம்ப உபயோகமா இருப்பேன்னு நாங்க நினைச்சது பொய்யாகலை... ரொம்ப ஸாரி, அருண்..."

"அப்படீன்னா, மொத நாள் என்னை நீ தேடி வந்ததுகூட திட்டமிட்டுதானா?"

விசு ஆமாமென்று தலையாட்டினான்.

"அன்னிக்கு மத்தியானம் நித்யா எனக்கு போன் பண்ணா... 'ஐ.ஐ.டி-ல படிச்ச அருண் இப்ப எங்க வீட்டு மாடிக்குக் குடிவந்திருக்கார், உனக்கு அவரைத் தெரியுமா?'னு கேட்டு, உன்னைப் பத்தின விவரங்களைச் சொன்னா... 'ஹோ, அவன் என் நல்ல ஃபிரெண்டு'னு சொன்னேன்... அப்பறம்தான்..."

மேலே பேசமுடியாததுபோல விசு பேச்சை நிறுத்தினான். நண்பனின் கையைப் பற்றினான்.

"ஐ யம் ரியலி ஸாரி, அருண்... உன்னை ஏமாத்தறது எங்க நோக்கமில்ல... எங்க நிலைமை அப்படி, ப்ளீஸ் புரிஞ்சுக்க... ப்ளீஸ்யா..."

மேற்கொண்டு கால்மணிபோலப் பேசிவிட்டு, காரைக் கிளப்பி, "நா ஹாஸ்டலுக்குப் போறேன், வேலையிருக்கு... என்னை இங்கயே இறங்கிக்கறேன், நா பஸ்ல போயிக்கறேன்..." என்றவனை வழியில் இறக்கிவிட்டு அருண் வீட்டுக்கு வந்தான்.

மறக்காமல் போஸ்டரை எடுத்துக்கொண்டு மேலே போனான்.

"நித்யாம்மா போன் பண்ணாங்க... நீச்சல்குளத்துக்குப் போறாங்களாம்... உங்களை வரச்சொன்னாங்க..."

"ம்."

பால்கனிப் பக்கம் செல்லாமல் படுக்கையறைக்குச் சென்று கதவைத் தாளிட்டான்.

போஸ்டரைப் பிரித்தான்.

மகிழ்ச்சி பொங்க சிரிக்கும் பையன்... அவன்மேல் தாங்கள் கொண்டுள்ள காதலைத் தெரிவிக்கும் நாய்க்குட்டிகள்...

'ஒருவர் மேல் அன்பு இருந்தால், அதை வெளிப்படுத்திவிடு'.

எங்கே! இனிமேல் எங்கே!

போஸ்டரைச் சுருட்டி, அலமாரியின் மேல்தட்டில் விட்டெறிந்தபோது, கண்ணோரங்களில் கசகசவென்று நீர் ஊற, கண்களை ஒருதரம் அழுந்தக் கசக்கி அதை அடக்கியவாறு அருண் படுக்கையில் படுத்து, கண்களை மூடிக்கொண்டான்.

———

6

அத்தனை வெயில் இல்லை.

இருந்த வெயிலும் தெரியாதபடி மரங்கள் அடர்த்தியாகப் பந்தல் போட்டிருந்தன.

சின்னச்சின்ன இடுக்குகள் வழியாகப் பாய்ந்த சூரிய ஒளி, இங்குமங்கும் தரையில் பத்து பைசாக் காசுகளாகச் சிதறியிருந்தது.

காய்ந்த இலைகள் காலடியில் சரசரத்தன.

இரண்டாய் நாளாய் புள்ளிமான்கள்.

பெருத்த வயறு, மெல்லிய கால்கள், குட்டி வால், தலை கொள்ளாமல் கொம்பு.

ஆண்மான் ஒன்று தலையை நிமிர்த்தி, மூக்கை ஆட்டி, காற்றில் வாசனை எடுத்தது.

குட்டி மானோடு மேய்ந்துக்கொண்டிருந்த தாய்மான், திடுமென ரொம்பப் பயந்து போய் சப்தமில்லாமல் வேகமாய் பாய்ந்தோடத் துவங்க, குட்டியும் அம்மாவைத் தொடர்ந்தது.

நித்யாவின் கவனம், குறிப்பிட்டுச் சொல்லும்படி எதிலும் பதியவில்லை.

வழக்கமாக இந்த மான்பண்ணைக்கு வந்தால், மான்களின் சந்தேகக் குணத்தையும் ஓட்டத்தையும் நின்று ரசிப்பாள்.

கூண்டிலிருக்கும் குரங்குகளுக்குக் கடலை கொடுப்பாள். விசு எதையாவது சொல்ல, வயிறு வலிக்கச் சிரிப்பாள்.

ஊஞ்சலில் உட்கார்ந்து லேசாக உந்தி இப்படியும் அப்படியும் அவள் ஆட, விசு பாக்கெட்டில் கை விட்டபடி குரங்குகளை வேடிக்கை பார்த்தான்.

"எனக்கென்னமோ நீ அருண்கிட்ட அதுக்குள்ள அவசரப்பட்டு சொல்லியிருக்க வேணாம்னே தோணுது, விசு..."

"சொன்னதால என்ன, நித்தி?"

"நாம இப்போதைக்கு யார்கிட்டயும் சொல்லக் கூடாதுன்னுதானே தீர்மானிச்சிருந்தோம்?"

"யா... ஆனா, அருண் எல்லார் மாதிரியும் இல்ல, நித்தி... ஹி ஈஸ் டிஃபரன்ட்! ஒரு மாசமா அவனை நாம ரொம்பத்தான் ஏமாத்தறோம்னு மனசு உறுத்தித்து... ஏன், நீகூட அடிக்கடி 'இத்தனை நல்லவன்கிட்ட நாம பொய் சொல்லிட்டோமே'னு வருத்தப்பட்டு சொல்லலியா?"

"சொன்னேன்... அதுக்காக தொப்புனு உண்மையப் போட்டு உடைக்கணுமா, விசு? நம்ப மேல அருணுக்குக் கொஞ்சம்கூட சந்தேகமே வரலை... அப்பறம் எதுக்காக வலியப்போயி நீயா சொன்னேன்னு எனக்குப் புரியலை..."

"....."

"அப்பா, அம்மாவை அருண் அடிக்கடி மீட் பண்றான்... எதையாவது வாய் தவறிச் சொல்லிட்டா?"

"அப்படியெல்லாம் உளறக்கூடியவன் அவன் இல்லேன்னு உனக்குத் தெரியாதா, நித்தி?"

"ஓகே, தெரியும்... அருண் ஒரு ஜென்டில்மேனாவே இருக்கட்டும்... ஆனாலும், நீ இப்போ சொல்லியிருக்க வேண்டாம் விசு... அதுவும் என்கிட்ட எதுவுமே சொல்லாம நீயா அவன்கிட்ட போனது எனக்கு வருத்தமாதான் இருக்கு..."

விசு நித்யாவை நெருங்கி வந்தான். குனிந்து அவள் தலைமுடியில் ஒருதரம் முத்தமிட்டு, "ஐ யம் ஸாரி, நித்யா... திடீர்னு எனக்குள்ள ஒரு சந்தேகம் தோணித்து, அதான் யோசிக்காம கொள்ளாம உடனே அருண்கிட்ட சொல்லிட்டேன்..." என்றான்.

"சந்தேகமா? என்னது அது?"

விசு அசட்டுச் சிரிப்பொன்றை சிரித்தான்.

"வேணாம்... கேக்காதயேன், ப்ளீஸ்..."

"ம்ஹூம்... சொல்லித்தான் ஆகணும்..."

விசு ஷூவால் தரையில் கிடந்த கல் ஒன்றை உதைத்தான்.

"சொல்லு விசு..."

"அருணுக்கு உன்னைப் பிடிக்க ஆரம்பிச்சுடுத்தோனு தோணித்து..."

"எ... என்னது!"

"நிஜமாதான், நித்தி... சில நாளா அவன் உன்னைப் பாக்கற பார்வையும், 'ஆனாலும் நீ நித்யாவை ரொம்பத்தான் கிண்டல் பண்றே'ன்னு என்கிட்ட சொன்னதையும் ஒண்ணா சேத்து பாக்கறப்போ, அவன் உன்னை வேற தினுசா விரும்பறான்னு எனக்குத் தோணித்து..."

"அருணா? என்னையா? விசு... உன் கற்பனைக்கு ஒரு அளவில்லியா? அவன் எனக்கு நல்ல ஃபிரெண்டு... அவ்வளவுதான்! இன்னிவரைக்கும் ஒரு அசிங்கப் பார்வை பாத்து, தப்பான வார்த்தை அவன் சொல்லியிருக்கானா?"

விசு பதில் சொல்லாமல் குரங்குக் கூண்டிடம் சென்று நின்றுகொண்டான்.

"அதெல்லாம் பாத்து, பேசினாத்தானா, நித்தி?"

"பின்ன?"

“ஸாரி நித்தி... எனக்கு விளக்கமா பேசத் தெரியலை... கொஞ்ச நாளாவே மனசுல ‘ஜாக்கிரதை, அருண் உனக்குப் போட்டியா வரலாம்’னு ஒரு எச்சரிக்கை... விஷப்பரிட்சை எதுக்கு? அதான் உண்மையச் சொல்லிட்டேன்...”

“இதனால உனக்கு என்ன லாபம்?”

“என்ன லாபமா? ‘ஹேய், இவ என் காதலி, நாளைக்கு நா கல்யாணும் பண்ணிக்கப் போறவ, அதனால உன் மனசுல ஏதாவது ஆசையிருந்தா முளையிலயே கிள்ளிடு’னு நா சொல்லாம சொன்னதை அவன் புரிஞ்சுக்க மாட்டானா?”

நித்யா ஊஞ்சலை விட்டு இறங்கினாள். விசு கையிலிருந்த கடலைகளை எடுத்து குரங்கிடம் நீட்டினாள்.

ரோமம் நிறைந்த கையில் பளிச்சென்று தெரிந்த வெள்ளை விரல்களை நீட்டி குரங்கு கடலைகளை வாங்கிக்கொண்டது. அழகு காட்டுகிற மாதிரி பற்களைக் காட்டிக்கொண்டு கடலைத் தோலைக் கடித்துத் துப்பி, பருப்பை மென்றது.

“எனக்கு இன்னொரு விஷயத்தை நினைச்சாக்கூட பயமாயிருந்தது, நித்தி... நா அவசரப்பட்டு அருண்கிட்ட பேசினதுக்கு அதுகூடக் காரணம்தான்...”

என்ன அது என்பதுபோல நித்யா புருவங்களைத் தூக்கினாள்.

“உங்க அப்பா, அம்மாக்கு அருண்மேல ஒரு கண் இருக்குமோனு தோணறது! நல்ல பையன், நல்ல குடும்பம், நல்ல பணம்... ரொம்பப் பொருத்தமான வரன்!”

அருண்பற்றி விசு சொன்னபோது மேலே விழுந்து மறுத்த தினுசில், நித்யா இதற்கு மறுப்புத் தெரிவிக்கவில்லை.

இரண்டு நாளாக அவளுக்குள்ளும் ஓரிரு சமயங்களில் எட்டிப்பார்க்கும் எண்ணம்தான் இது!

சதாசிவம் பதினைந்து நாள்களாக ஊரில் இல்லை. லண்டனில் ஒரு பிசினெஸ் மீட்டிங் என்று போயிருந்தவர், இரண்டு நாள்கள் முன்புதான் திரும்பினார்.

வந்ததிலிருந்து, சாப்பிடும்போது, ஹாலில் அமர்ந்து ஏதாவது பேசும்போது, சந்தர்ப்பம் கிடைக்கும்போதெல்லாம் அம்மா அருணைப்பற்றிப் பேசுவதும், அப்பாவும் அந்தப் பேச்சை ரசிப்பதும்... இரண்டு நாளாய் அதிகம் நடக்கிறது.

"இத்தனை பணம் இருக்கறதுக்கு, அந்தப் பிள்ளை தலைகால் புரியாம இருக்கலாம்... ஆனா, ரொம்ப அடக்கம்!" என்றாள்.

"அருணுக்கு ஒரு கெட்ட பழக்கம் இல்லீங்க... சிகரெட்கூட பிடிக்கறதில்லியாம்! தாமுவோட அன்னிக்குப் பேசிட்டிருந்தேன், சொன்னான். இந்தக் காலத்துல இப்படியொரு பிள்ளையா? ஆச்சர்யம்தான்!" என்றாள்.

"நாலு நாள் முன்னால உங்க ஃபிரெண்ட் ஆனந்தனும் அவர் சம்சாரமும் வந்திருந்தாங்க... அவருக்கு ஆபீஸ் மூலமா அருணைத் தெரியுமாம். ஆஹா, ஊஹூன்னு புகழ்ந்தார். வேலைல கெட்டிக்காரன், நல்ல உழைப்பாளின்னு வாய் ஓயாம பேசினார். அருண் அப்பாகிட்ட பேசினா சொல்லுங்க, பெத்தவங்க சந்தோஷப்படட்டும்..." என்றாள்.

அம்மா இத்தனை பேச்சு பேசுகிறாளே, அப்பா இத்தனை ரசிப்பு ரசிக்கிறாரே, இது எங்கு கொண்டு விடுமோ என்ற பயம் மெதுவாக நித்யாவினுள் துளிர்த்தது நிஜம்.

இரண்டும் இரண்டும் நாலு என்று அசட்டுக் குழந்தைகூடச் சொல்லுமே!

புத்திசாலியான, அழகான, நல்ல வேலையிலுள்ள ஒரு பையன்... பத்தொன்பது வயசுப் பெண்... அதோடு, இரண்டு பக்கமும் எக்கச்சக்க பணம்... இவை எதில் கொண்டு விடமுடியும்!

முதல்நாள் ராத்திரி இந்த நினைப்புகளால் தூங்கமுடியாமல் கஷ்டப்பட்டுவிட்டு, அப்புறம் 'ச்சே, என்ன அசட்டுத்தனம் இது! நானாகவே இல்லாததை இருப்பதாக ஏன் கற்பனை பண்ணவேண்டும்? வருகிறபோது வரட்டும், பார்த்துக்கொள்ளலாம்' என்று அந்த எண்ணங்களை ஒதுக்கிவிட்டு வந்திருந்த நித்யா, சற்றும் எதிர்பார்க்காத ரீதியில் விசுவும் அதையே பேச, என்ன பதில் சொல்வதென்று புரியாமல் மௌனித்தாள்.

"முந்தாநாள் அருணும் நானும் உங்க வீட்டுக்கு வந்திருந்தோமே, அப்ப உங்கப்பாவும், அம்மாவும் அருண்கிட்ட பேசி, பழகினதைப் பாத்தப்ப, என்னடா இதுன்னு எனக்கும் பயமாதான் இருந்துது நித்தி..."

விசு சொல்வது வாஸ்தவமே...

இரண்டு ஆண்கள் உட்கார்ந்திருக்கையில், மரியாதைக்கு ஒரு வார்த்தை மட்டும் விசுவிடம் பேசிவிட்டு, அப்புறம் அவன் இருப்பதையே மறந்துவிட்டு அருணோடு மட்டும் சதாசிவம் பேசினதை நித்யாவும் பார்த்துக்கொண்டுதான் இருந்தாள்.

"உங்கப்பா என்னோட சரிசமனா பேசணும்னு நா எதிர்பாக்கவும் இல்ல, அவர் அப்படிப் பேசாததால எனக்கு வருத்தமும் இல்ல... ஆஃப்டர் ஆல், அவர் கண்ணோட்டத் தல நா ஒரு ஸ்சுடண்டுதானே! ஆனா, அலாதி அன்போட அருண்கிட்ட அவரும் உங்கம்மாவும் பேசினதுதான் என்னை அப்செட் பண்ணித்து! ஒருபக்கம் இவங்க, இன்னொரு பக்கம் அருணுக்கு உன்மேல உண்டாகியிருக்கற கவர்ச்சி... என் மனசு என்னமா தவிச்சிருக்கும்னு கொஞ்சம் நினைச்சுப்பாரு, நித்தி... உண்மைய ஏன் சொன்னேன்னு இப்ப உனக்குப் புரியறதா?"

நித்யாவுக்குப் புரிந்தது.

விசுவை நெருங்கி வந்தவள், அவன் தோளில் தலையை சாய்த்துக்கொண்டாள்.

''யா...'' என்றாள். தொடர்ந்து, ''ஐ லவ் யூ!'' என்றும் சொன்னாள்.

விசு அவள் இடையை கையால் அணைத்து, ''ஐ லவ் யூ டூ, நித்தி...'' என்றான். ''உனக்கு என்மேல கோவமில்லியே, நித்தி?''

''எதுக்கு?''

''அருண்கிட்ட சொன்னதுக்கு...''

''ம்ஹூம், இப்ப இல்ல... மொதல்ல இருந்தது, இப்போ இல்ல.''

''குட் கேர்ள்!''

''விசு...''

''ம்?''

''நிச்சயமா அருண் யார்கிட்டயும் இதைச் சொல்லமாட்டானே?''

''ம்ஹூம்.''

''அவன் ரொம்ப நல்லவன்தான்... ஆனாலும், பயம்மாயிருக்கே...''

''ரிலாக்ஸ், நித்தி...''

இடையைச் சுற்றியிருந்த விசுவின் கை இறுகியது.

''விசு...''

''ம்?''

''உண்மைய நீ சொன்னதும் அருண் ரியாக்ஷன் எப்படியிருந்தது?''

''கங்க்ராட்ஸ்னு சொன்னான்... ஒண்ணு நா முட்டாளா இருந்திருக்கணும், இல்ல, நீங்க ரெண்டு பேரும் செம ஆக்டர்ஸா இருக்கணும்னு சொன்னான்...''

"கோவம் இல்லியா?"

"எதுக்கு?"

"நாம அவன்கிட்ட பொய் சொன்னோம்னு..."

"ம்ஹூம், கொஞ்சம்கூட இல்ல."

"வெரி நைஸ் ஆஃப் ஹிம்! ஏன் விசு, நீயும் நானும் சேந்து போய் அவன்கிட்ட ஸாரின்னு சொல்லலாமா? அது அவனை சந்தோஷப்படுத்தும், இல்ல?"

"வொய் நாட்!"

நித்யா மணிக்கட்டைப் பார்த்தாள். நாலரை என்றது கடிகாரம். "நா மொதல்ல போறேன்... ஆறு மணிக்கு நீ அருண் ஃபிளாட்டுக்கு வா... நானும் வந்துடறேன்."

நித்யா கிளம்பிப் போனாள்.

அன்று பூராவும் ஆபீஸ் வேலையில் கவனத்துடன் ஈடுபட முடியாமல் அருணுக்குள் என்னென்னவோ நினைப்புகள்.

ஒரு மாசமாய் நடந்த சம்பவங்கள், பேசிய பேச்சுக்கள் அத்தனையும் திரும்பத் திரும்ப மனசுக்குள் தலைநீட்டிக்கொண்டே இருந்தன.

நேரம் செல்லச்செல்ல, முந்தின நாள் இரவும், காலையும், தவித்த தவிப்பு கொஞ்சம் கொஞ்சமாய் குறைய, மதியம் ஆவதற்குள் நிதானம் அவனுக்குள் ஏறி உட்கார்ந்து கொண்டது.

நல்லவேளையாய், நான் போஸ்டரை நித்யாவிடம் நீட்டவில்லை. விசுவிடம் 'நான் அவளை விரும்புகிறேன்' என்று சொல்லவில்லை. அம்மாவிடம் 'இவளை உனக்குப் பிடித்திருக்கிறதா?' என்று கேட்கவில்லை.

தேங்க் காட்!

கூச்ச சுபாவம் என் மானத்தைக் காப்பாற்றிவிட்டது.

இல்லாவிட்டால் நான் எதையாவது சொல்ல, விசுவும் நித்யாவும் தங்கள் காதலை வெளிப்படுத்த, அப்புறம் எந்த முகத்தோடு அவர்களை நான் நிமிர்ந்து பார்க்க முடியும்!

தேங்க் காட்!

அத்தனையும் எனக்கு மட்டுமே தெரிந்து, தோன்றி, எனக்குள்ளேயே அடங்கிவிட்டன.

விசுவை எனக்கு ரொம்பப் பிடிக்கும்... நித்யாவையும் ரொம்ப பிடிக்கும்.

ஆக, எனக்குப் பிடித்தவர்கள் இணைகிறார்கள் என்று நான் சந்தோஷப்பட வேண்டும்.

கோபம், ஏமாற்றம், வருத்தம்... இனிமேல் வேண்டாம்.

தெளியத்தெளிய, முதல் நாள் விசுவிடம் சரியாகப் பேசாமல் அவனை வழியில் இறக்கிவிட்டது குற்றவுணர்வை உண்டாக்க, ஐ.ஐ.டி. கங்கா ஹாஸ்டலுக்கு அருண் போன் செய்தான்.

விசு கிடைக்கவில்லை.

நித்யாவிடம் பேசினால் என்ன?

விவரம் கேள்விப்பட்டேன், ரொம்ப சந்தோஷம் என்று அவளிடம் சொன்னால் என்ன?

நாலேமுக்கால் வாக்கில் அருண் ஆபீஸை விட்டுக் கிளம்பினான்.

வழியில் 'நளா'வில் காரை நிறுத்தி, முந்திரி பாதாம் கேக் வகைகளை இரண்டு டப்பாக்களில் வாங்கிக்கொண்டு வீட்டுக்கு வந்தான்.

நித்யா வீட்டுக்கு போன் செய்ததில், "அவள் காலேஜ்லேந்து இன்னும் வரலியே... வந்தா போன் பண்ணுச் சொல்லவா?" என்று ராஜியின் பதில் கிடைத்தது.

குளித்துத் தயாராகி, பால்கனியில் சில நிமிஷங்கள் நின்றான்.

நீச்சல்குளத்திலும் நித்யாவைக் காணவில்லை.

என்ன பண்ணலாம்? ஐ.ஐ.டி. வரை போய்வரலாமா என்று யோசித்தபடி நின்றிருந்தபோது, வாசல் மணி அடித்தது.

நித்யாவும் விசுவும்தான்!

அப்பாடி என்ற நிம்மதியுடன், நிஜமான சந்தோஷத்தோடு அருண் அவர்களை வரவேற்றான்.

கங்கிராட்ஸ் என்று பத்து தரம் சொன்னான் தான் ஏமாளியாக இருந்ததைக் குறிப்பிட்டுப் பேசிச் சிரித்தான்.

நான் உங்கள் நண்பன், என்றும் உங்கள் பக்கம்தான் என்று அழுத்தமாகச் சொன்னான்.

'இது கொண்டாடப்பட வேண்டிய விஷயம்' என்று சொல்லி 'நளா' இனிப்புகளை எடுத்துவைத்து, அமர்க்களப்படுத்தினான்.

ஒருமணிநேரம் கழித்து, நாழியாகிவிட்டது என்று அவர்கள் கிளம்பினபோது, "நா உன்னை டிராப் பண்றேன் விசு..." என்று, எத்தனை தடுத்தும் கேளாமல் அருண் கிளம்பினான்.

'கடவுளே! எத்தனை உயர்வான, அருமையான நண்பன் இந்த அருண்!' என்ற ஆச்சர்யம் நித்யாவினுள் தோன்றிய அதே நிமிஷத்தில், 'அருணுக்கு நித்யா மேல் ஒரு கண் என்று தப்புக்கணக்கு போட்டுவிட்டேனோ? இந்த அன்புக்கும் சினேகிதத்துக்கும் நாங்கள் கொடுத்தல்லவா வைத்திருக்க வேண்டும்!' என்ற நினைப்பு விசுவினுள் பரவினதும் நிஜம்... அவன் தன் அவசர புத்தியை நினைத்து வருத்தப்பட்டுக்கொண்டதும் நிஜம்!

——————

7

ராஜி பல் தேய்த்து முகத்தைக் கழுவிய பின், டிரெஸ்ஸிங் டேபிள் முன் வந்து அமர்ந்தாள். தலைமுடியை அழுந்தப் பிடித்திருந்த ரப்பர் பேண்டை எடுத்துவிட்டு, அடித்தலையில் விரல்களை விட்டு, முடியைக் காற்றாடக் கோதிவிட்டாள்.

ஜான்ஸன்ஸ் பேபி லோஷனை உள்ளங்கையில் விட்டு, முகத்தில் இதமாகத் தேய்த்தாள். டேபிள் மேலிருந்த பிரஷ்ஷால் நிதானமாக முடியை வாரத் தொடங்கினாள்.

ஏசி ரூம் இன்னும் ஸ்ருதி கூட்டிக்கொண்டிருந்தது. மிக நேர்த்தியாக சிங்காரிக்கப்பட்ட அறையின் அழகு, விட்டத்திலிருந்து கட்டிலைத் தொட்டுக்கொண்டு தொங்கிய 'டோம்' வெளிச்சத்தில் எடுப்பாய்த் தெரிந்தது.

கண்ணாடி வழியாகப் பார்த்தபோது, படுக்கையில் சாய்ந்து உட்கார்ந்து அந்த வார 'டைம்' பத்திரிகையைக் கையில் வைத்திருக்கும் சதாசிவம் தெரிந்தார்.

அவர் கவனம் புஸ்தகத்தில் இல்லாதது புரிந்தது.

கண்ணாடியில் ராஜி சிரித்தாள்.

"என்ன, யோசனை பலமா இருக்கு?"

சதாசிவம் சின்னப்பையன் மாதிரி புன்னகைத்தார்.

"அன்னிக்குப் பார்த்த மாதிரியே இன்னிக்கும் நீ ஜம்முனு இருக்கியே, எப்படீன்னு யோசனை பண்றேன்... வேற ஒண்ணுமில்ல!"

பிரஷ்ஷைக் கீழே வைத்துவிட்டு ராஜி திரும்பினாள்.

"பதினைஞ்சு நாள்போல பிரிஞ்சிருந்ததுல ஐயாவுக்கு பால்யம் திரும்புதா?"

சிரித்துக்கொண்டே எழுந்தவள், அணிந்திருந்த ஹவுஸ் கோட்டை அவிழ்த்து ஸ்டாண்டு மேல் போட்டுவிட்டு, நைட்டியுடன் படுக்கையில் உட்கார்ந்தாள்.

"பால்யம் எப்ப போயிருக்கு, இப்ப திரும்ப! கம் ஹியர், ராஜி..."

ராஜி இருந்த இடத்திலிருந்தே சிரித்தாள்.

"நா கிட்ட வர்றது இருக்கட்டும்... கல்யாணத்துக்குப் பொண்ணு இருக்கா, அதை மொதல்ல நினைப்புல வெச்சிக்கங்க!"

நித்யாவை அவள் ஞாபகமூட்டியதும் சதாசிவத்தின் சிந்தனை மகளிடம் தாவியது.

மகளின் வளர்த்தியையும், அழகையும், புத்திசாலித்தனத்தையும் நினைக்கையில், உள்ளுக்குள் பெருமை துள்ளியது.

"நித்யாவுக்குக் கல்யாணம் பண்ற வயசாயிடுச்சின்னா, நம்பறது கஷ்டமாயிருக்கு! நேத்துதான் அவ பொறந்த மாதிரியும், செலுலாயிட் பொம்மையா தவழ்ந்த மாதிரியும் இருக்கு... அதுக்குள்ள கல்யாண வயசு வந்திடுச்சா! கடவுளே! காலம் பறக்குது..."

சில நிமிஷங்களுக்கு இருவரும் பழைய நாள்களை அசைபோடுகிற தினுசில் மௌனமாக இருந்தனர்.

"ராஜி..."

"ம்?"

"அந்தப் பையன் அருணைப்பத்தி நீ என்ன நினைக்கறே?"

கொஞ்சமும் எதிர்பார்க்காத விதத்தில் கணுவர் இப்படிக் கேட்க, ராஜி விழித்தாள்.

"திடீர்னு இப்படிக் கேட்டா?"

"திடீர்னு இல்ல... உன் மனசுல அவனைப்பத்தி நீ என்னென்னமோ கணக்குப் போடறது, எனக்கும் தெரியும் ராஜி! லண்டன்லேர்ந்து திரும்பின மூணு நாளா நீ அவனைப் பத்தி அதிகம் பேசறே... காரணமில்லாம பேசக்கூடியவ நீ இல்லேன்னு எனக்குத் தெரியாதா? கமான், அவுட் வித் இட்..."

ராஜி பெட்ஷீட்டிலிருந்த சுருக்கத்தை நீவி விட்டாள்.

"ரொம்ப நல்ல பிள்ளையா தெரியறான்... அடக்கமா இருக்கான்... பெரியவங்ககிட்ட மரியாதையா பழகறான்..."

"சரி."

"நல்லா படிச்சிருக்கான்... உசத்தியா, சொந்தமா பிசினெஸ்..."

"சரி."

"முக்கியமா, பெரிய குடும்பத்தைச் சேந்தவன்... பணம், காசு, அழகுன்னு எதுக்கும் குறையில்ல..."

"சரி."

"எனக்கு அவனை ரொம்பப் பிடிச்சிருக்கு..."

"சரி."

"என்ன நீங்க? சரி, சரின்னு மட்டும் சொல்லிகிட்டு!"

"வேற என்ன பேசணும், ராஜி? நீ சொல்றதை அப்படியே நா ஏத்துக்கறதால, சரின்னு சொல்றேன்... ஓகே, மேல சொல்லு..."

"இன்னும் என்ன பாக்கியிருக்கு, சொல்ல?"

"இருக்கே... முக்கியமானதா ஒண்ணு இருக்கே..." ராஜி மௌனிக்க, சதாசிவம் சிரித்தபடி, "அருணுக்கும் நித்யாவுக்கும் முடிச்சுப் போட்டுட்டா தேவலைன்னு உனக்குத் தோணிப்போச்சு, இல்லியா?" என்றார்.

ராஜி ஆமாம் என்று தலையாட்டினாள்.

"அந்தப் பையனைப் பாக்கப்பாக்க, அப்படியொரு ஆசை உண்டானது நிஜம்தான்... நா நினைக்கறதுல ஒண்ணும் தப்பில்லியே?"

"ம்ஹூம், ஒரு தப்புமில்ல... ஆனா, இத்தனை சுருக்க நித்யாவோட கல்யாணத்தைப்பத்தி நீ நினைக்க ஆரம்பிப்பேனு நா எதிர்பாக்கலை..."

"இத்தனை சுருக்கவா? இப்ப நித்யாவுக்கு என்ன வயசு தெரியுமா? பத்தொம்பது முடிஞ்சு இருவது நடக்குது."

"இருக்கட்டுமே, அதனாலென்ன! அவ பி.காம் முடிச்சிட்டு சி.ஏ. பண்ணணும்னு ஆசைப்படறது உனக்கே தெரியும்..."

"அதுக்கும் கல்யாணத்துக்கும் என்னங்க சம்பந்தம்? கல்யாணம் பண்ணிகிட்டா படிப்பை நிறுத்திடணும்னு அர்த்தமா என்ன?"

"அப்படியில்லதான்..."

"நமக்குக் கல்யாணம் ஆனப்போ, எனக்குப் பதினெட்டு வயசு, உங்களுக்கு இருவத்து மூணு... நாம சந்தோஷமா வாழலியா? சின்ன வயசுல, இளமையோட இருக்கறப்போ கல்யாணம் நடக்கறது நல்லதுதான்னு நீங்களே எத்தனையோ தடவை சொல்லியிருக்கீங்க..."

"ம்ம்..."

"ஒரு மாசம் முன்னால அந்தப் பையனைப் பாத்த உடனே, நா இப்படி நினைக்கத் துவங்கிடலை! அவனோட பழகி, அவன் குணம், அந்தஸ்து எல்லாத்தையும் புரிஞ்சுகிட்டப்பறம்தான்,

நித்யாவை இவனுக்குக் குடுத்தா என்னனு நினைக்க ஆரம்பிச்சேன்..."

"அப்ப, நீ சீரியஸாத்தான் பேசறியா?"

"ஆமா, ரொம்ப! நல்ல பையன் கிடைக்கறது அபூர்வங்க... இந்தக் காலத்துப் பசங்கள்லாம் தாந்தோணித்தனமா இருக்கறப்ப, அருண் பதவிசா இருக்கறது ஆச்சர்யம்தான்! அவனுக்குப் பொண்ணு குடுக்க நீ நான்னு போட்டி ஏகமா இருக்கும். ராமசாமி போன மாசம் வந்தப்பக்கூட, 'எங்க போனாலும் பொண்ணை வெச்சுகிட்டு தொல்லை பண்றாங்க'னு சொல்லலியா? 'பையன் வேலைல ஒரு வழியா செட்டிலாகட்டும், அப்பறமா கல்யாணப் பேச்சை எடுக்கலாம், அவனுக்கும் இருவத்தியாறு வயசுதானே ஆவுது'னு சொல்லலியா? இதையெல்லாம் யோசிச்சுப் பாக்கறப்ப, நாம முந்திகிட்டா தேவலைன்னு தோணுது..."

சதாசிவம் 'டைம்' பத்திரிகையை சுருட்டி உள்ளங்கையில் தட்டினார். புருவத்தை நெரித்து யோசித்தார்.

"இன்னிக்கு நீங்க இந்தப் பேச்சை எடுக்காட்டாலும், எப்படியும் நானே ஒருசில நாள்ல இது விஷயமா உங்ககிட்ட பேசியிருப்பேன்... நமக்கு இருக்கறது ஒரே பொண்ணு... அவ எதிர்காலம் நல்லாயிருக்கறது நமக்கு முக்கியம்! பிறந்ததுலேந்து பணத்திலியே வளந்தவ... நம்ம அந்தஸ்துக்கு ஏத்ததா, அவ குணத்தை அனுசரிச்சுப் போறவங்களா அமையறது ஒரு அதிர்ஷ்டம்தான்... இதெல்லாம் யோசனை பண்ணிப் பாத்தப்பறம், எனக்கு அருணை விட இஷ்டமில்ல! முக்கியமா இன்னொரு விஷயம்... நித்யாவுக்கு அருணை ரொம்பப் பிடிக்குது... இந்த ஒரு மாசத்துல, மத்த சினேகிதங்களோட அவ வெளில போகவேயில்ல... அருண் அறிமுகம் கிடைச்சதுலேந்து, அவனோடதான் அதிகமா பழகறா! இது ஒரு பெரிய பிளஸ் பாயிண்டு இல்லியா?"

"எஸ்... யூ ஆர் ரைட்..."

"அருண், அவனைப் பெத்தவங்க, ரெண்டு பேர்கிட்டவும் பேசுவோம்... எல்லாம் கூடி வந்திச்சுன்னா, வெத்தலை பாக்கு மாத்தி நிச்சயதாம்பூலத்தை நடத்திடலாம்... கல்யாணத்தை மே மாசம் வெச்சிக்கலாம்..."

"எதுக்காக இத்தனை அவசரம், ராஜி? பொறுமையா, பரிட்சை முடிஞ்சப்பறமே இந்தப் பேச்சை எடுத்தா என்ன?"

ராஜி கொஞ்சம் தயங்கினாள். அப்புறம், கை நகங்களைப் பார்த்தவாறே பேசினாள்.

"நா முன்னால சொன்ன மாதிரி, நீங்க இந்தப் பேச்சை ஆரம்பிக்காட்டியும், நா பேசியிருப்பேன்... நித்யாவும், அருணும் தினமும் சந்திச்சுக்கறாங்க... நேத்துகூட அவன் ஃபிளாட்ல ஏழரை மணி வரைக்கும் இருந்திட்டுதான் வந்தா. நம்ம பொண்ணை நாம சந்தேகிக்கறது சரியில்லேன்னாலும், ரெண்டு பேருக்கும் சின்ன வயசு... ஒண்ணு கிடக்க ஒண்ணு நடந்திடக்கூடாது! அப்பறம் விழிச்சு பிரயோஜனமில்ல... அதான்..."

"தனியா அவங்க எங்க சந்திக்கறாங்க? தாமு இருக்கான், பாதி சமயம் அந்த இன்னொரு பையன் அவன் பேரென்ன, ஆ, விசு அவனும் இருக்கான்..."

"தப்பா நடந்துப்பாங்கனு நா சொல்லலை... நாம ஜாக்கிரதையா இருக்கறது நல்லதுதானேன்னு நினைக்கறேன்..."

சதாசிவம் படுக்கையை விட்டு எழுந்தார். கைகளைப் பின்னால் கட்டிக்கொண்டு இப்படியும் அப்படியும் நடந்தார்.

அன்றைக்கு மட்டுமல்லாமல் தொடர்ந்து வந்த நாள்களிலும் அவர்கள் பேச்சு நித்யா அருணைச் சுற்றியே இருக்க, நாலு நாள்கள் போவதற்குள் சதாசிவம் பூரணமாக மனைவி கட்சியை ஆதரிக்கத் தொடங்கினார்.

இதோடு மாலை ஆனால், 'அம்மா, நா அருணோட மெரீனாவுக்கு ஒரு டிரைவ் போயிட்டுவரேன்' என்றும், 'அம்மா,

நாங்க பிக்சருக்குப் போறோம்... பை' என்றும், 'அம்மா, ஸ்விம்மிங் போறேன், ஒரு மணில அருண் விசுவோட திரும்ப வருவேன். நல்ல டிபனா ஏதாவது பண்ணுச் சொல்லுங்க, ப்ளீஸ்' என்றும், நித்தம் ஒன்றாக நித்யா சொல்வதைக் கேட்டதும், 'சரி, ராஜி சொல்வதில் நியாயம் இருக்கிறது... வயசு வந்தவர்களை, எளிதில் உணர்ச்சிவசப்படக் கூடியவர்களை, பழக விட்டுவிட்டு, பிற்பாடு வருத்தப்படுவதில் அர்த்தமில்லை, சரியான முடிவை எடுத்துவிட வேண்டியதுதான்' என்ற தீர்மானத்திற்கு சதாசிவம் வந்தார்.

முதலில், நித்யா - அருணிடம் கொடி காட்டிவிட வேண்டியது; அப்புறம், அடுத்த கட்டமாய் ராமசாமியுடன் பேசவேண்டியது என்று தீர்மானித்தபடி, அன்று காலைச் சிற்றுண்டி சாப்பிட்ட நேரத்தில் பேச்சைத் துவங்கினார்.

"என்னம்மா, பரிட்சைக்குப் படிக்கறதெல்லாம் எந்தளவுல இருக்கு?"

"ஒரு அளவுலயும் இல்ல டாடி! முழுசா ரெண்டு மாசம் இருக்கே, என்ன அவசரம்?"

"சி.ஏ. படிச்சு முடிக்கற எண்ணம் இருக்கா, இல்ல...?"

"எஸ் அஃப்கோர்ஸ்! என்ன டாடி, திடீர் சந்தேகம்?"

"சும்மா கேட்டேன்... நாலைஞ்சு வருஷம் படிக்கணுமே, கஷ்டமான கோர்ஸ் ஆச்சேனு கேட்டேன்... அவ்வளவுதான்!"

ராஜி, டோஸ்ட், ஆம்லெட்டுகளை எடுத்து வந்தாள். மூலைக்கு மூலை ஆள் இருந்தாலும், கணவனையும் மகளையும் தானே கவனிக்க வேண்டுமென்று ஆசைப்படும் ரகம் அவள்.

"டோஸ்டு வேணாம்மா... வெறும் ஆம்லெட்..."

"வரவர நீ சரியாவே சாப்பிடறதில்ல, நித்தி..."

"நானா? சரியா சாப்பிடறதில்லியா? சாயங்காலம் தினமும் அருணோட ஸப்ஜீரோ, டிக் டாக்னு போய் மூக்குமுட்ட

தின்றதுல, வெயிட் போட்டுட்டு கவலைப்பட்டுகிட்டிருக்கேன்... என்னம்மா நீங்க!"

ராஜி கணவனைப் பார்த்தாள். அவளே பேச்சை எடுத்திருக்கிறாள், ஆரம்பியுங்கள் என்றது அந்தப் பார்வை.

"உங்கம்மாவுக்கும் எனக்கும், உனக்குக் கல்யாணம் பண்ற வயசாயிடுச்சேனு கவலை உண்டாயிருக்கு, நித்யா..."

கையில் பிடித்திருந்த ஃபோர்க்கைக் கீழே வைத்துவிட்டு, 'என்னப்பா இது' என்று நித்யா கண்களை விரித்தாள்.

"உன் வயசுல உங்கம்மாக்குக் கல்யாணமாகி, நீ கூட பிறந்திட்டே..."

"பாவம் டாடி, அம்மா!"

"சீக்கிரமே உனக்கு இருவது வயசு பூர்த்தியாகப் போவுது... அழகும் இளமையும் இருக்கறப்பவே நல்ல பையனாப் பாத்து ஒரு கல்யாணத்தைப் பண்ணிட்டா என்னன்னு யோசிக்கறோம்..."

"ப்ளீஸ் மம்மி, என்மேல கோவமா உங்களுக்கு? நீங்க சுருக்க அப்பாகிட்ட மாட்டிகிட்டதுக்காக, என்னை ஏன் பழிவாங்கப் பாக்கறீங்க?"

நித்யா சிரித்தாலும், சதாசிவம் சீரியஸாகவே பேசினார்.

"நல்ல பையன் கிடைக்கறது இந்தக் காலத்துல ரொம்பக் கஷ்டம்... அதனால, கிடைச்சவனை விட்டுடக்கூடாதேனு உங்கம்மாவும், நானும் நினைக்கறோம்மா..."

"டாடி, இன்னிக்கு ரொம்பத்தான் விளையாடற மூட்ல இருக்கீங்க!"

"இல்லம்மா... நா விளையாடலை. நல்ல குடும்பத்துப் பையன், உனக்கும் பிடிச்சவனா அமையறது ரொம்ப அபூர்வம்! அப்படி ஒருத்தன் இப்ப இருக்கறதாலதான்,

சந்தர்ப்பத்தை அழகா உபயோகிச்சிக்கணும், புத்திசாலித்தனமா நடந்துக்கணும்னு நினைக்கறோம்..."

அப்பா விளையாடவில்லை, நிஜமாகத்தான் பேசுகிறார் என்பது நித்யாவுக்குப் புரிந்ததும், நெஞ்சுக்குள் பறவைகள் படபடக்கத் துவங்கின.

நல்ல பிள்ளை...

நல்ல குடும்பத்துப் பிள்ளை...

உனக்கு அவனைப் பிடிக்கிறது...

என்ன இதெல்லாம்?

யாரை மனசில் வைத்துக்கொண்டு இவர்கள் இந்தப் பேச்சு பேசுகிறார்கள்?

இப்போதைக்கு, நல்ல பிள்ளை, நல்ல குடும்பத்துப் பிள்ளை, நான் பழகும் பிள்ளை யாரென்று பார்த்தால்... பளபளவென்று கண்ணில் படுவது அருண்தானே!

கடவுளே!

இல்லை... இந்தப் பேச்சை வளர்க்கக்கூடாது. விளையாட்டுக்குக்கூட பேசக்கூடாது. அப்புறம், நாளைக்குத் தடுத்து நிறுத்துவது ரொம்பக் கஷ்டமாகிவிடும்.

நித்யா மணிக்கட்டைப் பார்த்தாள்.

"எட்டரையா? மைகாட்! லேட்டாயிடுச்சு! எனக்கு இன்னிக்குக் காலேஜ்ல சுருக்க இருக்கணுமே..." என்றவள், ஆம்லெட்டை ஒதுக்கி, பாலைக் குடித்துவிட்டு, "பை டாடி, பை மாம்..." என்று சொல்லியபடி புஸ்தகங்களோடு வாசலைப் பார்க்க விரைந்தாள்.

———

8

"உடனே... உடனே ஏதாவது பண்ணியாகணும்... இனிமேயும் சும்மாயிருக்க என்னால முடியாது..."

நித்யா ரொம்ப அவசரமாகப் பேசினாள். அவள் அதீத படபடப்புடன் இருப்பது, அடிக்கடி கைகளைக் கோர்த்துப் பிரித்ததிலிருந்து தெரிந்தது. மேலுதட்டில் குண்டூசி குண்டூசியாய் வியர்வைத் துளிகள். பிரிந்து கூடும் கைவிரல்களில் லேசான நடுக்கம்.

இந்த நித்யா, இதுவரை அருண் பார்த்திராத புது நித்யா. சிரிப்பும் பேச்சும் துள்ளலும் குதியுமாக இத்தனை நாள்களாக அறிமுகமான நித்யாவிலிருந்து, தீவிரமாகப் பேசும், படபடக்கும், கோபப்படும், பயத்தின் சாயலோடு தென்படும் இந்த நித்யா ரொம்ப மாறுபட்டுத் தோன்ற, அருண் பதிலேதும் பேசாமல் யோசனையுடன் இருந்தான்.

"நா சொல்றது உங்க ரெண்டு பேர் காதுலயும் விழுதா இல்லியா? என் அவஸ்தை புரியுதா இல்லியா? பதில் பேசாம இருந்தா என்ன அர்த்தம்?"

அறையின் நீளத்தை அளக்கிற தினுசில் இப்படியும் அப்படியுமாக நடந்துக் கொண்டிருந்த விசு, நின்றான். நித்யாவின் அருகில் வந்தமர்ந்தான்.

அவள் கையைத் தட்டி, "ரிலாக்ஸ், நித்தி... ஏன் இப்படி படபடக்கறே? நீ சொல்றதை நாங்க கேட்டுட்டுதான் இருக்கோம்... யோசிச்சுதானே பதில் சொல்லணும்? ரிலாக்ஸ்..."

அந்தப் பேச்சைக் காதில் வாங்காமல் நித்யா பழைய அவசரத்துடனேயே பேசினாள்.

"என்னால ரிலாக்ஸ் பண்ணமுடியாது... நாலு நாள் முன்னால நா இந்தப் பேச்சை எடுத்தப்ப, 'ரிலாக்ஸ், இதப்பத்தி யோசிக்கலாம்'னு சொன்னே... இப்ப திரும்பவும் அதையே சொன்னா எப்படி? இல்ல... இன்னிக்கு ஏதாவது ஒரு முடிவுக்கு நாம வந்துதான் ஆகணும்... என்னால இனிமேயும் சும்மா இருக்கமுடியாது... நிச்சயமா முடியாது!"

என்ன பதில் சொல்லி இவளைச் சமாதானப்படுத்துவது என்று புரியாததுபோல, விசு அருணை ஏறிட்டான்.

சாய்ந்து அமர்ந்திருந்த அருண், முன்னுக்கு வந்தான். நித்யாவை அழுத்தமாகப் பார்த்தான்.

"இப்போ என்ன நடந்துபோச்சுனு நீ இப்படி அவஸ்தைப்படறே, நித்தி? அம்மா, அப்பா உன் கல்யாணத்தப்பத்தி பேசறாங்க... சீக்கிரம் உன்னை ஒரு நல்ல பையனுக்குக் கட்டிவெச்சிடணும்னு ஆசைப்படறாங்க... அவ்வளவுதானே? வயசுவந்த பொண்ணு இருக்கற எல்லா பேரண்டுஸுக்கும் உண்டாகற நியாயமான ஆசைதானே இது! இதுக்காக நீ ஏன் இவ்வளவு அப்செட் ஆகணும்? ம்? விசு சொல்ற மாதிரி, ரிலாக்ஸ், நித்யா... நிதானமா யோசனை பண்ணும்மா..."

"ஐயோ, அருண்... விசுவுக்குதான் என் நிலைமை புரியலன்னா, உங்களுக்குமா? ஒரு வாரம் முன்னால அப்பா, அம்மா இந்தப் பேச்சை எடுத்தப்ப, நானும் விளையாட்டா இதை சமாளிச்சிடலாம்னே நினைச்சேன்... ஆனா, முடியலை! பிலீவ் மீ, நானும் கேலி பண்ணிட்டேன், மழுப்பிப் பாத்திட்டேன், என்ன பேச்சு இதுன்னு கோவிச்சுக்கிட்டேன்...

ம்ஹூம், ஒண்ணுத்துக்கும் பலனில்ல! அவங்க ரொம்ப தீவிரமா இருக்காங்க... ரெண்டு நாள் முன்னால அப்பா, 'விளையாட்டு போறும், நித்தி, நல்ல விஷயம் பேசறப்ப அபசகுனமா குறுக்க தடுத்துப் பேசாதே'னு அதட்டலா பேசினப்ப, நா நிஜமாவே ஷாக்காயிட்டேன்! அதுவும் இன்னிக்குக் காலைல அம்மா ரொம்ப தாஜா பண்ற விதமா, 'எங்களுக்கு இருக்கறதெல்லாம் நீ ஒருத்திதானே, நீ நல்லாயிருக்கணும்னு நாங்க ஆசைப்படறது தப்பா? நேத்து டெல்லிக்குப் புறப்பட்டப்போ அப்பா 'நம்ப அக்கறை அவளுக்குப் புரியலியே'னு வருத்தப்பட்டார்... நீ ஏம்மா பிடி குடுத்தே பேசமாட்டேங்கறே?'னு கேட்டுட்டு, மேல என்ன பேசினாங்க தெரியுமா?''

''என்ன?''

''அருண் ரொம்ப நல்ல பிள்ளை... அவனை உனக்கும், உன்னை அவனுக்கும் பிடிக்குது... அப்பறமென்ன? அப்பா டெல்லிலேர்ந்து வந்து அருணோட பேசறதா இருக்கார். நீ அசட்டுத்தனமா தடுத்துப் பேசாதேன்னு சொன்னாங்க... எனக்கு எப்படியிருக்குனு உங்களுக்குப் புரியுதா, இல்லியா?''

அருண் தலையைக் குனிந்துகொண்டான்.

நித்யா மேல் உண்டான பிரேமையை அடக்கி ஒடுக்க முயற்சிக்கும் சமயத்தில், இதென்ன புதுச் சோதனை?

சதாசிவத்துக்கும் அவர் மனைவிக்கும், எதற்காக என்னைப் பிடித்துப்போக வேண்டும்?

அதுவும், மாப்பிள்ளையாக்கிக் கொள்ள வேண்டுமென்று தீவிரமாய் முனையுமளவுக்கு, ஏன் பிடித்துப்போக வேண்டும்?

நித்யாவின் கல்யாணத்தைப்பற்றி அவர்கள் இப்போதுதானா யோசிக்க வேண்டும். விசு - நித்யாவின் காதலை உணர்ந்து என்னை நானே சமாளித்துத் தேற்றிக்கொள்ளும் இந்த சமயத்தில் தானா பேச்செடுக்க வேண்டும்!

பரிட்சை முடியட்டுமென்று காத்திருக்கக் கூடாதோ?

இப்படி அவசரமாய் தீர்மானித்து அவர்கள் செயலில் இறங்கக் காரணமென்ன?

இப்போது என்ன செய்து, என்ன சொல்லி, அதிர்ந்திருக்கும் நித்யாவை சரிபண்ண வேண்டும்?

அருண் எழுந்துப் போய், ஃபிரிஜ்ஜிலிருந்து தண்ணீர் எடுத்துக் குடித்துவிட்டு வந்தான்.

தனியாகப் பேசவேண்டுமென்று நித்யா மதியமே போனில் சொல்லியிருந்ததால், பெரிய லிஸ்டாக ஒன்றைக் கொடுத்து தாமுவை வெளியே அனுப்பியிருந்தான்.

"நித்யாவோட தவிப்புக்குக் காரணம் இருக்கு விசு... அதனால, இப்ப நாம என்ன செய்யணும்னு நிதானமா, படிப்படியா யோசனை பண்ணிப் பாக்கலாம் என்ன? நித்யா... இந்தப் பேச்சுவார்த்தை ஆரம்பிக்கறதுக்கு முன்னால நீயும், விசுவும் என்ன தீர்மானத்துல இருந்தீங்க?"

"தீர்மானம்னு சொல்லும்படியா ஒண்ணுமில்ல, அருண்... இவ்வளவு சீக்கிரமே என் கல்யாணப் பேச்சை வீட்டுல எடுக்கமாட்டாங்கனு நினைச்சதால, விளக்கமா நாங்க பேசிக்கிட்டதே இல்ல..."

என்ன குழந்தைத்தனமான பேச்சு இது, என்கிற ஆச்சர்யத்துடன் அருண் விசுவைப் பார்க்க, அவன் தோள்களைக் குலுக்கினான்.

"அவ சொல்றது சரிதான் அருண்... நாங்க ஒருத்தரை ஒருத்தர் லவ் பண்றோம்னு புரிஞ்சப்பறம், சரி மேற்கொண்டு எதையும் சமயம் வர்றப்போ பேசிக்கலாம். இப்போதைக்கு யாருக்கும் எதுவும் தெரியவேணாம்னு மட்டும் முடிவெடுத்தோம்... அவ்வளவுதான்!"

"ஏன் ஒருத்தருக்கும் தெரியவேணாம்னு நினைச்சீங்க?"

"அனாவசியப் பேச்சுக்கு எடம் தர வேணாமேனுட்டுதான்..."

"சரி... அப்ப எப்பதான் கல்யாணம் பண்ணிக்கறதா இருந்தீங்க?"

உதட்டைப் பிதுக்கி தலையை அசைத்தாள் நித்யா.

"ரெண்டு பேரும் கல்யாணம் பண்ணிக்கணும்னு தீர்மானிச்சிட்டாலும், நிஜமா அது எப்போ நடக்கும்னு அதிகமாப் பேசிக்கவேயில்ல! படிப்பு முடிய இன்னும் டைம் இருக்குனு நாங்க அலட்சியமா இருந்திட்டோம்னே சொல்லணும். விசு அமெரிக்கால எம்.எஸ். பண்ண சீட் கிடைக்கறது நிச்சயம்னு நம்பிக்கையோட இருக்கான்... நானும் சி.ஏ. பண்ண முடிவெடுத்திருக்கேன். அதனால, எப்படியும் இன்னும் சில வருஷத்துக்கு எங்க கல்யாணம் நடக்காதுனு தெரிஞ்சிட்டதால, அதப்பத்தி தீவிரமா நாங்க யோசிக்கலை..."

"நாலைஞ்சு வருஷம் கல்யாணும் வேணாம்னா நினைச்சீங்க?"

"அட்லீஸ்ட், விசு எம்.எஸ். முடிச்சிட்டு வர்றவரைக்குமாவது, ரெண்டு வருஷமாவது, கல்யாணத்தைத் தள்ளிப்போடணும்னு நினைச்சோம்... இல்ல விசு?"

விசு ஆமாமென்று தலையாட்டினான்.

"உனக்கு என் குடும்ப நிலைமை பூரா தெரியுமே அருண்... மைதிலிக்கு இப்ப பதினாறு வயசு... எம்.எஸ். முடிச்சு, நல்ல வேலை கிடைச்சு, அவ ஒருத்திக்காவது கல்யாணம் பண்ணிட்டுத்தானே, நா என்னைப்பத்தி நினைக்கறது நியாயம்? நித்யாவுக்கு இதெல்லாம் தெரியும்... அவளும் இதான் சரின்னு ஒத்துகிட்டா..."

"பரிட்சை நடந்து விசு பி.டெக், நா பி.காம் முடிச்சாச்சின்னா, மேல அமெரிக்காவுக்கு விசு புறப்படறதுக்கு முன்னால ரெண்டு குடும்பங்கள்கிட்டயும் எங்கக் காதல் சமாச்சாரத்தைச் சொல்லி, அனுமதி வாங்கி, நிச்சயதார்த்தத்தை நடத்திடணும்னு பிளான்

பண்ணோம்... கல்யாணம் எப்பன்னு தீர்மானிக்கலியே தவிர, நிச்சயம் பண்ணிடறதுல நாங்க முனைப்பாதான் இருக்கோம்..."

ஓரளவு விவேகத்தோடு நித்யாவும், விசுவும் பேசுவதாகத் தோன்ற, அருண் குறுக்கே எதுவும் பேசாமல் அவர்கள் பேச்சைக் கேட்டான்.

"நல்ல விதமா பரிட்சையை முடிப்போம், அப்பறமா இந்தப் பேச்சை எடுப்போம்னு நாங்க நினைச்சது நடக்காம, இப்ப எங்க அப்பா, அம்மா திடும்னு ஒரு குண்டைத் தூக்கிப்போட்டு ஆளை அசரடிக்கறாங்க!"

"....."

"எப்படியோ சமாளிச்சிடலாம்னு பாத்தா, எதுக்கும் வழியில்லாம, விடாம பேசினதையே பேசறாங்க... அதுவும் அப்பா டெல்லிலேந்து திரும்பி வந்தப்பறம் என்ன பண்ணப் போறாரோனு நினைச்சா பயமாதான் இருக்கு..."

"அப்படிக்கூட உன் பேச்சை மதிக்காம உங்கப்பா நடப்பாரா, நித்யா?"

"இத்தனை நாள் நானும் அந்த நம்பிக்கையோடதான் இருந்தேன்... ஆனா, டெல்லிக்குப் புறப்படறதுக்கு முன்னால அவர் கண்டிப்பா என்கிட்ட பேசினதை நினைச்சா பயமாயிருக்கு... அதுவும், இன்னிக்கு அம்மா வேற அப்பா வந்ததும் உங்கப்பாகிட்ட பேசப் போறார்னு சொன்னப்பறம், நிஜமாவே பயமாயிருக்கு..."

"சரி, எங்கப்பாகிட்ட பேசப் போறார்... அவ்வளவுதானே? பேசட்டுமே!"

"என்ன அருண், இது?"

"பேசட்டும், விசு... என்ன ஆயிடும்?"

"அவர் தன் சம்மதத்தைச் சொல்லிட்டார்னா?"

"என்னைக் கேக்காமலா? நெவர்!"

"சரி, கேட்டா?"

"எனக்கு நித்யாவைப் பிடிக்கலைன்னு சொல்லிடறேன்... சிம்பிள்!"

நித்யா தீவிரமாகத் தலையை அசைத்து மறுத்தாள்.

"இது நடக்கற சமாச்சாரமில்ல... இத்தனை நாளா, இவ்வளவு நெருக்கமா நாம பழகின பிறகு, நீங்க அந்த பதிலைச் சொன்னா யார் நம்புவாங்க?"

"நம்ப வெக்க முடியாதா?"

"கஷ்டம், அருண்... ரொம்ப கஷ்டம்."

"அப்ப என்ன செய்யணும்னு நீ நினைக்கறே, நித்யா?"

அவள் விசுவை ஊன்றிப் பார்த்தாள். அவன் கையைத் தன் கையோடு சேர்த்துக் கொண்டாள்.

"நா நல்லா யோசிச்சிட்டேன்... பேசாம, எங்க காதலைப்பத்தி சொல்லிடறதுதான் சரின்னு எனக்குத் தோணுது..."

இப்படி அவள் கூறுவாளென்று எதிர்பார்க்காததுபோல விசு திடுக்கிட்டான்.

"ஹேய்... என்ன நீ திடீர்னு புதுப் பாதைல போறே?"

"வேறென்ன பண்றது, விசு? என்னிக்கிருந்தாலும் ஒருநாள் வெளிப்படப்போற விஷயம்தானே இது! ரெண்டு மாசம் கழிச்சு சொல்லாம இப்பவே சொல்லிடலாம்னு நினைக்கறேன்..."

"நீ அவசரப்படறதா எனக்கும் தோணுது, நித்யா..."

"இல்ல, அருண்... நா தெளிவா இருக்கேன். உங்கப்பா உங்களைக் கேட்டு, நீங்க 'நோ'னு சொல்லிடறீங்க, ஓகே... பத்து நாளைக்கெல்லாம் இன்னொரு வரனோட என் பேரண்ட்ஸ் வரமாட்டாங்கனு என்ன நிச்சயம்? அவங்க இப்ப இருக்கற தீவிரத்தைப் பாத்தா, என் கல்யாணத்தைப் பேசி நிச்சயம் பண்ணிட்டுத்தான் மறுவேலை பாப்பாங்க போலருக்கு! நோ... இந்த விஷயத்துல விளையாட நா விரும்பலை..."

“இல்லாததையும் பொல்லாததையும் நீ கற்பனை பண்ணிக்கறே நித்தி...”

“இல்ல விசு... ஒரு வாரமா நா படற பாடு எனக்குத்தான் தெரியும்! பூடகமா பேசிக்கிட்டிருந்தவங்க, இப்ப வெளிப்படையாவே பேச ஆரம்பிச்சிட்டாங்க... அதை என்னால தாங்க முடியலை. மனசுல ஒருத்தனை நினைச்சிட்டிருக்கறப்போ, இன்னொருத்தனோட நம்மளை மத்தவங்க இணைச்சுப் பேசறதைக் கேட்டுகிட்டிருக்கறது எத்தனை வேதனையான விஷயம் தெரியுமா? வேணாம்... இதுக்கு ஒரு முடிவு கட்டித்தான் ஆகணும்... ப்ளீஸ் விசு... வேணாம்னு சொல்லாதே, ப்ளீஸ்...”

விசு பதில் பேசாமல் அமர்ந்திருக்க, அருண், “சரி, சொல்லிடலாம்... அப்பறம்? உங்கக் காதலை ரெண்டு வீட்டுலயும் சுலபமா ஏத்துப்பாங்கனு நம்பறியா?” என்றான்.

நித்யா புருவங்களை நெறித்து யோசித்தாள்.

“தெரியலை... என்ன மாதிரி பேசுவாங்கன்னு நிஜமா தெரியலை! உண்மையச் சொல்லணும்னா, அடிவயத்துல பரபரன்னு என்னமோ சங்கடமாத்தான் இருக்கு... ஆனா, யோசிச்சுப் பாக்கறப்போ, இந்தக் கல்யாணத்துக்கு அவங்க ஏன் ஒத்துக்க மறுக்கணும்னு எனக்கும் புரியலை! ஜாதி ஒண்ணு குறுக்க நிக்குது... எங்க வீட்டுல அதைப் பெரிசா எடுத்துப்பாங்கனு நா நினைக்கலை... விசு வீட்டுல... ம்ம்... தெரியலை... அம்மாவை சரிக்கட்ட முடியும்னே விசு நினைக்கறான். மத்தபடி வேற ஒரு பிரச்சினையும் இருக்கறதா எனக்குத் தோணலை. எங்க அப்பா, அம்மா பரந்த மனசு உள்ளவங்க... எனக்கு சுதந்திரம் குடுத்து வளர்த்திருக்காங்க... அதனால, ஓரளவுக்கு விவாதம் பண்ணினாலும், நா நம்பிக்கையோட பேசினா ஏத்துப்பாங்கனே நினைக்கறேன்... என்ன விசு?”

விசு தலைமுடியைக் கோதி விட்டுக்கொண்டான். மீசையை வழித்து முகவாயைத் தேய்த்தான்.

"எனக்கென்னமோ பரிட்சை முடியறவரைக்கும் காத்திருக்கலாம்னே தோண்றது... கவனமா, கான்சன்ட்ரேட் பண்ணிப் படிச்சு முடிச்சிட்டு, அப்பறமா இந்தப் பேச்செல்லாம் பேசினா என்ன? ஒண்ணுமேயில்லாததை அனாவசியமா பெரிசுபண்ணி, கடைசில பரிட்சையக் கோட்டைவிடறதுல அர்த்தமில்ல, நித்தி..."

நித்யா லேசான கோபத்துடன் விசுவின் பிடியிலிருந்து கையை உருவிக்கொண்டு எழுந்து நின்றாள்.

"அதான் நாம முன்னயே முடிவெடுத்த விஷயமாச்சே, விசு! நா இத்தனை சொன்னப்பறமும் நீ அதையே பேசினா எப்படி? ம்? திடீர்னு எங்க வீட்டுல ஒரு புது நிலைமை உண்டாயிட்டதாலதானே இப்பவே சொல்லிடலாம்னு சொல்றேன்... அதை நீ ஏன் புரிஞ்சிக்காம இருக்கே? பரிட்சை முடியறவரைக்கும் என்னால தாங்கமுடியாது விசு... முடியவே முடியாது மனசு குழம்பியிருந்தா, என் காதுபட அருணோட என்னை இணைச்சு எங்கப்பா அம்மா பேசிட்டேயிருந்தா, எப்படிப் படிக்கத் தோணும்? அதுவும் அருணோட அப்பா, அம்மா வரைக்கும் விஷயம் போயாச்சின்னா, ஓரளவு சீரியஸா ஆயிடிச்சின்னா... ஓ, நோ... என்னால முடியாது! ப்ளீஸ், என் கஷ்டத்தைப் புரிஞ்சிக்க விசு... என் அவஸ்தையப் புரிஞ்சிக்கயேன்! ப்ளீஸ்... அருண், நீங்களாவது இவனுக்கு எடுத்துச் சொல்லுங்களேன்... ப்ளீஸ்..."

கோபத்தோடு ஆரம்பித்த குரல், பேசி முடிப்பதற்குள் வருத்தம், பயம் கலந்து பிசிறு தட்டிப்போக, சோபாவில் உட்கார்ந்து, கையில் முகத்தை நித்யா பதித்துக்கொண்டாள்.

அழுகிறாளா?

நித்யாவா!

அவளோடு பழகிய ஒருவருஷ காலத்தில் அவள் கண்கலங்கிப் பார்த்திராத விசு பதறிப் போனான்.

கிட்டே அமர்ந்து அவளைத் தோளோடு அணைத்துக் கொண்டான்.

அவர்களைத் தனியாக விடுவதுதான் நாகரிகம் என்று உணர்ந்த அருண், தன்னறைக்குச் சென்றுவிட, நித்யாவின் தலையில், நெற்றியில், காதில், கழுத்தில், கன்னத்தில் மென்மையாய் முத்தமிட்டு, "வருத்தப்படாதே, டார்லிங்... ஐ லவ் யூ... லவ் யூ வெரி மச்! உன் நிம்மதி, சந்தோஷம் எனக்கு ரொம்ப முக்கியம் நித்திம்மா... யூ நோ தட்! வீட்டுல சொல்லணும், அவ்வளவுதானே? சொல்லிடலாம்... உங்கப்பா டெல்லிலேந்து வந்ததும், மொதல் காரியமா சொல்லிடலாம்! நீ அவரோட பேசறப்போ நானும் உன்கூட இருக்கட்டுமா? அப்பறம் மறுநாளே நானும் திருச்சிக்குப் போய் அம்மாகிட்ட சொல்லிடறேன். ஓகே? கமான், நித்தி... எதுக்காக இத்தனை வேதனைப்படறே? டார்லிங்... மை ஸ்வீட் ஹார்ட்... ப்ளீஸ், என்னைப் பாரேன் நித்தி..." என்று தொடர்ந்து சின்னக்குரலில் இதமாகப் பேச, சில நிமிஷங்களில் தன்னைக் கட்டுப்படுத்திக்கொண்ட நித்யா, விசுவின் கையைப் பற்றிக் கன்னத்தில் வைத்துக்கொண்டு, "ஐ லவ் யூ டூ விசு..." என்று மிகுந்த காதலுடன் முணுமுணுத்தாள்.

——————

9

"நான்சென்ஸ்... ஷியர் நான்சென்ஸ்! செல்லம் குடுத்து வளத்ததுக்காக நீ என்ன வேணா மரியாதையில்லாம பேச, செய்ய, நா அனுமதிப்பேன்னு நினைக்காதே, நித்யா!"

"மரியாதையில்லாம பேசறவ நா இல்ல டாடி... நீங்க இத்தனை ஆத்திரப்படற அளவுக்கு நா அப்படியென்ன சொல்லிட்டேன்?"

"என்ன? என்ன சொல்லிட்டேனா? இன்னும் வேற என்ன சொல்லணும்? ம்?"

"கல்யாணம் இப்ப வேணாம்னேன்... ஏன், ஏன்னு விடாம கேட்டீங்க... அதனால, உண்மையச் சொன்னேன்..."

"எத்தனை தைரியம் இருந்தா பதறாம திரும்பி இந்த வார்த்தையச் சொல்லுவே!"

"உண்மைய ஒருநாள் இல்லாட்டி ஒருநாள் சொல்லித்தானே ஆகணும்!"

"ஸ்டாப் தட் நான்சென்ஸ், நித்யா! இன்னொரு தரம் நீ இதையே சொன்னா, நா பொல்லாதவனா ஆயிடுவேன்! உண்மையாம் உண்மை..."

"அப்பா, நீங்க கோவிச்சுகிட்டாலும், இல்ல வருத்தப்பட்டாலும், ஐ'ம் ஸாரி... இப்போதைக்கு இதையெல்லாம் சொல்ல வேணாம், பி.காம் முடியட்டும், சி.ஏ.

படிக்கறப்ப மெதுவாச் சொல்லலாம்னு இருந்தேன்... ஆனா, நீங்க கட்டாயப்படுத்தினீங்க... நா என்ன பண்ணட்டும்!''

கொஞ்சம்கூடக் கலங்காமல் நிமிர்ந்து நின்று அப்பாவின் கோபத்துக்குப் பயப்படாமல் பேசும் மகளைப் பார்க்கையில், ராஜிக்குக் கலக்கமாக இருந்தது.

நித்யாவா?

இது நித்யாதானா?

டாடி, மம்மி என்று வார்த்தைக்கு நூறு போட்டு, கொஞ்சி, குழைந்து, சிரித்து, சின்னக்குழந்தையாக நேற்றுவரை லூட்டியடித்த நித்யாதானா இது!

என்னாயிற்று இவளுக்கு?

அப்பா அம்மா மனசை முறித்துப்போட்டு மிதிக்கிறோமென்ற உணர்வுகூட இல்லாமல், இப்படி அழுத்தமாகப் பேச இவளுக்கு யார் கற்றுத் தந்தது?

அந்த விசுவா!

ஒல்லியாய், மீசையும், சூயிங்கம் மெல்லும் வாயுமாய் அவ்வப்போது வருகிறானே, அவனா?

அருணோடு இவள் பழகும்போது நெருக்கம் அதிகமாகிவிடாமல் தடுக்க அந்தப் பையனும் கூடவே இருப்பது நல்லதுதான் என்று நினைத்தது பொய்யாகி, கடைசியில் அவனே சேற்றை வாறி அப்பிவிட்டானே!

பதட்டம் மாறாமலே ராஜி எழுந்தாள். மகள் அருகில் அமர்ந்து மெதுவாகப் பேசினாள்.

''திரும்பத் திரும்ப சொன்னதையே யோசிக்காம பேசாதே நித்யா... அப்பாவும், நானும் எது சொன்னாலும் அது உன் நல்லதுக்குத்தான், உன் பிரகாசமான எதிர்காலத்துக்காகத்தான்னு மனசுல நினைப்பு வெச்சுகிட்டுப் பேசு! இப்படி அப்பாவை

எதித்து வாய்க்கு வாய் பேசறது நல்லாயில்லம்மா... அப்படிப் பேசற பொண்ணும் நீ இல்ல! என்னாச்சு உனக்கு நித்யா?''

"எனக்கு ஒண்ணும் ஆகலை மம்மி... நா க்ளியரா, நிதானமாத்தான் இருக்கேன். அப்பாதான் கோவமா கத்தறார். கல்யாணம் வேணாம்னேன்... சரின்னு விட்டிருந்தா இந்தப் பேச்சுக்கெல்லாம் இடமேயில்ல பாருங்க...''

"சின்ன வயசுல கல்யாணம் பண்றதுல என்னம்மா தப்பு? வேளை வந்தா நடத்திட வேண்டியது பெத்தவங்க கடமைதானே?''

"குட்! சின்னவயசுக் கல்யாணத்துக்கு நா எதிரியில்ல... வேளை வந்தாச்சுனு நினைச்சா நடத்திடுங்க, நா ரெடி... ஆனா, மாப்பிள்ளை அருண் இல்ல, விசுதான்!''

"அருண் எங்க, அந்தத் தொத்தல் பையன் எங்க? அவன் மூஞ்சியும், 'பூ'னு ஊதினா ஒடியற மாதிரி நோஞ்சான் உடம்பும்!''

சதாசிவம் உறுமினார்.

"விசுவா? தொத்தலா? நோஞ்சானா? டாடி, விசு காலேஜ் ஸ்விம்மிங் டீம் கேப்டன்... டென்னிஸ் அபாரமா விளையாடுவான்... ஆல்ரவுண்டர்! காலைலேந்து பத்து தரம் சொல்லிட்டேன்... மறந்துபோய் திரும்ப இதையே சொல்றீங்க...''

"புல்ஷிட்... அட்டர் புல்ஷிட்! என்ன பெரிய குடும்பம் இருக்கு அவனுக்கு? ம்? டீச்சர் வீட்டுப் பையன்... இவன் தோள்ல சவாரி செய்ய அடுக்கடுக்கா மூணு தங்கைங்க... மைகாட்! சம்பந்திம்மானு சொல்லிகிட்டு என்கிட்ட வந்து ஒரு வார்த்தை பேச அந்த 'விடோ'க்குத் தகுதியிருக்கா? அந்தஸ்து இருக்கா?''

நித்யா பதில் பேசவில்லை. புருபுருவென்று எழுந்த கோபத்தை, பல்லைக் கடித்து அடக்கி விழுங்கப் பார்த்தாள்.

'நானும் உன்கூட வர்றதுதான் நியாயம் நித்தி... உங்கப்பாகிட்ட நீ பேசறப்போ, உனக்கு தைரியம் குடுக்க நானும் கூட இருக்கறதுதான் சரி... நானும் வரேன்...' என்று முதல்நாள் விசு விடாப்பிடியாகத் தொந்தரவு பண்ணியதையும், 'வேணாம் விசு, எங்கப்பாகிட்ட பேசறது அத்தனை சிரமமான விஷயமில்ல... அவர் புரிஞ்சிப்பார். அவர் ஒரு ஜென்டில்மேன்! நா தனியாவே சொல்லிடறேன்' என்று அவனைத் தடுத்ததையும், நினைத்தவளுக்கு, நல்லவேளை தடுத்தோம் என்ற நிம்மதியே எழுந்தது.

வந்திருந்தால், அப்பா இப்படி வாய்க்கு வாய் 'அந்தஸ்து இருக்கிறதா? தகுதி இருக்கிறதா?' என்று கேட்பதில் விசு நிச்சயம் அடிபட்டுப் போயிருப்பான்!

என்னாயிற்று இந்த டாடிக்கு?

மூர்த்தி அங்கிளின் பையன் சுரேஷ் ஒரு ஆங்கிலப் பெண்ணை மணந்து வந்தபோது, 'அதனால என்ன, மூர்த்தி... பிரிட்டிஷா இருந்தா என்ன, இண்டியனா இருந்தா என்ன? படிச்சவளா, நல்ல குடும்பத்தைச் சேந்தவளா, குணம் நிறைஞ்சவளா இருக்கா இல்ல? அப்பறம் வீணா ஏன் வேதனைப்படறே? உன் மகன் சந்தோஷம் உனக்கு முக்கியமில்லியா?' என்று நண்பனைத் தேற்றிப் பேசியவர்...

ஃபாக்டரி வொர்க்ஸ் மானேஜர் ஜெயராமனின் மகள் ஒரு பார்ஸியை மணக்க, 'ஸோ வாட்? ஜாதில, பணம் காசுல என்ன இருக்கு? கூப்பிட்டு ஆசிர்வாதம் பண்ணி, அவங்களை சந்தோஷப்படுத்து!' என்று, மனமொடிந்து தவித்தவருக்கு ஆறுதலளித்தவர்... இன்னும் இதைப்போல எத்தனையோ சந்தர்ப்பங்களில் பேசியவர்...

அவரா இப்படி நொடிக்கொருதரம் தகுதி, டீச்சர், யோக்கியதை என்று குதிக்கிறார்?

நித்யாவுக்கு ரொம்பக் கஷ்டமாக இருந்தது.

பல சந்தர்ப்பங்களில் அப்பா வெகு பரந்த மனசுடன் பேசிப் பார்த்திருந்ததால், விசுவுக்கும், தனக்கும் உள்ள காதலை அவ்வளவாக அவர் எதிர்க்கமாட்டார் என்ற நம்பிக்கையுடன் இருந்தவள், இன்று ஒரு புது அபபாவை, இத்தனை வருஷங்களாகப் பார்க்காத அப்பாவை உணர நேரிட, கொதித்துப் போனாள்.

ஆக...

பிறருக்கு ஒரு நியாயம்... தனக்கென்று வரும்போது ஒரு நியாயம்.

மற்றவனுக்கு என்றால், வெள்ளைக்காரியாக இருந்தாலென்ன, இந்தியனாக இருந்தாலென்ன, ஜாதி, பணம், காசில் என்ன இருக்கிறது என்ற பேச்சு.

தன் பெண்ணுக்கென்றால், 'ஹா, ஒரு டீச்சர்! அவளுக்கு என் பக்கத்தில் சம்பந்தி என்று உட்கார என்ன யோக்யதை?' பேச்சா!

டீச்சராக இருந்தாலென்ன? விசுவுக்கு அடுக்கடுக்காய் தங்கைகள் இருந்தாலென்ன?

இவர் பணத்தையா அவர்களுக்குத் தூக்கிக் கொடுக்கப் போகிறார்?

விசுவின் புத்திசாலித்தனத்தையும், ஐ.ஐ.டி-யில் முதல் ராங்குடன் படித்து கவர்னர் மெடல் வாங்கப்போகும் தகுதியையும், கலகலப்பான குணத்தையும் மனசில் எண்ணிப் பார்க்காமல், எதற்காக இப்படிக் கண்மூடித்தனமாக எதிர்க்கிறார்?

காலையில் ஆரம்பித்த பேச்சு, மணி பன்னிரண்டாகப் போகிறது... இன்னும் முடியவில்லை.

டிபன் சாப்பிடவில்லை, குளிக்கவில்லை, நித்யா காலேஜுக்கும் சதாசிவம் ஆபீஸுக்கும்கூடப் போகவில்லை.

நித்யா விஷயத்தைச் சுற்றிவளைக்காமல் சொன்னதும், சதாசிவம் முதலில் 'என்ன?' என்று அதிர்ந்தார். அப்புறம் உடனேயே, சற்றும் யோசிக்காமல் 'நான்சென்ஸ்' என்று ஒதுக்கித் தள்ளிவிட்டார்.

நித்யா பொறுமையுடன் விளக்கினாள். விசுவுக்கு இருக்கும் நல்ல எதிர்காலத்தை எடுத்துக் கூறினாள். அத்தனை மோசமான இடமில்லை, விசுவின் அம்மா காலேஜ் லெக்சரர் என்பதைத் தெளிவாக்கினாள். அப்புறம், அவனோடுதான் சந்தோஷமாக வாழமுடியுமென்று நம்புவதையும் அடித்துச் சொன்னாள்.

என்ன சொல்லி என்ன!

எதையுமே காதில் முழுசாய் வாங்காமல் சதாசிவம் திரும்பத்திரும்ப 'பைத்தியக்காரப் பேச்சு, நான்சென்ஸ்' என்றார். இல்லாவிட்டால், 'என்ன இருக்கிறது அந்த நோஞ்சான் பயலிடம்' என்றார். அதுவும் இல்லாவிட்டால், 'அந்த அம்மாளுக்கு, ஒரு விதவை டீச்சருக்கு, என் சம்பந்தியாக என்ன யோக்கியதை இருக்கிறது' என்றார்.

காலையிலிருந்தே சும்மா வாய்க்கு வாய் டீச்சர், அந்தஸ்து என்று அப்பா சொன்ன போதெல்லாம் அதை விளக்கியோ, அல்லது 'ஸோ வாட்' என்று பதில்கேள்வி கேட்டோ அலுத்துவிட, இப்போது அவர் திரும்ப 'விதவைக்குத் தகுதி இருக்கிறதா?' என்று கேட்டதும் நித்யா மௌனமாய் இருந்தாள்.

''உன் நிலைமையக் கொஞ்சம் மனசுல நினைச்சுப் பாரு, நித்யா... ஏ.சி. ரூம்... விரலசைச்சா ஓடிவர டிரைவரோட கார், ஆள்கள்... அப்பறம், பணம்! எல்லாத்தையும் விடு... மாசாமாசம் நீ ப்யூட்டி பார்லருக்குப் போய்வர செலவழிக்கற பணம், 'புடீக்' அங்க இங்க போய் லேடஸ்ட் ஃபேஷன் டிரெஸ் வாங்கற பணம்... அட்லீஸ்ட் இத மட்டுமாவது அந்த உதவாக்கரை ஆளால ஒழுங்கா உனக்குக் குடுக்க முடியும்னு நீ நினைக்கறியா?''

நித்யா எரிச்சலுடன் பெருமூச்சு விட்டாள்.

"இன்னிக்கு வேணா விசு ஸ்டூடண்டா இருக்கலாம்... ஆனா, அவன் ரொம்பக் கெட்டிக்காரன். நாலு மாசத்துல அமெரிக்காவுக்குப் போய் எம்.எஸ். பண்ணிட்டுத் திரும்பி வந்தா, ஃபர்ஸ்டு கிளாஸ் வேலை கிடைக்காதா? அப்பறம் நீங்க சொல்ற இந்த வசதியெல்லாம் விரலசைச்சா தானா ஓடிவராதா?"

சதாசிவம் ஓங்கித் தலையில் அடித்துக்கொண்டார்.

"கடவுளே! இந்தப் பொண்ணோட புத்தி ஏன் இப்படிக் கெட்டுப்போச்சு! அமெரிக்கா போயி எம்.எஸ். படிச்சு வேலைபாத்து... இப்போதைக்கு நடக்கற காரியமா இதெல்லாம்? சரி, அதுவரைக்கும்? மாமனார் வீட்டோட மனைவிய விட்டுட்டு, செலவுக்கெல்லாம் பிச்சையெடுக்கறதா உத்தேசமா?"

நித்யா கோபத்தை அடக்கிக்கொண்டு புன்னகைத்தாள்.

"நாங்க உடனே கல்யாணம் பண்ணிக்க விரும்பறோம்னு நா சொல்லலியே, டாடி! நிச்சயதார்த்தத்தை செஞ்சிடலாம்... அப்பறம், விசு ஸ்டேட்ஸ் போகட்டும், நா இங்க சி.ஏ. படிக்கறேன்... மூணு நாலு வருஷம் கழிச்சு கல்யாணத்தை வெச்சிக்கலாம்! நிஜமா இதான் எங்க ஒரிஜினல் பிளான்கூட!"

சதாசிவம் ஆத்திரத்துடன் எழுந்து நடந்தார்.

"மண்ணாங்கட்டி பிளான்! நோ, நித்யா... நீ சொல்றது எதுவுமே பிராக்டிகலா இல்ல! உனக்குச் சின்ன வயசு... உலகம் இன்னும் சரியா புரியலை. சந்தோஷமா வாழ வசதி வேணும், அதுக்கு நிறைய பணம் வேணும்! மணி ஈஸ் எ மஸ்ட்! பணமில்லாம வாழற வாழ்க்கை எப்படியிருக்கும்னு உன்னால கற்பனைகூட பண்ணமுடியாது! பேசாம காதல் அது இதுன்னு உளறாம, நாங்க சொல்றதைக் கேளு... திரும்ப இன்னொரு தரம் இந்தப் பேச்சை எடுக்காதே... அப்பா, அம்மா மேல உனக்கு மரியாதை, அன்பு இருந்திச்சின்னா, நாங்க சொல்றதைக் கேளு!"

மகாகோபத்துடன் அறையில் இப்படியும் அப்படியும் நடந்தவர், "டாடி... நா..." என்று துவங்கின நித்யாவை, "ஷ்... ஷ்..." என்று சொல்லி அடக்கினார்.

"அந்த விசு ஒரு ஸ்கௌண்ட்ரல்... பணக்கார வீட்டுப் பொண்ணுனு கணக்குப் போட்டு உனக்குக் குறி வெச்சிருக்கான்! பேசி, சிரிச்சு, ஸ்விம் பண்ணி உன் மனசை வகையா கெடுத்திருக்கான்! ராஸ்கல்... தான் யார், தன் அந்தஸ்து என்னன்னு அவன் உணந்திருந்தா, இப்படி நடந்திட்டிருப்பானா? எத்தனையோ பெரிய மனுஷங்க வீட்டுல இப்படிப் பணத்துக்காக பசங்க சின்னப் பொண்ணுங்களை ஏமாத்தியிருக்கறது எனக்குத் தெரியும்... இந்த விசுவும்..."

இனியும் பொறுக்க இயலாது என்றாக, நித்யா படபடப்புடன் குறுக்கிட்டாள்.

"ஓ, ஸ்டாப் தட், டாடி... நானும் போனாப்போவுதுனு பொறுத்துகிட்டிருந்தா, நீங்க ரொம்பத்தான் அதிகமா பேசறீங்க! விசு ஒண்ணும் உங்க பணத்துக்காகத் தவிச்சுகிட்டு நிக்கலை! உங்க பணத்தை லட்சியம் பண்றவன் அவனில்ல! உங்களையும், அம்மாவையும் ரொம்ப உசத்தியா நா நினைச்சுகிட்டிருந்தேன்... நீங்க ரெண்டு பேருமே சரியான ஹிப்பாக்ரட்ஸ்! பேசறது ஒண்ணு, வாழ்க்கைல செய்யறது ஒண்ணு! ஊருக்கு உபதேசம் பண்றது ஒண்ணு, தனக்குனு வரும்போது செய்யறது ஒண்ணு! போறும்... இனிமேயும் சும்மா விசுவை மட்டம்தட்டிப் பேசாதீங்க... நா அவனை விரும்பறேன், அவன் என்னை விரும்பறான்... புரிஞ்சுகாட்டிப் போங்க... ஐ டோண்ட் கேர்!"

குரலெடுத்துக் கத்தியவள், கண்களில் பொங்கிய நீரைத் துடைக்காமல் அப்பாவின் அறையைவிட்டு வெளியேறி, தன்னறைக்குச் சென்று படுக்கையில் விழுந்தாள்.

எண்ணி நாலு நிமிஷங்கள் போவதற்குள், அறைக்கதவைத் திறந்துகொண்டு சதாசிவம் வந்து நின்றார்.

"தட்ஸ் இனஃப்... நிறுத்து! நானும் பொறுமையா இருக்கயிருக்க, நீ அளவுக்கு மிஞ்சிப் பேசறே! இப்ப தீர்மானமா சொல்றேன், கேட்டுக்க நித்யா... அந்த விசுவை நீ கட்டிக்க நா சம்மதிக்க மாட்டேன்! எஸ், ஐ வோண்டு அக்ரி! அவன் மன்மதனா, உத்தமனா, ஜீனியஸா இருந்தாலும், எனக்கு அவனைப் பிடிக்கலை... அவ்வளவுதான்! ஓகே? நீ கெட்டிக்காரி, உன் லிமிட் எதுன்னு தெரிஞ்சவ... ஸோ, இதோட நா விஷயத்தை விடறேன். இன்னும் ஒரு வாரம் டைம் தரேன்... அதுக்குள்ள இந்தப் பேத்தலை நீ சுத்தமா மனசை விட்டுத் துடைச்சுப் போட்டுடணும்! இப்போதைக்கு உன்மேல நம்பிக்கை வெச்சு, நீ என் பேச்சைக் கேப்பேனு தைரியமா நா உன்னை வழக்கம்போல சுதந்திரமா இருக்க விடப்போறேன்... ஆனா, நீ அந்த விசுவைப் பாக்கக்கூடாது, பேசக்கூடாது, பழகக் கூடாது! என் பேச்சை நீ மீறினது தெரிஞ்சா, நா நிஜம்மா பொல்லாதவனா ஆயிடுவேன் நித்யா! அதனால, என்னோட விளையாடாதே... ஐ மீன் இட்!"

ஒவ்வொரு வார்த்தையாக அழுத்தம் கொடுத்து, நிறுத்திப் பேசிவிட்டு, மூக்கில் கோபம் எட்டிப்பார்க்க பதில் பேசத் துடித்த பெண்ணை லட்சியம் பண்ணாமல் கதவைத் திறந்தவர், கொஞ்சம் நிதானித்தார்.

"அருணுக்கு இந்தக் கேலிக் கூத்தெல்லாம் தெரியுமா?"

நித்யா பதில் சொல்லாமல் அழுக்காக இருக்க, "சொல்லு, அந்தப் பையனுக்கு இந்தச் சமாச்சாரம் தெரியுமா?" என்று அடிக்குரலில் மீண்டும் கேட்டார்.

தெரியுமென்று சொல்லலாமா வேண்டாமா?

தெரியுமென்று சொன்னால், 'ஓ, அவனும் இதற்கு உடந்தையா! சரி, இனிமேல் நீ அவனையும் சந்திக்கக்கூடாது' என்று சொல்லிவிட்டால்?

அரையும்குறையுமாக யோசனை பண்ணியவள், "தெரியாது..." என்றாள்.

"குட்! ஒரு விஷயத்துலியாவது கொஞ்சம் புத்திசாலித்தனத்தோடு நடந்துகிட்டிருக்கே! அருணுக்கு இந்தப் பேத்தல் தெரியக்கூடாது, நினைப்புல வெச்சிக்க! பெத்தவங்க மனசு கோணாம நடந்துக்கற நித்யாவா என்னிக்கும் இரு..."

கண்டிப்பாகப் பேசிவிட்டு சதாசிவம் போனதும், தலையணையில் முகத்தைப் பதித்துக்கொண்டு நித்யா ரொம்ப நேரத்துக்கு விசித்தாள்.

அப்பா, அம்மாவிடம் எத்தனை எதிர்பார்த்தேன்!

நாகரிகமானவர்கள், பரந்த மனப்பான்மை கொண்டவர்கள், அறிவுபூர்வமாக எதையும் அணுகுவார்கள் என்று எத்தனை பெருமையாய் இருந்தேன்!

ஒன்றுமில்லை! இவர்களும் ஏகமாய் விருப்புவெறுப்பு கொண்ட சாதாரண மனிதர்கள்தாம்! பணம், அந்தஸ்து, ஆடம்பரம் என்று அத்தனைக்கும் முக்கியத்துவம் கொடுக்கும் அதிசாதாரணப் பிறவிகள்தாம்!

அன்று முழுவதும் நித்யா தன்னறையிலிருந்து வெளியே வர மறுத்தாள்.

சாயங்காலம் அருணிடமிருந்து போன் வந்திருப்பதாக வந்து சொன்ன அம்மாவிடம், "தலைவலி... அப்பறமா பேசறேன்..." என்று சொன்னாள்.

என்ன ஆயிற்றோ என்ற துடிப்புடன் இருந்த அருண், விசுவுக்கு அவள் போனில் பேச மறுத்த உடனேயே என்னவோ கடாமுடா என்று புரிந்துபோனது.

அவர்கள் பயந்தது போலவே, மறுநாள் மதியம் நித்யாவைச் சந்தித்தபோது விஷயமும் இருந்தது.

"அப்பா சம்மதிக்கலை... எவ்வளவோ டிரை பண்ணேன், அவர் புரிஞ்சுக்கவே மறுக்கறார்! பரவாயில்ல! நீ இன்னிக்கே

புறப்பட்டு திருச்சிக்குப் போ விசு... உங்க ஒரு வீட்டுச் சம்மதம் கிடைச்சாக்கூட நமக்குப் போறும்..."

நடந்ததை விளக்கி, இறுதியில் நித்யா தீர்மானமாகக் கூற, இரவு வண்டியில் விசு திருச்சிக்குப் பயணமானான்.

———

10

சீதாலக்ஷ்மிக்கு அலுப்பாக இருந்தது.

காலை நாலு மணியிலிருந்து குனிந்து உட்கார்ந்து, மாதப் பரிட்சை பேப்பர்களைத் திருத்துவதில், கழுத்து வலித்தது. கண்கள் எரிந்தன.

பேனாவை வைத்துவிட்டு, கைகளைத் தூக்கி சின்னதாகச் சோம்பல் முறித்தபோது, அறை வாசலில் நிழலாடியது.

அம்மணி.

அன்றாடம் காலை மாலையில் வந்து, சமைத்து வைத்துவிட்டுப் போகும் அம்மணி.

காலையில் ஐந்தரைக்கு எழுந்து ஃபில்டரில் பொடி போட்டு, பல் தேய்த்து முகம் கழுவிக்கொண்டு அவள் வருவதற்கும், முன்கதவு நாதாங்கியை 'டொக்'கென்று அம்மணி தட்டுவதற்கும் சரியாக இருக்கும்.

சமையல் என்னவென்று கேட்டு சமைத்து, சீதாலக்ஷ்மி, குழந்தைகளுக்குக் கையில் டிபன் கட்டிக்கொடுத்து, சாப்பாடு போட்டு, சமையலறையை அலம்பிவிட்டு, ஒன்பது மணிக்கு வீட்டைப் பூட்டிக்கொண்டு இவர்கள் கிளம்புகையில், அம்மணியும் வேலை முடிந்து தயாராக இருப்பாள்.

திரும்ப மாலையில்...

நாலரைக்கோ ஐந்துக்கோ சீதாலக்ஷ்மி சொல்லும் நேரத்துக்கு வந்து, டிபன், இரவுச் சமையலைச் செய்துவைத்துவிட்டு, ஏழுக்கெல்லாம் 'நா வரேன், மாமி' என்று கிளம்பிவிடுவாள். அப்புறம் சாப்பாட்டுக் கடையைக் கவனித்து, ஒழித்து, மற்றவற்றைக் கவனிப்பது சீதாலக்ஷ்மியின் வேலைதான்.

அம்மணியின் காரியம் வெகு நெருவிசு. வத்தல்குழம்பும் அரைத்துவிட்ட சாம்பாரும், சாப்பிடு, சாப்பிடு என்று தூண்டும்.

முக்கியமாய், அம்மணியிடம் திருட்டுப்புரட்டு கிடையாது. வந்து சமைத்துவிட்டுப் போகும் சிலர், இடுப்பில் சின்னச்சின்ன பைகளைச் செருகிக்கொண்டு, சமயம் கிடைத்தபோது சர்க்கரையும் காபிப்பொடியும் தோசை மிளகாய்ப்பொடியும் அள்ளிக்கொண்டு போகும் இந்த நாளில், அம்மணி மாதிரி நேர்மையானவள் அகப்பட்டதில் சீதாலக்ஷ்மிக்குப் பரம திருப்தி.

கணவர் அகாலமாக திடுதிப்பென்று, ஒரு வியாதி சொல்லாமல், இரண்டு நாள்கூடக் கிடக்காமல், 'செரிப்ரல் ஹெமரேஜ்' என்ற மூளை ரத்தக்கசிவில் போய்ச்சேர்ந்த பிறகு, எம்.ஏ. படித்துவிட்டு சும்மா இருப்பது இனி நமக்குக் கட்டுப்படியாகாது என்று சீதாலக்ஷ்மி வேலைக்குப் போகத் துவங்கிய பிறகு, தெரிந்தவர் மூலம் வந்தவள் இந்த அம்மணி.

அது நடந்தும் ஓடிவிட்டன வருஷங்கள் ஆறு.

"என்ன, அம்மணி?"

"இட்லிக்கு நனைக்கணும்னு சொன்னேளே..."

"ஆமா, மறந்தே போயிடுத்தே!"

சுவர்க் கடிகாரத்தைப் பார்க்க, அது ஏழு என்றது.

"ஏழாயிடுத்து, அம்மணி... இனிமே உளுந்தை ஊறவெச்சு அறைக்கறது ஆகற காரியமில்ல. நாளைக்கு ஞாபகமா நனைச்சுடலாம். சமையலாயிடுத்தா?"

"ஆயிண்டிருக்கு..."

"சாயங்கால டிபனுக்கு என்ன பண்ணலாம் சொல்லு... ரெண்டு நாளா பட்சணங்கள் இருந்ததால, நல்ல டிபனா பண்ணலியே..."

"என்ன செய்யணும்னு சொல்லுங்கோ, செய்யறேன்..."

"தவலை தோசைன்னு நேத்திக்கு ரமா, ஒண்ணு பண்ணிக்கொண்டு வந்திருந்தா, நன்னாயிருந்துது... அதை வேணா செய்யறியா? ஒரு ஆழாக்கு புழுங்கலரிசி, ஒரு ஆழாக்கு பச்சரிசி, உளுத்தம் பருப்பு, துவரம் பருப்பு, கடலைப் பருப்பு தலா அரை ஆழாக்கு... ஒண்ணா நனைச்சிடு! அரைமணில ஊறிடும். பெருங்காயம், பச்சை மிளகா, உப்பு போட்டு, கொஞ்சம் நறநறன்னு கெட்டியா அரைச்சு வெச்சுடு... சாயங்காலமா தேங்காத் துருவல், மிளகு, ஜீரகம், கறிவேப்பிலை போட்டு, இலுப்பச்சட்டியில தாராளமா எண்ணெய் விட்டு, ஒரு அங்குல தடிமனுக்கு இதைத் தட்டினாப்பல ஊத்திடு... பத்துப் பதினைஞ்சு நிமிஷம் இட்லிப்பானை மூடியால மூடி, சின்னத்தீயில வெச்சா, மொறு மொறுனு அடிப்பக்கம் வெந்துண்டு, திங்க ருஜியா இருக்கு! பிடிச்சுதுன்னா, ஒரு பிடி முழுப் பச்சைப் பயிரையும் ஊறவெச்சு சேத்து அரைக்கலாமாம்..."

"திருப்பிப் போட வேண்டாமா?"

"போடணும்... சும்மா சித்த நாழி போட்டாப் போறும். மொதல் பதினைஞ்சு நிமிஷத்துலயே நன்னா வெந்துடறது."

அம்மணி உன்னிப்பாகக் கேட்டுக் கொண்டிருந்துவிட்டு உள்ளேப் போக, சொச்சப் பேப்பர்களை சீதாலக்ஷ்மி திருத்தி முடித்தாள். "மணி ஏழரை ஆச்சே, குளிக்கப் போகலியாம்மா?" என்று, உள்ளறைக்குள் எட்டிப் பார்த்து, ஏதோ படித்துக்கொண்டு, பேசிக்கொண்டு உட்கார்ந்திருந்த பெண்களைக் கிளப்பினாள். மூன்று பேரும் குளித்துத் தயாரானதும், தானும் கிளம்பினாள்.

எட்டே முக்காலுக்குள், பெண்களுக்கும், தனக்கும் மதியத்துக்கு அம்மணி எலுமிச்சம் சாதம் கலந்திருந்ததை எடுத்து டப்பாக்களில் வைத்தாள். "ம்ம்... நேரமாச்சு, சாப்பிட உக்காருங்கோ..." என்று பெண்களை விரட்டினாள். மூத்தவளைப் பார்த்து, "மைதிலி, இன்னிக்கு சாயங்காலம் பாட்டுக் கிளாஸ் இருக்கு, மறந்துடாதே..." என்றாள். பிளேடால் விரலைக் கீறிக்கொண்ட கடைக்குட்டி சுமதிக்கு, ஸாவ்லான் தடவி பாண்ட்-எய்ட் போட்டு விட்டாள். "அம்மணி, தட்டு வெச்சாச்சா?" என்று குரல்கொடுத்தாள். "தாயி, பாத்ரூம்ல பாசி பிடிச்சு ரொம்ப வழுக்கறது, வெறுமனே தண்ணி கொட்டி அலம்பாம, சோடா மாவு போட்டு தேய்ச்சுத் தள்ளிவிடு..." என்றாள்.

சாப்பிட உட்கார்ந்து, கலத்தில் சாதம், பருப்பு போட்டுப் பிசைகையில், வாசல் மணி அழைத்தது.

எச்சில் கையுடன் வாசலுக்கு ஓடின இரண்டாவது பெண் சாந்தி, கதவைத் திறந்துவிட்டு, "அண்ணா..." என்று சந்தோஷமாகக் கத்தினாள்.

"ஹலோ, காந்தி!" பரிவுடன் தங்கையின் தலையை ஒரு தட்டு தட்டினான் விசு.

காந்தித் தாத்தா காது மாதிரி லேசாக தொள்ளைக் காதாக சாந்திக்கு இருந்ததால், அவன் அவளை 'காந்தி' என்றுதான் செல்லமாக அழைப்பான்.

"யாரு? விசுவா! என்னப்பா திடும்னு?"

குரல் கேட்டு எழுந்து வந்த சீதாலக்ஷ்மி ஆச்சரயத்தோடு கேட்க, மற்ற இரு தங்கைகளும், "அண்ணா, ஹவ் நைஸ் டு ஸீ யூ..." என்றபடி கிட்டத்தில் வந்து கையைப் பிடித்துக்கொண்டனர்.

"ஏம்மா? வரக்கூடாதா? பாக்கலாம்போல இருந்துது... வந்தேன்..."

"இப்ப லீவு ஒண்ணுமில்லியே! 'மாடிக்ரா' வரப்போறது, எக்ஸாம்ஸ் வேற..."

விசு பதில் சொல்லாமல் சிரித்தான்.

தோள்பையைத் தரையில் போட்டுவிட்டு நாற்காலியில் அமர்ந்தான்.

"ட்ரெய்ன் எக்கச்சக்க லேட்மா... கூட்ஸ் வண்டி ஒண்ணு டீரெய்ல் ஆயிடுத்தாம்... அத்துவானக் காட்டுல மூணுமணிநேரம் போல போட்டுட்டான்! காபிகூடக் குடிக்கலை! நல்லதா மொதல்ல காபிம்மா..."

உள்பக்கம் திரும்பி, "அம்மணி, சட்டுனு ஒரு ஸ்பூன் பொடி போட்டு தண்ணி விடு..." என்றவள், மகனிடம், "ரெண்டு நாள் இருப்பியோன்னோ?" என்றாள்.

"ம்ஹூம், முடியாதும்மா... இன்னிக்கு மட்டும்தான்... ராத்திரி ட்ரெய்னைப் பிடிக்கணும்... வேலையிருக்கு."

"என்னண்ணா நீ... நாளைக்கு இருந்துட்டுப் போண்ணா, ப்ளீஸ்..."

கெஞ்சிய மைதிலியை, விசு ஏறிட்டுப் புன்னகைத்தான். அருகில் நின்ற சுமதியை இழுத்து அணைத்துக் கொண்டான்.

"ஐ யம் ஸாரி மைதிலி... இருக்க முடிஞ்சா இருக்க மாட்டேனா?"

"அப்ப, நாங்க இன்னிக்கு காலேஜ், ஸ்கூலுக்குப் போப்போறதில்ல... என்னம்மா?"

விசு அவசரமாக அம்மா பதில் சொல்லுமுன் குறுக்கிட்டான்.

"காலேஜ் போகாம இருக்கக்கூடாது மைதிலி... நீங்கள்லாம் போயிட்டு சுருக்க வந்துடுங்கோ... அம்மாகிட்ட எனக்குக் கொஞ்சம் பேசவேண்டியிருக்கு... நாலு மணிக்கெல்லாம் வந்துட மாட்டேளா? முடிஞ்சா சாயங்காலமா சினிமா போலாம்... நா ராத்திரிதான் கிளம்புவேன்."

அண்ணாவின் பேச்சை ஏற்று தங்கைகள் உள்ளே போய்விட, சீதாலக்ஷ்மி அங்கேயே நின்று மகனை ஊன்றிப் பார்த்தாள்.

என்னோடு என்ன பேச விரும்புகிறான்?

அமெரிக்கா போகும் சமாச்சாரமாக ஏதாவது தெரிந்துவிட்டதோ?

ஸ்காலர்ஷிப் கிடைக்கவில்லை, ஆனாலும் நான் போக விரும்புகிறேன், அங்கு போனால் கிடைத்துவிடுமென்ற நம்பிக்கை இருக்கிறது என்று ஏதாவது சொல்லப் போகிறானோ?

சின்ன வயசிலிருந்தே விசுவுக்கு விளையாட்டுத்தனமும், துறுதுறுப்பும் அதீதம்.

எடுத்ததை இருந்த இடத்தில் வைக்க மாட்டான். நின்ற இடத்தில் நிற்கமாட்டான். ஒரு நிமிஷம் வாய் மூடி உட்கார மாட்டான். சிறுபிள்ளைத்தனமான விஷமம் ஏராளம்.

கணவர் இறந்த புதிதில் விசுவை நினைத்து சீதாலக்ஷ்மி நிறைய கவலைப் பட்டிருக்கிறாள்.

தலைப்பிள்ளை, சுமைதாங்கியாக ஆணில்லாத குடும்பத்தில் செயல்பட வேண்டுமே, தங்கைகள் பொறுப்பைத் தோளில் ஏந்தி அமைதியாய்ச் செயல்பட வேண்டுமே என்று நிறைய தவித்திருக்கிறாள்.

ஆனால், எத்தனைக்கெத்தனை சிறுபிள்ளைத்தனமும் துறுதுறுப்பும் இருந்தனவோ, அவற்றைவிட கெட்டிக்காரத்தனமும், புத்திசாலித்தனமும், அம்மா, தங்கைகள் மேல் பாசப்பிணைப்பும் அதிகமாக இருப்பதை, விசு ஐ.ஐ.டி-யில் சேர்ந்த பிறகு புரிந்துகொள்ள முடிய, சீதாலக்ஷ்மி சமாதானமானாள்.

ஐ.ஐ.டி-யில் இடம் கிடைத்துவிட்டது என்பதற்காக உடனே சரியென்று சொல்லாமல், மாசம் குறைந்தபட்சம் நானூறு ரூபாய் ஆகுமே, இது தங்களுக்குக் கட்டுப்படியாகுமா? என்று அவன்

தயங்கி நின்றபோது, தோளில் தட்டி உற்சாகப்படுத்தியது சீதாலக்ஷ்மிதான்.

“முடியும், விசு... எனக்குச் சம்பளம் எழுநூறு... அப்பா பணம் வந்ததை பாங்க்ல போட்டு வெச்சிருக்கறதுலேந்து மாசம் நானூறு கிடைக்கறது... மாடி வாடகைப் பணம் நூத்தம்பது... இதுல உனக்காக நானூறு குடுக்கறது சிரமமா இருக்காது! பாக்கி எங்களுக்கு வெள்ளம்! வீட்டு வாடகை இல்ல, சாப்பாடு உபரிச் செலவுக்கு எண்ணூறு ரூபா நாலு பேருக்குப் போறாதா என்ன?”

சீதாலக்ஷ்மி சொல்லிவிட்டாளே தவிரவும், நிறைக்க குடும்பம் நடத்துவது, நாள் கிழமைக்குத் துணிமணி வாங்குவது, தலைவலி ஜூரம் என்றால் டாக்டரிடம் போவது, சினிமா அது இது என்று செல்வது என்று அத்தனையும் அதற்குள்தான் என்றபோது, விசிறியடித்து தாராளமாய் செலவு செய்வதென்பது நடக்காத காரியமாகத்தான் இருந்தது.

இதெல்லாம் விசுவுக்குத் தெரியும். நன்றாகவே தெரியும். “ஐ.ஐ.டி. படிப்பை முடிச்சதும், அமெரிக்காவுக்கு எம்.எஸ். பண்ணுப்போற சான்ஸ் இருக்கும்மா... ஒரு காசு செலவில்லாம ஒரு வருஷம் படிச்சு முடிச்சுடுடா, அப்பறம் கவலையில்ல... நன்னா படிச்சா, படிப்பு முடிஞ்ச உடனேயே எங்கிட்ட வா, உங்கிட்ட வான்னு அங்கயே கம்பெனிகள் வேலைக்குக் கூப்பிடுவா! வருஷம் இருவதாயிரத்துலேந்து முப்பதாயிரம் டாலர் வரை ஈஸியா கிடைக்கும்... பத்தாயிரத்தை நா செலவழிச்சாக்கூட, உனக்குப் பத்தாயிரம் அனுப்ப முடியும். அப்படீன்னா, வருஷத்துக்கு எழுவதாயிரம் ரூபா! ரெண்டு வருஷம் சம்பாதிச்சு சேத்துட்டேன்னா, மைதிலி, சாந்தி கல்யாணத்தைப்பத்திக் கவலைப்பட வேண்டாம்! அப்பறம் இந்தியாவுக்கு வந்தா, மூவாயிரம் நாலாயிரம்னு சம்பளம் வர்ற வேலை நிச்சயமா கிடைக்கும்... சுமதி பெரியவளாறதுக்குள்ள, நா நன்னா காலை ஊனிண்டுடுவேன்!”

லீவுக்கு லீவு விசு வரும்போதெல்லாம் உணர்ச்சிவசப்பட்டுப் பேசுவதைக் கேட்டு சீதாலக்ஷ்மி பூரித்துப் போனாள்.

ஆனால், கூடவே, இத்தனையும் நடக்க வேண்டுமே, நாம் நினைத்தபடி நடக்க வேண்டுமே என்ற கவலையும் எழும்.

ஆயிற்று... இன்னும் ஒரு வருஷம்... அப்புறம் சம்பாதிக்கத் துவங்கி விடுவான், ஆயிரம் ஆயிரமாகப் புரட்டத் துவங்கிவிடுவான் என்று இரவும் பகலும் சந்தோஷிப்பதை வெளிக்குக் கூடக் காட்டாமல் நிதானமாக இருக்க முயற்சிக்கும் சீதாலக்ஷ்மிக்குள், அன்று சொல்லாமல் கொள்ளாமல் விசு வந்து இறங்கினதும் கவலை பிறாண்டியது நிஜம்.

என்ன பேசவேண்டும் என்கிறான்?

தங்கைகளிடம் சிரித்துப் பேசினாலும், முகத்தில் ஒரு தவிப்பு இருப்பது எதனால்?

அம்மணி நீட்டிய காபியை சீதாலக்ஷ்மி மகனிடம் கொடுத்தாள்.

''நா உன்கிட்ட கொஞ்சம் பேசணும்மா... காலேஜுக்கு லீவு போடறியா, ப்ளீஸ்?''

''சாயங்காலமா பேசக்கூடாதாப்பா?''

''இல்லம்மா... நிறைய பேசணும்... தனியா பேசணும்... ப்ளீஸ்...''

சீதாலக்ஷ்மி பதில் சொல்லவில்லை.

மார்புக்கூட்டுக்குள் பறவைகள் பறக்க, மைதிலியை பிரின்சிபாலிடம் தான் வர இயலாததைத் தெரிவிக்கச் சொன்னாள். குளித்து வந்த விசுவோடு ஒன்றாக அமர்ந்து சாப்பிட்டாள். அம்மணியை அனுப்பிவிட்டு, வாசக்கதவை தாள்போட்ட பின் ஹாலில் உட்கார்ந்தாள்.

சில நிமிஷங்களுக்குப் பொதுவாகப் பேசிக்கொண்டிருந்துவிட்டு, அப்புறமாய் மகனை நிமிர்ந்து பார்த்து, ''சொல்லு... என்னமோ பேசணும்னு சொன்னியே, என்ன?'' என்றாள்.

விசு சில கணங்களுக்கு மௌனமாய் இருந்தான். தயக்கமாக இருந்தது. நிறைய பயமாகவும் இருந்தது.

அம்மாவின் குணம் அவனுக்கு நன்றாகத் தெரியும். எந்தச் சூழ்நிலையையும் யதார்த்தக் கண்ணோட்டத்தோடு, வயசுக்கு மீறின விவேகம், தைரியத்தோடு எடுத்துக் கொள்பவள் என்பது தெரியும்.

ஆனாலும்?

நான் இப்போது சொல்லப்போகும் சமாச்சாரத்தை அம்மா எப்படி எடுத்துக் கொள்வாளோ!

என் கோணத்திலிருந்து பார்க்காமல், 'என்ன விசு இது?' என்று அதிர்ந்து போவாளோ?

இல்லை, தனக்கேயுரிய சுபாவத்தில், பதறாமல் கொள்ளாமல், 'ம், அப்படியா? சரி, என்ன பண்ணவேண்டும் என்று சொல்கிறாய்?' என்று கேட்பாளா?

விசுவுக்குக் கவலையாக இருந்தது.

அம்மா தன் ஐ.ஐ.டி. படிப்பையும், அது இன்னும் ஒரு வருஷத்தில் கொட்டப்போகும் பணத்தையும், அதன்மூலம் தங்கைகள் வாழ்க்கை உன்னதமாக அமையப் போவதையும் நினைத்து சந்தோஷிப்பதை மீண்டும் ஒருமுறை மனசில் நிறுத்திப் பார்த்தபோது, அந்தக் கவலை அதிகமானது.

பிடறியில் வியர்த்தது.

"என்னப்பா... என்னமோ பேசணும்னு சொன்னே! இப்போ எதுவுமே பேசாம சும்மாயிருக்கே? ம்?"

விசு கட்டைவிரல் நகத்தைக் கடித்தான். சின்னக்குரலில், ரொம்பச் சின்னக்குரலில்,

"அம்மா..." என்று தொடங்கினான்.

————

11

சீதாலக்ஷ்மி அதிர்ந்துப் போயிருந்தாள்.

நெஞ்சுக்குள் மரங்கொத்தி ஒன்று வலிக்கவலிக்கக் கொத்தியது. மூச்சு விடுவது கஷ்டமாய் இருந்தது. கொடுடிவிடட்டுமா என்று கண்களின் விளிம்பில் கண்ணீர் பிடிவாதம் பிடித்தது.

விசுவா!

இருபத்தியோரு வயசு விசுவா!

மீசை பொசுபொசுவென்று முளைத்துவிட்டாலும், ஷேவ் இன்னும் ஒழுங்காகச் செய்யத் துவங்காத விசுவா!

நித்யாவைக் காதலிக்கிறேன், அவளைக் கல்யாணம் பண்ணிக்கொள்ள விரும்புகிறேன், அவள் தந்தை இந்தக் கல்யாணத்துக்கு சம்மதிக்கவில்லை என்று நீளமாகப் பேசுவது விசுவா!

கடவுளே!

வெண்ணெய் திரண்டுவரும் சமயத்தில் தாழி உடைந்த கதையாய் என்று ஏதோ பழமொழி சொல்வார்களே, அதுபோல என்ன இதெல்லாம்!

ஆயிற்று, இன்னும் நாலு மாசம்... அப்புறம், விசுவின் படிப்பு முடிந்துவிடும். அப்புறம், அவன் விருப்பப்படி

அமெரிக்கா செல்வது நிச்சயம். அப்புறம், எம்.எஸ். முடிக்க ஒரே ஒரு வருஷம். அப்புறம், வேலைதான்... கை நிறைய சம்பளம்தான். அப்பா இல்லாத பெண் என்ற குறை தெரியாமல், இளசாக இருக்கும்போதே, டிகிரி முடித்த கையோடு நல்ல பையனாகப் பார்த்து, மைதிலியின் கல்யாணத்தை அமர்க்களமாக நடத்திவிடலாம்... என்று மனசுக்குள் சதா எண்ணி சந்தோஷிப்பதை அடித்து விரட்டுகிற மாதிரி, என்ன வார்த்தைகளை இவன் சொல்லிவிட்டான்!

என்ன சொல்லி இவனை என் வழிக்குக் கொண்டு வருவேன்?

என்ன சொல்லி, 'அடேய், இந்த வயசில் காதல், கல்யாணம் என்றால், அது நன்றாக இல்லை. பொறுப்பில்லாதவன் என்று நான் மட்டுமில்லை, ஊரே சொல்லி சிரிக்கும்' என்பதை எப்படி இவனுக்குப் புரியவைப்பேன்?

சீதாலக்ஷ்மிக்குக் கோபம் வந்தது, ஆத்திரம் சீறியது... கூடவே, என்ன செய்வோமென்ற பிரமிப்பும் கலந்து ஒருவிதக் கையாலாகாத அழுகையைக் கொப்பளிக்க வைத்தது.

"அம்மா..."

"....."

"நாம்பாட்டுக்குப் பேசிண்டேயிருக்கேன், நீ ஒண்ணும் சொல்ல மாட்டேங்கறியே? ஏதாவது சொல்லும்மா..."

சீதாலக்ஷ்மி பார்வையைத் தழைத்தாள்.

நிமிர்ந்தால் கண்ணோரத்து ஜலம் கன்னத்தில் கோடுபோடுவது நிச்சயம் என்று புரிய, பிரயத்தனத்துடன் குனிந்துகொண்டாள்.

"இந்த நியூஸ் உனக்குக் கொஞ்சம் ஷாக்கிங்கா இருக்கும்னு நா எதிர் பாத்ததுதான்... ஆனா அம்மா, என்னை நீ சரியா புரிஞ்சுக்கணும், ப்ளீஸ்... புரிஞ்சுப்பேங்கற நம்பிக்கை எனக்கு இருக்கு! இவ்வளவு சுருக்க காதல், கல்யாணம்னு நா

பேச்செடுப்பேன்னு நீ எதிர்பாத்திருக்க மாட்டே... எனக்குத் தெரியும். நானும் இந்த மாதிரி ஒரு சூழ்நிலை எனக்கு உண்டாகும்னு நினைக்கவேயில்ல. எதிர்பாக்காத தினுசுல என்னென்னமோ நடந்துடுத்து... நிதானமா, ஆற அமர உன்னை நானும் நித்யாவும் சந்திச்சு விவரங்களைச் சொல்லணும்னுதான் நினைச்சோம்... ஆனா, நாங்க நினைச்சது ஒண்ணு, நடக்கறது ஒண்ணா இருக்கறதுதான் நிஜம்.''

சீதாலக்ஷ்மி தலையை நிமிர்த்தாமலேயே பேசினாள்.

"நீ சொல்றது ரொம்ப சரி விசு... நினைக்கறது ஒண்ணு, நடக்கறது ஒண்ணுதான்... எனக்கும் நன்னா புரிஞ்சுபோச்சு!''

அம்மா கோபத்தை அடக்கிக்கொண்டு பேசுவது விசுவுக்குப் புரிந்தது.

அம்மாவின் கோபம், ஏமாற்றம் நியாயமானதுதான் என்று நினைத்தவன், எழுந்து அம்மாவுக்கு அருகில் சென்று அமர்ந்துக்கொண்டான்.

"உனக்கு எம்மேல ரொம்பக் கோவம் வரலாம்... ராஸ்கல், ஏமாத்திட்டானேன்னு ஆத்திரம் வரலாம்... அம்மா, ப்ளீஸ்... அப்படி உன்னையும், தங்கைகளையும் ஏமாத்த நினைக்கற பிள்ளை நா இல்ல! இது உனக்குத் தெரியாதாம்மா?''

சீதாலக்ஷ்மி இனி தாங்கமுடியாது என்பதுபோல, தலையை சரக்கென்று நிமிர்த்தினாள்.

"ஆமாம்பா, ரொம்ப சரியா சொன்னே... கோவம் வரது, ஆத்திரம் வரது... ஐயோ, நா வளத்த பிள்ளை இன்னிக்கு என்னென்னமோ பேசறானேன்னு ஏமாத்தத்துல அழுகைகூட வரதுப்பா...''

குரல் செருமிப்போக, உதட்டை அழுந்தக் கடித்து, வெடித்த அழுகையை அடக்கினாள்.

"நா உன்னை ஏமாத்திட்டேன்னு ஏம்மா நினைக்கறே? சத்தியமா எனக்கோ, நித்யாவுக்கோ அந்த எண்ணம்

இல்லம்மா... எம்.எஸ். படிக்கணும், பெரிய வேலைல சேரணும், நன்னா சம்பாதிச்சு தங்கைகளை நல்ல எடத்துல கல்யாணம் பண்ணிக் குடுக்கணும்னுதான் இன்னிக்கும் நினைக்கறேம்மா... நித்யாவும், நா நினைக்கறது சரின்னுதாம்மா சொல்றா...''

வாய்க்கு வாய் நித்யா, நித்யா என்று விசு சொல்வது எரிச்சலை அதிகமாக்க, சீதாலக்ஷ்மி பதில் பேசாமல் இருந்தாள்.

''நித்யா ரொம்ப நல்லவம்மா. பாக்க அழகா இருப்பா. பணக்காரிங்கற திமிரெல்லாம் கிடையாது. என்மேல உசிரை வெச்சிருக்கா! நீ ஒரு தடவை அவளைப் பாத்துட்டா, அப்பறம் நீயே நா சொல்றதெல்லாம் சரின்னு ஒத்துப்பே! அவ என்ன சொல்றா தெரியுமாம்மா? 'விசு, இனிமே உன் பொறுப்புல சரிபாதி என்னது... நீ அமெரிக்காலேந்து எம்.எஸ். முடிஞ்சு திரும்பறவரைக்கும் உன் குடும்பத்தைக் காப்பாத்தி, பத்திரமா வெச்சுக்கவேண்டிய பொறுப்பு என்னது... கவலைப்படாம போய், நன்னா படிச்சு முடிச்சுட்டு வா'ன்னு சொல்றாம்மா! சாதாரணமா எல்லா வீட்டு பணக்காரப் பொண்ணு மாதிரியும் அவ இல்லம்மா... நீ பாரேன், அப்பறம் நீயே சொல்லுவே...''

பிள்ளையின் பேச்சைக் கேட்ட சீதாலக்ஷ்மிக்கு, ஒரு நிமிஷம் அழுவதா இல்லை சிரிப்பதா என்று புரியவில்லை.

புருஷன் செத்து, கிட்டத்தட்ட பத்து வருஷங்களாய் ஒண்டிப் பொம்பளையாய் தன்னை வளர்த்து, ஐ.ஐ.டி-யில் சேர்த்து, பெண்களைக் காபந்து பண்ணி, படிக்கவைத்து, நல்லவிதமாய் குடும்பத்தை நடத்திவருவதை ஞாபகத்தில் வைத்துக்கொள்ளாமல், இந்தப் பிள்ளை என்ன பேச்சு பேசுகிறான்!

இவன் அமெரிக்காவில் இருக்கும்போது, அவள் இந்தக் குடும்பத்தைப் பார்த்துக் கொள்ளப் போகிறாளாம்!

ஏன், எனக்கு என்ன ஆயிற்று?

இத்தனை வருஷங்களாகக் காப்பாற்றிய குடும்பத்தை, தொடர்ந்து காப்பாற்ற எனக்குத் தெரியாதா?

இந்தப் பெண் ஆகாசத்திலிருந்து குதித்து, என்னவோ புரட்டிவிடப்போகிற மாதிரி, என்ன பித்துக்குளிப் பேச்சு இதெல்லாம்!

புத்திசாலி, பந்தபாசம் உள்ளவன் என்று நம்பிய விசு, இத்தனை அசட்டுத்தனமாய் எப்போதிலிருந்து பேச ஆரம்பித்தான்?

காதல் என்றால், கண், மண் தெரியாது என்பார்களே... அதன் பாதிப்பா இதுவும்!

"நித்யா இன்னொண்ணுகூட சொல்லச் சொன்னாம்மா... 'ஏதாவது காரணத்தால எங்க கல்யாணம் இப்ப நடக்கறதுல உனக்குச் சம்மதமில்லேன்னா, பரவாயில்ல, நிச்சயதார்த்தத்தை உடனே செஞ்சுடலாம். அப்பறம், அம்மா சொல்றப்போ, மைதிலி கல்யாணம் ஆனப்பறம்கூட நம்ம கல்யாணத்தை வெச்சுக்கலாம்'னு அவ சொல்லச் சொன்னாம்மா..."

பட்டென்று அடித்துக் கொள்ளவேண்டும் போன்ற ஆத்திரம் சீதாலக்ஷ்மிக்கு எழுந்தது.

நித்யா அது சொன்னாள், நித்யா இது சொன்னாள்!

ஏன், இந்தப் பிள்ளைக்கு சுயமாய் சிந்திக்கும் சக்தி அடியோடு போய்விட்டதா, என்ன!

"என்னம்மா, எதுக்கும் பதிலே பேசாம இருக்கே?"

எல்லை மீறி பரவிவிட்ட ஆத்திரத்தின் காரணமாக அழுகை அடங்கிவிட, அவள் பிள்ளையை அழுந்த ஏறிட்டாள்.

"கல்யாணத்தை மூணு நாலு வருஷம் கழிச்சு வெச்சுக்கறதுன்னா, அதுவரைக்கும் அவ எங்க இருக்கறதா உத்தேசம்?"

"இங்கதாம்மா... உன்கூடத்தான்! அவ அப்பாதான் இந்தக் கல்யாணத்துக்கு சம்மதிக்கலியே... அப்பறம், அவர் கூடவோ

இல்லை தனியாவோ எப்படிம்மா நித்யாவால இருக்க முடியும்?''

''கல்யாணமாகாத ஒரு பொண்ணு நம்மகூட மட்டும் எப்படி இருக்கமுடியும்? மூளை இருந்துதான் பேசறியா, விசு?''

கோபம் வார்த்தைகளில் பளிச்சென்று வெளிப்பட, விசு மிரண்டுப்போனான்.

''ஏம்மா? இருந்தா என்னம்மா?''

''முன்பின் தெரியாத பொண்ணு நம்மகூட இருக்கறதை, அவ அப்பா, அம்மா பாத்துண்டிருப்பானு நினைச்சியா? ஊர் உலகம் என்ன சொல்லும்னு நினைக்காம, என்ன பேச்சு இது! என்னாச்சு உனக்கு விசு? காதல்ங்கற மயக்கம், யோசிக்கற சக்தியக்கூட உங்கிட்டேயிருந்து எடுத்துண்டுடுத்தா?''

அம்மா குரலை எழுப்ப, விசுவும் உணர்ச்சிவசப்பட்டான்.

''நா ஒண்ணும் மூளையில்லாம, யோசிக்காம பேசலைம்மா... நித்யா நம்மகூட இருந்தா என்ன? அவ மேஜரான பொண்ணு... அவளை ஒருத்தரும் ஒண்ணும் பண்ணு முடியாது! தெரியுமா?''

''மண்ணாங்கட்டி மேஜர்! பணம் இருக்கறவா, என்ன அக்கிரமம் வேணுன்னாலும் பண்ணத் தயங்கமாட்டா! எம்.எஸ். படிக்கறேன்னு நீ போயிடுவே... நானும் உன் தங்கைகளும் இங்க அவளை வெச்சுண்டு, அவ அப்பாகிட்ட மாட்டிண்டு முழிக்கணுமா?''

''சரி, அப்ப கல்யாணத்துக்கு ஒத்துண்டுடு... இந்தாத்து மாட்டுப்பொண்ணா அவளை தைரியமா நீ உன் கூடவே வெச்சுக்கலாம்!''

கண்ணைக் கட்டிவிட்ட குதிரையாக, தன்பக்க நியாயத்தை விசு திரும்பத் திரும்ப பேச, சீதாலக்ஷ்மி பக்கென்று வெடித்தாள்.

''கல்யாணம்... காதல்... தூத்தேறி! என்னடா ஆச்சு உனக்கு? நானும் அப்போலேந்து போனாப்போறது,

போனாப்போறதுன்னு பொறுத்துண்டிருக்கேன்.. நீ தத்துப்பித்துனு பேசிண்டே போறியே! மொட்டுமொட்டா மூணு தங்கைகளை வெச்சுண்டிருக்கற இருவத்தியோரு வயசுப் பையன் பேசற பேச்சாடா இது? வெக்கமாயில்ல உனக்கு? மைதிலிக்குப் பதினாறு வயசாச்சு... திரும்பிப்பாத்தா, மாப்பிள்ளை தேடணும்! அந்தப் பொறுப்பில்லாம, கல்யாணம், காதல்னு அலையறியேடா... இப்படி தைரியமா என்கிட்ட வந்து பேச உனக்குக் கூச்சமாயில்ல?''

அம்மா யதார்த்தவாதி, புரிந்துகொள்வாள், கோபம் வந்தாலும் நிலைமையை விளக்கினால் கடைசியில் 'சரி, உன் இஷ்டம்' என்று விட்டுக்கொடுத்து விடுவாள் என்று நம்பிக்கொண்டிருந்த விசு, அம்மா இப்படி 'வெட்கமில்லை? கூச்சமாய் இல்லை?' என்றதும் ரொம்ப அடிபட்டுப் போனான்.

இருபத்தியோரு வயசில் காதல் வரக்கூடாதா? கல்யாணம் என்ற பேச்சை எடுக்கக்கூடாதா?

நித்யாவும் நானும் சத்தியமாய் ஒன்றாய் நின்று பொறுப்புகளைச் சுமப்போம் என்றால், அதில் நம்பிக்கை இல்லையா?

''தங்கைகளையோ உன்னையோ அம்போனு விடற எண்ணம் எனக்குமில்ல, நித்யாவுக்குமில்ல... அதை ஞாபகத்துல வெச்சுண்டு பேசும்மா...''

''ஆஹா, வெச்சுண்டுதான் பேசறேண்டா! போன லீவுக்கு வந்தப்பக்கூட, 'நா இருக்கேம்மா, தங்கைகளைப்பத்திக் கவலைப்படாதே... ஜாம்ஜாம்னு அவா கல்யாணத்தை நா நடத்தறேம்மா'னு சொன்னவன்தான், இன்னிக்கு வந்து 'என் கல்யாணத்தை மொதல்ல நடத்திடு'னு கேக்கறதை ஞாபகம் வெச்சுண்டுதான் பேசறேன்!''

சாதாரண அம்மாக்கள் மாதிரி சொன்னதையே சொல்லிக்கொண்டு, தான் சொல்வதைக் காதில் வாங்காமல், தப்பபிப்ராயத்தோடு அம்மா பேசுவதாகத் தோன்றியதால்

உண்டான அயர்ச்சியோடு, "தங்கைகள்... தங்கைகள்... சும்மா இவா நினைப்புதானா உனக்கு? என் லைஃப், என் சந்தோஷம் இதப்பத்தி உனக்குக் கவலையே இல்லியா? அக்கறையே இல்லியா?" என்று விசு கத்த...

மார்பில் ஓங்கி அறைந்துவிட்ட வலியுடன் சீதாலக்ஷ்மி நிமிர்ந்தாள்.

"எ... என்னடா சொன்னே? என் சந்தோஷம், என் லைஃப்ல அக்கறை இல்லியான்னா கேக்கறே? அடப்பாவி! வீட்டுக்கு மூத்த ஆம்பிளையா பொறந்துட்டு, சுயநலத்தோட இப்படிக் கேக்க உனக்கு எப்படிடா மனசு வந்தது? எப்..."

மேலே எதுவும் பேசமுடியாமல் அவள் மடிந்து உட்கார்ந்து அழ, விசு திடுக்கிட்டுப் போனான்.

கடவுளே! உணர்ச்சிவசப்பட்டு என்ன வார்த்தை சொல்லிவிட்டேன்!

அம்மா சொல்கிற மாதிரி இந்த சுயநலமான எண்ணம் என்னுள் வியாபித்திருப்பது நிஜம்தானா? அதுதான், 'என் வாழ்க்கை என்னாவது?' என்று துணிந்து கேட்டுவிட்டேனா? ச்சே...

விசு பரிதவிப்புடன், அழும் அம்மாவை நெருங்கி முட்டிக்கால் போட்டு உட்கார்ந்தான்.

அவள் கையைப் பிடித்து நெஞ்சில் வைத்துக்கொண்டான்.

"ஐ யம் ஸாரிம்மா... ரியலி ஸாரி! அந்த மாதிரி அர்த்தத்துல நா பேசலை... ஸாரிம்மா... ப்ளீஸ்... ப்ளீஸ்..."

சீதாலக்ஷ்மி அவன் பிடியிலிருந்து தன் கையை விலக்கிக் கொண்டாள்.

இந்த வார்த்தை இவன் வாயிலிருந்து வந்தபின், இனி மனசை மாற்றிக்கொள் என்று கேட்பது அர்த்தமில்லாதது என்ற நினைப்புடன், கண்களைத் துடைத்துக்கொண்டு நிமிர்ந்தாள்.

மனசு வெறுத்துப் போய்விட்டதை அவளால் புரிந்துக்கொள்ள முடிந்தது.

மேற்கொண்டு அங்கே உட்கார்ந்து மகனுடன் பேசக்கூட பிடிக்காத அளவுக்கு நெஞ்சம் கசப்பதையும் உணர முடிந்தது.

சுயநலத்தோடு இருக்க பிள்ளை முடிவெடுத்துவிட்டான்... இனி என்ன சொல்லி என்ன! போகட்டும், அவன் விருப்பப்படி நடக்கட்டும்.

சீதாலக்ஷ்மி எழுந்தாள்.

“உன் லைஃப், உன் சந்தோஷம் ரொம்ப முக்கியம்தான், விசு... நா இல்லேன்னு சொல்லலை. அந்தப் பொண்ணைக் கல்யாணம் பண்ணிக்கணும்னு நீ முடிவெடுத்துட்டா, உன் இஷ்டம்... நா எதுவும் சொல்லப் போறதில்லை! அந்தப் பொண்ணைப் பெத்தவர், சம்பிரதாயப்படி இங்க வந்து பிள்ளை கேட்டா, பெத்த கடமைக்காக உங்க கல்யாணத்துல நா வந்து நின்னுட்டு வரேன்... ஆனா, அவர் வீட்டுச் சம்மதம் கிடைக்கலேன்னா, என் சம்மதமும் உங்களுக்குக் கிடைக்காது! இது நிச்சயம்! ‘புருஷன் இல்லாதவ, மூணு பொண்களை வெச்சுண்டு தவிச்சா, இப்ப பணக்கார வீட்டுப் பொண்ணு அகப்படவும், பணத்துக்கு ஆசைப்பட்டு, அவளை மயக்கிப் பிரிச்சுண்டு வந்துட்டா’ங்கற பேர் எனக்கோ என் பொண்களுக்கோ வரவேண்டாம்! இன்னொண்ணையும் கேட்டுக்கோ... உன் மனசு தெரிஞ்சப்பறம், இந்த நிமிஷத்துலேந்து உன்கிட்ட பணத்தாலயோ, உடம்பாலயோ எந்த உதவியையும் கேட்டு நா வந்து நிக்க மாட்டேன்! உங்கப்பா போனப்பவே ஒண்டியா அத்தனையும் சமாளிச்சவ நா... இனிமேயும் தனியா இருந்துக்கத் தெரியும்! அதை ஞாபகம் வெச்சுக்கோ!”

அழுகையினூடே, ஆனால் அழுத்தமாகப் பேசிவிட்டு, அங்கு நிற்கப் பிடிக்காததுபோல தன்னறைக்குச் சென்ற சீதாலக்ஷ்மி, கதவைத் தாளிட்டுக்கொண்டாள்.

அம்மா பின்னோடு சென்று, அவளோடு பேச முயற்சித்து, அது நடக்காமல்போக, மதியம் வரை தவித்துவிட்டு, இருக்கிற மனநிலையில் தங்கைகளுடன் சிரித்துப் பேசுவது இயலாத காரியம் என்று புரிய, மூன்று மணிக்கெல்லாம் சென்னைக்குத் திரும்ப பஸ் ஏறி சீட்டில் உட்கார்ந்தபோது, உணர்ச்சிவசப்பட்டு ஏதோ சொன்னதும், அதை அம்மா தப்பாகப் புரிந்து கொண்டுவிட்டதும், இனி இருவருக்கும் ஆயுசுபர்யந்தம் ஒரு தழும்பாகவே இருக்கும் என்பதை நினைக்கையில், விசுவின் நெஞ்சுக்குள் கல்லுகல்லாக என்னவோ உருண்டு வந்து அடைத்துக் கொண்டது.

——

12

"ஸோ?"

"அவ்வளவுதான்."

"இப்ப என்ன பண்றது, விசு?"

விசு தலைமுடியைக் கோதிக்கொண்டான். மீசையை வழித்து, முகவாயைத் தடவிக் கொண்டான்.

"தெரியலை, நித்தி..."

"நீங்க என்ன சொல்றீங்க, அருண்?"

விசு ஊரிலிருந்து திரும்பிவிட்டதை நித்யாவுக்குத் தெரிவிக்க, காலையில் அருண் அவளுக்கு போன் செய்திருந்தான்.

விசுவைப் பார்க்கவோ சந்திக்கவோ கூடாது என்பது சதாசிவத்தின் கட்டளையாகையால், இருவரும் கவனத்துடன் பேசினர்.

"நித்யா..."

"ம்..."

"அப்பா?"

"ம்"

"பக்கத்துல யாராவது இருக்காங்களா?"

"ம்."

"ஓகே... நா அரைநிமிஷம் பேசிட்டு வெச்சுடறேன். விசு வந்துட்டான். சாயங்காலம் என் ஃபிளாட்டுல மீட் பண்ணலாமான்னு கேட்டான்."

போன விஷயம் என்னாயிற்று என்று கேட்கத் துடித்த நாவை அடக்கி, "முடியாது... கஷ்டம்..." என்று மட்டும் பதில் சொன்னாள்.

"சரி... என் ஆபீஸ்ல பாக்கலாமா? மூணு மணி சுமாருக்கு வரமுடியுமா?"

"ம்."

"நீ காலேஜ் வாசல்ல நிக்கறியா, நா வந்து பிக்கப் பண்ணிக்கறேன்?"

"ம்..." என்ற நித்யா, அப்பா தங்கள் பேச்சைக் கேட்பதைப் புரிந்துக்கொண்டு தொடர்ந்தாள். "எக்ஸாம் வருது அருண்... அடிக்கடி பிக்சர் போகமுடியாது... படிக்கணும். ப்ளீஸ், அண்டர்ஸ்டாண்ட்... இன்னொரு நாள் பாக்கலாம். வெச்சிடட்டுமா?"

அவள் ரிசீவரை வைத்துவிட்டுத் திரும்பியதும், எதிர்பார்த்த மாதிரியே சதாசிவம், "என்ன விஷயம்?" என்றார்.

"காசினோல 'சு மினிட் வார்னிங்'னு நல்ல படமாம்... வர்றியான்னான். ஸாரி, படிக்கணும்னேன்..."

தோளைக் குலுக்கிக்கொண்டு உள்ளே போகத் திரும்பினவள், அப்பாவிடம் பொய் சொல்கிறோமே என்று ஒருகணம் தோன்றிய வருத்தத்தை, அவர்தானே என்னை இப்படி நடந்துகொள்ளும்படி தூண்டுகிறார் என்று சமாதானம் சொல்லி அடக்கினாள்.

மதியம் மூன்றுக்கு, கடைசி வகுப்பைக் கட் பண்ணிவிட்டு வெளியே வந்தபோது, சற்றுத் தள்ளி தன் டாட்ஸனில் அருண் காத்திருந்தான். பக்கத்தில் விசு.

முகம் கொஞ்சம்கூட நன்றாக இல்லை.

போன காரியம் என்னாயிற்று என்று ஊகிப்பது நித்யாவுக்குக் கஷ்டமாக இல்லை.

விசு நகர்ந்துக்கொள்ள, அவன் பக்கத்தில் நித்யா அமர்ந்துக்கொண்டாள்.

கார் கிளம்பும்வரை நித்யாவுக்குப் பொறுமையில்லை.

"என்னாச்சு, விசு?"

விசு உதட்டைப் பிதுக்கி, தலையை ஆட்டி, கட்டைவிரலைக் கீழ் நோக்கி சாய்த்துப் பிடித்தான்.

"என்ன சொன்னாங்க? நீ என்ன சொன்னே? விவரமா சொல்லேன்..."

கார் ஓடி, அருணின் அலுவலகத்துக்கு முன் நின்று, லிஃப்ட்டில் ஏறி, மாடியில் அவன் அறைக்குச் சென்று உட்கார்ந்த பின்பு விசு பேச, குறுக்கே எதுவும் பேசாமல் அத்தனையும் மௌனமாக நித்யாவும், அருணும் கேட்டுக்கொண்டார்கள்.

"ஸோ?"

"அவ்வளவுதான்."

"இப்ப என்ன பண்றது, விசு?"

விசு தலைமுடியைக் கோதிக்கொண்டான். மீசையை வழித்து, முகவாயைத் தடவிக் கொண்டான்.

"தெரியலை, நித்தி..."

"நீங்க என்ன சொல்றீங்க, அருண்?"

அருண் உடனே பதில் சொல்லாமல் நிதானித்து, "யோசிக்கணும், நித்யா... இதுல அவசரம் கூடாது... யோசிப்போம்..." என்றான்.

பியூனை அழைத்து மூன்று காபி கொண்டுவரச் சொல்லிவிட்டு, இருக்கையில் சாய்ந்து கண்களை மூடிக்கொண்டான்.

விசுவின் அம்மாவால், அவர் பேசியதாகச் சொன்ன வார்த்தைகளால், ஏனோ அருணுக்குக் கோபமே வரவில்லை.

விசுவை ஆதாரமாகக் கொண்டு எத்தனை உயரக் கோட்டையை அவர் கட்டியிருந்தார் என்பது அவனும் அறிந்ததுதான்.

விசு தான்தோன்றித்தனத்துடன், பொறுப்பில்லாமல் ஓடிவிடும் பிள்ளை இல்லையென்றாலும், இந்த நிமிஷத்தில் அவர் கண்ணுக்கு விசு அப்படித் தோன்றுவது நியாயம்தானே?

தங்கைகள்மேல், அம்மாவின்மேல் அக்கறையில்லாமல், சுயநலமே உருவாய் விசு மாறிவிட்ட மாதிரி இந்தச் சமயத்தில் அவர் நினைப்பது இயற்கைதானே!

காலப்போக்கில் இந்த அதிர்ச்சி குறையும்போது, அவர் அபிப்ராயங்களும் மாறலாம்.

அதுவரை?

நித்யாவின் அப்பா கண்டிப்பாய் இந்தத் திருமணத்துக்குச் சம்மதிக்கப் போவதில்லை. அவராவது போய் பிள்ளை கேட்பதாவது! அது இந்த ஜென்மத்தில் நடக்கும் விஷயமாகத் தோன்றவில்லை.

அப்படியென்றால், இப்போது இவர்கள் என்ன பண்ணவேண்டும்?

விஷயத்தை இப்போதைக்கு மறந்துவிடலாமென்றால், சதாசிவம் விட்டுவிடத் தயாரா? அவர் நித்யாவிடம் திருமணப் பேச்சை எடுத்தால்?

அருணுக்குக் குழப்பமாக இருந்தது.

அதீத காதலில் லயித்து, இணையத் துடித்து, பெரியவர்களின் ஒத்துழைப்பு கிடைக்காமல் விசுவும், நித்யாவும் தவிப்பது வேதனையைத் தர, இவர்களை என்ன சொல்லி சமாதானப்படுத்துவது என்ற நினைப்புடன் அருண்

அமர்ந்திருக்கையில், பையன் கோப்பைகளைக் கொணர்ந்து வைத்துவிட்டுப் போனான்.

நீட்டிய காபியைக் கையில் வாங்காமல் நித்யா, "இப்ப என்ன பண்றது, விசு?" என்றாள் மீண்டும்.

"பேசாம பரிட்சை முடியறவரைக்கும் இந்தப் பேச்சையெல்லாம் அடியோட மறந்துட்டு, கவனமா படிச்சு பரிட்சைய எழுதிட்டு, திரும்ப இதப்பத்தி யோசிக்கறதுதான் சரின்னு எனக்குத் தோண்றது..."

நித்யா, எடுத்த காபிக் கப்பை டேபிள் மேல் வைத்துவிட்டு, "நோ..." என்றாள். "எங்கப்பா எனக்கு ஒரு வாரம் டைம் குடுத்திருக்கார்... உன்னை மறக்கறதுக்கு! அதுக்கு இன்னும் மூணு நாள் இருக்கு... அதுக்கப்பறம் அவராவே என் கல்யாணப்பேச்சை எடுப்பார், அருண்கிட்ட கண்டிப்டா பேச முயற்சிப்பார்! எனக்கு அதுல இஷ்டமில்ல!" என்றாள்.

விசு சலிப்புடன், "நீயாவே வீணா எதையெதையோ கற்பனை பண்ணிக்கறே, நித்தி..." என்றதும், அவள் திரும்ப, "நோ, ஐ'ம் நாட்!" என்றாள். "எங்கப்பாவை எனக்குத் தெரியும், விசு... அவர் சொன்னா சொன்னதுதான்!"

அருண் குறுக்கிட்டான். "ஓகே, இப்ப என்ன பண்ணணும்னு நீ நினைக்கறே?"

நித்யா எழுந்து குறுக்கும் நெடுக்குமாக நடந்தாள். நின்றாள். யோசித்தாள்.

"விசுவோட அம்மா சொன்னதை, அவர்கிட்ட கடைசி சான்ஸா சொல்லிப்பாத்தா என்ன?"

"என்னது!"

"விசு அவனோட அம்மாகிட்ட பேசினான், நீங்க வந்து முறையா பிள்ளை கேட்டா அவங்களும் சம்மதிக்கத் தயாரா இருக்காங்கன்னு சொன்னா...?"

"சொன்னா?"

"எங்க அதிர்ஷ்டம், அவர் மனசு மாறி சரின்னு சம்மதிச்சிட்டா நல்லதுதானே!"

"சம்மதிக்கலேன்னா?"

நித்யா திரும்ப நடந்தாள். நின்றாள். "அப்ப கஷ்டம்தான். ஆனா, அதுக்காக நா இடிஞ்சு போகப்போறதில்ல... காலை வெச்சாச்சு, இனி பயந்துக்கறதால ஆகப்போறது என்ன? நத்திங்!"

"இது விஷப்பரிட்சை, நித்தி..."

"இல்ல விசு, வழவழன்னு இருக்கறதைவிட, ஆச்சுனு முடிவு தெரிஞ்சிடறது நல்லது!"

"நித்தி... ப்ளீஸ்..."

நித்யா, விசுவின் பின்னால் சென்று அவன் கழுத்தைக் கட்டிக்கொண்டாள். படபடப்புடன் பேசினாள்.

"டோண்ட் வொர்ரி, விசு... மிஞ்சிப்போனா என்னாயிடும்? அதையும் பாத்துடலாமே! இவங்க ஓடஓட விரட்டினா, நாம ஓடணுமா என்ன? நா மேஜரான பொண்ணு... என்னை அவரால ஒண்ணும் செய்ய முடியாது!"

சொன்னபடி, அன்றிரவே அப்பா ஆபீஸிலிருந்து வந்த பிறகு தைரியமாய் அவர் அறைக்குச் சென்று, தான் தீர்மானித்திருந்ததை நித்யா கூற, அங்கு ஒரு பூகம்பமே வெடித்தது.

"நீ அவனைச் சந்திச்சியா?"

"ம்..."

"எப்போ?"

நித்யா பதில் சொல்லாமல் நிற்க, மீண்டும், "பதில் சொல்லு..." என்று சதாசிவம் அடிக்குரலில் உறுமினார்.

"இன்னிக்கு சாயங்காலம்..."

"எங்க?"

"டிரைவ் இன்ல..." நித்யா யோசிக்காமல் பேசினாள்.

"மீட் பண்ணப்போறதை எப்பப் பேசிக்கிட்டீங்க? எப்படி? எங்க?"

அப்பா அடியைத் துருவுகிறார் என்பது புரிய, நித்யா கொஞ்சம் நிதானித்தாள்.

அருணைக் கூடுமானவரையில் சம்பந்தப்படுத்தாமல் இருப்பது நல்லதோ?

நாளைக்கு அவன் மூலம் ஏதாவது உதவி தேவையென்றால் அவனை இதிலிருந்து விலக்கி வைப்பதுதான் சரியோ?

"காலேஜ் விட்டு வெளில வந்தப்ப, வாசல்ல விசு நிக்கறதைப் பாத்தேன்... 'உன்கிட்ட பேசணும்'னு சொன்னான். டிரைவருக்குத் தெரியாம வெளில வந்து, ரெண்டு பேருமா டிரைவ் இன்னுக்குப் போனோம்..."

"பொறுக்கிப் பய! அவன் காலேஜ் வாசல்ல வந்து நின்னா, நீயும் கூடவே போனியா? மைகாட்! யாராவது பாத்தா, எத்தனை அசிங்கம்! இந்த டிரைவர் மடையன் தூங்கிட்டிருந்தானா? அங்கேயிருந்து வீட்டுக்கு எப்படி வந்தே?"

"மறுபடியும் காலேஜுக்குப் போய், காத்திட்டிருந்த கார்ல வந்தேன், டாடி... இதென்ன கோர்ட் விசாரணையா? முக்கியமா நா கேட்டதை விட்டுட்டு, எதுக்கு இத்தனை கேள்வி கேக்க..."

அவளை முடிக்க விடாமல், "ஷட் அப், ஐ ஸே!" என்று சதாசிவம் கத்தினார்.

"ஒரே பொண்ணுனு அளவுக்கு மீறி செல்லம் குடுத்தது தப்பாப்போயிட்டது! இனிமே மேக்கொண்டு ஒரு வார்த்தை நீ பேசினாக்கூட நா பொல்லாதவனா ஆயிடுவேன்! அந்த டீச்சரம்மா விரலசைச்சு கூப்பிடுவாங்களாம், நா ஓடணுமாம்...

மை காட்! உங்கப்பாவை சாதாரண ஆள்னு, நீ அந்த ராஸ்கல், அவனோட அம்மா எல்லாரும் நினைச்சிட்டீங்களா? நா யாருன்னு உங்க எல்லாருக்கும் காட்டறேன்! புருஷன் இல்லாத பொம்பளை... அவங்களுக்கு என்ன திமிர்! நா வந்து... என்னது! பிள்ளை கேக்கணுமா? மை ஃபுட்! என்ன திமிர் இருந்தா அந்தம்மா அப்படிப் பேசுவாங்க! உனக்கு எத்தனை கொழுப்பு இருந்தா, அதை வந்து தைரியமா என்கிட்ட சொல்லுவே! ம்? ஆல்ரைட்... இப்ப சொல்றேன் கேட்டுக்க... அந்த விசுவை நீ கட்டிக்க நா கண்டிப்பா சம்மதிக்க மாட்டேன்! இந்த நிமிஷத்துலேந்து நீ அவனை மறந்திடணும்... கேட்டுதா? மறந்திடணும், அவ்வளவுதான்! விஷயம் முடிஞ்சுபோச்சு!''

பேசியதோடு சதாசிவம் நிற்கவில்லை, மறுநாள் காலையிலிருந்தே செயலிலும் இறங்கினார்.

வீட்டிலிருந்த இரண்டு டெலிபோன்களுக்கும் பூட்டு மாட்டினார். போன் அடித்தால், தானே வந்து எடுத்தார்.

''இனிமே என்னைக் கேக்காம நீ எங்கயும் போகக்கூடாது'' என்று மகளிடம் அழுத்தமாகச் சொன்னார்.

காலையிலும் மாலையிலும் தானே வண்டி ஓட்டிக்கொண்டு அவளைக் கல்லூரியில் விடப்போவதாகவும் கூறினார்.

''என்ன டாடி, இது? என்னை இப்படி நடத்தறீங்க? இதென்ன சினிமாக் கதையில வர்ற மாதிரி... என்ன ஹாரிபிள் ட்ரீட்மென்ட் இது!'' என்று கத்திய மகளை, ''ஷ்!'' என்று அடக்கினார். ''கத்தாதே... பி.காம் படிப்பை ஒழுங்கா முடிக்கணும்னா, இதைத் தவிர உனக்கு வேற வழியில்ல... என்னையும் மீறி நீ அந்தப் பையனைச் சந்திச்சே, அப்பறம் நடக்கறதுக்கு நீ வருத்தப்பட்டு பிரயோஜனமில்ல! நீ நடந்துகிட்டதுக்கு நா இப்படி நடக்கறதுதான் சரி... புரியுதா?''

அதற்கப்புறம், நிலைமையின் தீவிரம் புரிந்து நித்யா ஒரு வார்த்தைகூட அவரிடம் பேசவில்லை. அடங்கிப்போனாள்.

அன்று மாலை, அப்பாவிடம் பேசினாளா இல்லையா என்பதை அறிந்துக்கொள்ள அருண் நேரில் வந்தபோது, உம்மணாமூஞ்சியாக உட்கார்ந்துவிட்டு, எழுந்து அப்பாவுக்குப் பின்புறம் சென்று, 'போன்' என்று சைகை காட்டிவிட்டு உள்ளே போனாள்.

எதுவும் புரியாமல்போக, அரைமணி கழித்து அருண் போனில் அவளை அழைத்தான்.

"என்னாச்சு, நித்யா? அப்பாகிட்ட பேசினியா? அவருக்கு இஷ்டமில்லியா? கோவமா?"

"ரொம்ப..."

"விவரம் தெரியணுமே... மேல வர்றியா, பேசலாம்?"

"ம்ஹூம், கஷ்டம்."

"நாளைக்கு ஞாயித்துக்கிழமைதானே... ஸ்விம் பண்ண வர்றியா, நானும் வரேன்?"

"ம்."

"எத்தனை மணிக்கு? ஒன்பது மணி வாக்குல?"

"ம்."

"விசு வரலாமா?"

"வேணாம்..." என்ற நித்யா, "கண்டிப்பா முடியாது அருண்... ஐ'ம் ஸாரி!" என்று சொல்லி பட்டென்று ரிசீவரை வைத்தாள்.

பக்கத்தில் உட்கார்ந்திருந்த அப்பா என்ன என்று கேட்கும் முன், "பெரிய டிராமா... யாருக்குப் பாக்கணும்! வேற வேலையில்ல!" என்று வேண்டுமென்றே முணுமுணுத்துக் கொண்டு தன்னறைக்குப் போனாள்.

மறுநாள் காலையில் அருணை நீச்சல்குளத்தில் சந்தித்தாள்.

மாடி பால்கனியில் நின்று அப்பா கண்காணிப்பதைப் பார்த்தபடியே, சுருக்கமாக அருணிடம் விவரத்தைச் சொன்னாள்.

"அவருக்கு உங்கமேல சந்தேகம் வரலை... ஸோ, நீங்க பழையபடி வந்துகிட்டு, போன் பேசிக்கிட்டு இருங்க... நா உங்க மூலமா இனிமே விசுவை சந்திச்சாதான் உண்டு! ரொம்ப சீரியஸா இருக்கார்... நாம் கவனமா இருக்கணும். நாளைக்கு லஞ்ச் ஆனதும் உங்க ஆபீஸுக்கு வரேன், விசுவையும் வரச் சொல்லுங்க... விவரமா பேசணும்."

"நா வந்து பிக்கப் பண்ணிக்கவா?"

"வேணாம், அருண்... நானே வரேன். தனியா வர்றதுதான் தேவலை."

திட்டமிட்டபடி மறுநாள் மூவரும் சந்தித்தார்கள். என்னென்னவோ விவாதித்தார்கள்.

நாலு மணிக்கு அப்பா காருடன் காலேஜுக்கு வந்துவிடுவதற்குள் தான் அங்கு போய்விட வேண்டுமென்று மூணரைக்கு நித்யா புறப்பட்டபோது, தன் தீர்மானத்தை அடித்துப் பேசியதோடு, விசுவையும் அதை ஏற்கும்படி செய்துவிட்டே கிளம்பினாள்.

———

13

ஒரு கையில் புஸ்தகத்தை வைத்துக்கொண்டு, அதைப் படித்தபடியே, ஒரு வார்த்தை பேசாமல் மௌனமாய் டிபனை சாப்பிட்டு நித்யா எழுந்து தன்னறைக்குப் போவதைப் பார்க்கையில், ராஜிக்கும் பாவமாக இருந்தது.

கணவர் பக்கம் திரும்பினாள்.

பார்த்தாயா... ஒரே வாரம், ஒரே ஒரு வாரம்... எப்படி அவள் கொட்டத்தை அடக்கி வழிக்குக் கொண்டுவந்துவிட்டேன் பார்த்தாயா... என்ற பார்வையுடன் சதாசிவம் புன்னகைப்பது புரிந்தது.

"ச்சே... பாவங்க..." ராஜி குரலைத் தழைத்துக்கொண்டு பேசினாள்.

"இதுல பாவப்பட என்ன இருக்கு ராஜி? அவ சின்னப் பொண்ணு... அவளுக்கு என்ன தெரியும்? ஜுரம் வந்த குழந்தைக்கு ஸ்வீட்டும் சாக்லெட்டுமா குடுப்போம்? கசப்பா மருந்து குடுத்து, தேவையானா இன்ஜெக்ஷன்கூடப் போட்டு, மொதல்ல உடம்பை சரியாக்கற வழியப் பாப்போம் இல்லியா! இதுவும் அது மாதிரிதான்! நித்யாவோட மனசு கெட்டுப்போயி, அதுக்கு இந்த ஷாக் ட்ரீட்மெண்ட் அவசியமா இருந்துது... குடுத்தேன்! இப்ப அவ சரியாயிட்டா! நம்ம பொண்ணோட நல்லதுக்குத்தானே இப்படி கண்டிப்பா

நடந்துக்க வேண்டியிருந்தது? இல்லேன்னா, இதுவரைக்கும் ஒரு நாளாவது அவளை அதட்டிப் பேசியிருக்கேனா?''

ராஜி பதில் பேசாமல், ஜலம் வைத்திருந்த டம்ளரை விரலால் 'ணங்...ணங்' என்று சுண்டி ஓசைப்படுத்தினாள்.

கணவர் சொல்வது சரியென்றே அவளுக்குத் தோன்றியது.

பத்து நாள்களில் நித்யாவிடம் குறிப்பிட்டுச் சொல்லும்படி மாற்றங்கள் இருக்கவே செய்தன.

மூஞ்சித் தூக்கல் இல்லை, எதிர் வாயாடல் இல்லை, சாப்பிட அடம் இல்லை, ஆள்களிடம் கத்தல் இல்லை.

காலையில் சீக்கிரம் எழுந்து படிக்கிறாள். நேரத்துக்குக் குளித்து சாப்பிட்டு, கல்லூரிக்குப் போகிறாள். மாலையில் எங்கும் போகாமல், அக்கறையுடன் அறையில் உட்கார்ந்து படிக்கிறாள். வளவளவென்று சிரித்துப் பேசாவிடினும், இவர்கள் கேட்பதற்கு சாந்தமாகவே பதில் சொல்கிறாள்.

முக்கியமாய், அருண் போனில் கூப்பிட்டால், முகம் சுளிக்காமல் இரண்டு வார்த்தைகளாவது பேசுகிறாள்.

இதெல்லாம் மாற்றங்கள்தானே!

விசுவை மறந்துவிட வேண்டுமென்று சதாசிவம் சொன்ன பிறகு, இரண்டு மூன்று நாள்களுக்கு அடமான அடம் பண்ணிக்கொண்டு, கத்தலும் அழுகையுமாக இருந்தவள், இன்று இப்படி இருப்பதே மாற்றம்தானே!

அப்பா சொல்வது தன்னுடைய நல்லதுக்குத்தான் என்று புரிந்துப் போய்விட்டதோ?

என்னைப் பெற்றவர் என் நல்வாழ்வுக்காகத்தான் பாடுபடுவார் என்பதை உணர்ந்து விட்டாளோ?

இருக்கும்... அப்படித்தான் இருக்கும்.

''ராஜி...''

சின்னக்குரலில் சதாசிவம் அழைக்க, அவள் திரும்பினாள்.

"அருணைக் கட்டிக்கறது சம்பந்தமா நித்யாகிட்ட பேசிப்பாக்கட்டுமா?"

ராஜி புருவங்களை நெறித்தாள்.

"அதுக்குள்ளியா? கொஞ்ச நாள் போகட்டுமே... இப்பதான் அவ ஒருதினுசா தன்னைத் தேத்திக்கிட்டிருக்கற மாதிரி தோணுது..."

"அதனாலதான் உடனே பேசிடலாம்னு நா நினைக்கறேன்! இப்ப என்கிட்ட அவளுக்கு பயம் இருக்கு... அப்பா தனக்கு நல்லதுதான் செய்வார்னு அடங்கிட்ட மாதிரி தோணுது. இந்த பயமும் அடக்கமும் இருக்கறப்பவே, சூட்டோட சூடா அருணைப் பிடிச்சிருக்கானு கேட்டு, நிச்சயம் பண்ணிடலாம்னே நா நினைக்கறேன்..."

"பரிட்சைக்குப் படிக்கற பொண்ணை வீணா குழப்பறது தேவையாங்க?"

"ம்? இதுல குழப்பம் என்ன? சரின்னு சொல்லிட்டா, அதோட இப்போதைக்கு விஷயம் முடிஞ்சுது! என்ன சொல்றே?"

ராஜி பதில் பேசாமலிருக்க, சதாசிவம் பெண் அறைக்குச் சென்றார்.

"என்னம்மா, மும்முரமா படிக்கறாப்பல இருக்கு!"

"எஸ், டாடி... எக்ஸாம் கிட்ட வந்திடுச்சே..."

"குட், குட்!" அரை நிமிஷம் அப்படியே நின்ற சதாசிவம், மகளை நெருங்கி வாஞ்சையுடன் தலைமுடியைக் கோதிவிட்டார்.

"பத்து நாளா உன்கிட்ட கடுமையா நடந்துகிட்டேன், இல்லியா நித்தி? ஐ யம் ஸாரிம்மா... எல்லாம் உன் நல்லதுக்காகத்தான்... உனக்கு இப்ப புரியுதில்ல?"

திடுமென்று உள்ளே வந்து பழைய அன்பான அப்பாவாக அவர் பேசுவது நெஞ்சைத் தொட, அவள் எதுவும் பேசாமல் அப்படியே உட்கார்ந்திருந்தாள்.

“உன்கிட்ட முக்கியமான விஷயம்பத்தி ரெண்டு நிமிஷம் பேசணும்மா... ஆர் யூ ஃப்ரீ நௌ?”

என்ன பேசப்போகிறார்?

நித்யா கண்களை விரித்து விழித்தாள்.

“ஏற்கனவே பேசின பழைய விஷயம்தான், நித்தி... நீ சரின்னு சொல்லிட்டா, நா மேக்கொண்டு ஆவறதைக் கவனிப்பேன்...”

“.....”

“உன் சம்மதத்தைத் தெரிவிச்சிட்டா, அருண்கிட்டயும், அவனோட அப்பாகிட்டயும் நா பேசிடுவேம்மா...”

இந்தப் பேச்சை தந்தை எப்போது வேண்டுமானாலும் எடுக்கலாமென்று எதிர்பார்த்திருந்ததால், நித்யாவுக்கு சதாசிவத்தின் பேச்சு அதிர்ச்சியைத் தரவில்லை.

மாறாக, இவர் இப்படிப் பேசினால், பதில் என்ன சொல்வதென்று தீர்மானித்திருந்த தினுசில் அமைதியாக, “உங்க இஷ்டம் போலச் செய்யுங்க, டாடி...” என்று மட்டும் கூறிவிட்டு, புஸ்தகத்தைக் கையில் எடுத்து, ‘சொல்லிவிட்டேன் இல்லையா, இப்போது என்னைத் தனியாக விடுங்கள்’ என்கிற பாவனையில் படிக்க ஆரம்பித்தாள்.

சதாசிவத்துக்குத் தலைகால் புரியாத சந்தோஷம்!

இத்தனை எளிதில் மகள் ‘எஸ்’ என்று சொல்லிவிடுவாள் என்று நினைக்காததால், பீறிட்டு எழுந்த மகிழ்ச்சியோடு “குட் கேர்ள்!” என்று நித்யாவின் தோளில் தட்டினார். வெளியில் வந்து ராஜியிடம் தன் குதூகலத்தைப் பகிர்ந்துகொண்டார்.

அருணுக்கு போன் செய்து, 'இன்று மாலை உங்களைச் சந்திக்க வீட்டுக்கு வரட்டுமா?' என்று கேட்டார்.

சொன்னபடி ஏழு மணிக்கு மாடிக்குப் போனார்.

அருண் அவருக்காகக் காத்திருந்தான்.

பொதுவாக சில நிமிஷங்கள் பேசிக்கொண்டிருந்துவிட்டு, "உங்களை எங்க வீட்டுல எல்லாருக்கும் ரொம்பப் பிடிச்சிருக்கு, அருண்... முக்கியமா நித்யாவுக்கு! ஸோ, இந்தப் பிடிப்பை சாதாரணமா நினைச்சு விட்டுடாம, அழுத்தமான உறவா மாத்திட்டா என்னனு நா நினைக்கறேன்... நா சொல்றது உங்களுக்குப் புரியுதில்ல? நீங்க சரின்னு சொன்னா, அப்பறம் உங்கப்பாகிட்ட பேசறேன்... என்ன அருண்?" என்று கேட்க, அருண் சிரமப்பட்டு வெட்கத்துடன் புன்னகைத்தான். எழுந்தான். நடந்தான். சோபாவுக்குப் பின்னால் நின்றுகொண்டான்.

கைரேகைகளை சில கணங்களுக்கு உற்றுப் பார்த்துவிட்டு, அப்புறம் நிதானமாகப் பேசினான்.

"நித்யா ஒரு அருமையான பொண்ணு சார்... அவளைக் கட்டிக்கறதுக்கு யாருக்கும் குடுத்துதான் வெச்சிருக்கணும்! அதுல ஒரு சந்தேகமுமில்ல! ஆனா, பாருங்க... எங்க வீட்டுல இப்ப ஒரு சின்ன பிராப்ளம்... டெல்லி அக்கா புருஷனுக்கு அல்சர் ஆபரேஷன் நடக்கப்போவுது... நாலு நாள் முன்னால அப்பா போன் பண்ணி, 'மாப்பிள்ளைக்கு ஒரு மாசமா ரொம்ப வயத்த வலியாம், அல்சருக்கு ஆபரேஷன் பண்ணவேண்டி வரலாம்'னு அக்கா சொன்னதா சொன்னாங்க... இன்னிக்கோ நாளைக்கோ போன்காலை எதிர்பாத்திட்டிருக்கேன். ஆபரேஷன் தேதி தீர்மானமாயிடுச்சின்னா, அப்பாவும், அம்மாவும் டெல்லிக்குப் போறதா இருக்காங்க... இன்னும் ரெண்டு மாசம் போயி அவர் நல்லபடியா ஆனதும், இந்தப் பேச்சை எடுக்கலாம்னே நா நினைக்கறேன்... எல்லாரும் கவலைப்பட்டுகிட்டிருக்கறப்ப... வந்து... என்ன சார்?"

"நீங்க சொல்றது ரொம்ப சரி! இந்தப் பேச்சைப் பேச இப்ப என்ன அவசரம்? ஒண்ணுமில்ல! மொதல்ல மாப்பிள்ளை உடம்பு நல்லா ஆகட்டும்... அதான் முக்கியம். அதுக்குள்ள நித்யாவுக்கும் பரிட்சை முடிஞ்சிடும்."

விஷயத்தை ஒருவழியாய் அதோடு முடித்து அருண் அவரை அனுப்பினான்.

சதாசிவம் கல்யாணப்பேச்சை எடுத்தால் என்ன செய்வது, என்ன சொல்லி அப்பாவரைக்கும் சமாச்சாரம் போகாமல் தடுத்து நிறுத்துவது என்று மண்டையை உடைத்துக் கொண்டிருந்தவனுக்கு, நாலு நாள் முன்னால் அப்பா போன் செய்து, 'சுபத்ரா புருஷனுக்கு உடம்பு சரியில்லை, ஆபரேஷன் பண்ணவேண்டி வரலாம்' என்று சொன்னதும், அத்தான் நல்லபடியாக இருக்க வேண்டுமே என்ற கவலையுடன், அம்மாடி, சதாசிவத்தைத் தற்காலிகமாக நிறுத்த ஒரு காரணம் கிடைத்தது என்ற நிம்மதியும் எழுந்தது நிஜம்.

மறுநாள் காலை நித்யா கீழே நீச்சல்குளத்துக்குப் போவதைப் பார்த்துக்கொண்டிருந்து விட்டு, அருணும் சென்றான்.

யாருக்கும் எந்த சந்தேகமும் தோன்றாத விதமாய், இரண்டு தரம் டைவ் அடித்தான். நீளத்தை நீந்தும்போது, நித்யாவும் அவனோடு சேர்ந்துக்கொண்டாள்.

"நேத்து உங்கப்பா என்னைப் பாக்க வந்திருந்தார், நித்தி..."

"தெரியும். என்ன சொன்னீங்க?"

"ஏற்கனவே தீர்மானிச்சிருந்ததைத்தான்! ஆபரேஷன் ஆகி, அத்தான் உடம்பு சரியாறவரைக்கும், ஒரு ரெண்டு மாசம், இந்தப் பேச்சை எடுக்கவேணாம்னு சொன்னேன்..."

"அப்பா, அம்மாகிட்டயும் இதையேதான் சொல்லிட்டிருந்தார். அதனால, இப்போதைக்கு எந்தக் கவலையுமில்ல, ரைட்?"

"ரைட்! நல்லா படிச்சு கிளாஸ் வாங்கற கவலை ஒண்ணுதான்!"

நித்யா நெகிழ்ந்துபோய் அருணை ஏறிட்டாள்.

''தேங்க்ஸ், அருண்... எங்களால உங்களுக்குத்தான் எத்தனை சிரமம்!''

அருண் தண்ணீருக்குள் மறைந்து வெளியில் வந்தான்.

''விசு உங்களைக் காண்டாக்ட் பண்ணினானா?''

''ம்... செய்யாம!'' சட்டென்று அருண் புன்னகைத்தான். ''ரெஜிஸ்ட்ரார் லீவுல போயிட்டாராம்... இன்னும் ஆறு மாசத்துக்கு யாரும் கல்யாணமே செஞ்சுக்க முடியாதாம்!''

நித்யா ஒருகணம் திகைத்தாள். அப்புறம், குறும்புடன் அருண் பேசுவது புரிய... தண்ணீரை அவன்மேல் வாரியடித்து, ''விளையாடாதீங்க, ப்ளீஸ்... சொல்லுங்க...'' என்றாள்.

''நிஜமாத்தான், நித்தி...''

''ஓ, அருண்... ப்ளீஸ்...''

''நாலு ப்ளீஸ் சொல்லு... அப்பத்தான் சொல்லுவேன்!''

''ப்ளீஸ்... ப்ளீஸ்... ப்ளீஸ்... ப்ளீஸ்...''

''ஓகே, ஓகே... எல்லா ஏற்பாட்டையும் செஞ்சாச்சு, நித்யா! நேத்து விசுவும் நானும் சைதாப்பேட்டை டிஸ்ட்ரிக்ட் ரெஜிஸ்ட்ரார் ஆபீஸுக்குப் போயிருந்தோம்... தமிழ்நாட்டுல இருக்கறவங்க யார் வேணா இங்க ரெஜிஸ்டர் மேரேஜ் பண்ணிக்கலாம். அப்ளிகேஷன் ஃபாரம் வாங்கிட்டு வந்திருக்கோம்... மூணு ரூபாயோட அதை ஃபில் அப் பண்ணி இன்னிக்கு ஆபீஸ்ல குடுத்துட்டா, இன்னும் முப்பது நாள் கழிச்சு டம்டம், டடடம்... என்ன, சந்தோஷம்தானே?''

''முப்பது நாளா? மை குட்னஸ்! பரிட்சை முடிஞ்சிருக்காதே, அருண்?''

''ரிலாக்ஸ்! முப்பது நாளுக்கப்பறம், தொண்ணூறு நாளுக்குள்ள எப்ப வேணா ரெஜிஸ்டர் பண்ணிக்கலாம்.''

இன்னும் ஒண்ணுரை மாசங்கள் பல்லைக் கடித்துக்கொண்டு, வேஷம் போட்டு, சாதுப்பெண்ணாக இருந்துவிட்டால்... அப்புறம், அவள் மிசஸ் விசு!

அவளை யாரும் தடுக்க முடியாது!

பத்து நாளாக விசுவைப் பார்க்காமல், பேசாமல் இருப்பது போலல்லாமல், தைரியமாய் நூறு பேர்கள் நடுவில் அவன் கையைப் பற்றிக்கொண்டு மிசஸ் விசுவாக வளைய வரலாம்!

யப்பீ...ஈ...ஈ...ஈ...

சந்தோஷம் ஆளை முட்ட, நித்யா குதித்து தண்ணீரில் குட்டிக்கரணம் போட்டாள்.

"தேங்க்ஸ், அருண்... தேங்க்ஸ் எ லாட்! நீங்க இல்லாட்டி நாங்க என்ன செஞ்சிருப்பமோ!" என்று திரும்பத்திரும்ப சொன்னாள்.

"விசுகிட்ட சொல்லுங்க... அவனை ரொம்ப மிஸ் பண்றேன்னு சொல்லுங்க... அவனைப் பாக்காம இருக்கறது எனக்கு மகா கஷ்டமாயிருக்கு... ஆனா இன்னும் நாப்பது நாள்தானேன்னு பொறுமையோட இருக்கேன்னு சொல்லுங்க..."

இரண்டு நாள் கழித்து மாலையில் வீட்டுக்கு வந்த அருண், கிட்டத்தில் யாருமில்லாதபோது, கல்யாணத்துக்காகக் குறித்துவிட்ட தேதியை உறுதிப்படுத்தினான்.

திருமண நாள் தீர்மானமாகிவிட்ட உற்சாகத்தில், பயங்களை மூட்டைகட்டி வைத்துவிட்டு, முடிந்தவரையில் தீவிரமாக நித்யா படித்தாள்.

பரிட்சை எழுதினாள்.

விசுவின் கல்லூரி முடிவுக்காகவும், குறிப்பிட்ட நாளுக்காகவும் காத்திருந்தாள்.

அந்த நாளும் வந்தது.

காலையிலிருந்தே அவளுக்குள் ஏக படபடப்பு...

அப்பா, அம்மாவை ஏமாற்றுகிறோமே என்ற குற்றவுணர்வு எழும்போதெல்லாம் தவித்துப்போனாள். உடனே, நான் என்ன செய்வேன், இப்படி நடக்க இவர்கள்தானே காரணம் என்று சமாதானமும் சொல்லிக்கொண்டாள்.

ஒன்பது மணிக்குக் குளித்துத் தயாரானாள்.

புதுசாய் உள்ளே வைத்திருந்த பிரின்டட் சில்கைப் பிரித்து உடுத்திக்கொண்டாள்.

பெண் சரியாகிவிட்டாள் என்கிற நம்பிக்கையில் சதாசிவமும் தன் கெடிபிடிகளைத் தளர்த்திவிட்டிருந்ததில், ஃபிரெண்டுக்குக் கல்யாணம் என்று சொல்லிவிட்டு தனியாகக் கிளம்பினாள்.

பெற்றவர்கள் ஆசி இல்லாவிட்டாலும், கடவுளாவது துணை இருக்கட்டும் என்ற நம்பிக்கையில் விசு தீர்மானித்திருந்த தினுசில், கபாலீஸ்வரர் கோவிலுக்கு முன் இறங்கிக்கொண்டு, "நீ வீட்டுக்குப் போ... நா வந்திடறேன்..." என்று சொல்லி காரை அனுப்பினாள்.

அருண், இன்னும் சில ஐ.ஐ.டி. நண்பர்களோடு விசு அங்கு காத்திருக்க, கடவுளைக் கும்பிட்டுவிட்டு நேராக சைதாப்பேட்டை ரெஜிஸ்ட்ரார் ஆபீஸுக்குப் போனார்கள்.

பத்து நிமிஷங்களில், மூன்று சாட்சிகளும் இவர்களும் கையெழுத்துப் போட, நித்யா திருமதி. விசுவநாதன் ஆனாள்.

சம்பிரதாயத்தை விடக்கூடாது என்று தன் சக்திக்கேற்ப, அரை பவுன் மாங்கல்யத்தை ஒரு மெல்லிய செயினில் கோர்த்து மனைவி கழுத்தில் அங்கேயே விசு கட்டினான்.

தயாராக வைத்திருந்த மாலைகளை அவர்களிடம் கொடுத்து மாலை மாற்றிக் கொள்ளச் செய்து, "கங்கிராட்ஸ்!" என்ற அருண், தன் பரிசாக ஒரு கவரை நீட்டினான்.

ஒரு செக்... ஸ்டேட் பாங்கின் பரிசு செக்... இரண்டாயிரத்துக்கு.

கூடவே...

அருண் டைரக்டராக இருக்கும் மெட்ராஸ் ஸ்ட்ரக்சரல்ஸ் நிறுவனத்தில், ஆயிரத்து அறுநூற்றுப் பத்து ரூபாய் சம்பளத்தில், உதவி வொர்க்ஸ் மானேஜராக விசு நியமிக்கப்பட்டிருப்பதைத் தெரிவிக்கும் அப்பாய்ன்ட்மென்ட் ஆர்டர் கடிதமும்!

———

14

ராட்சஸ உள்ளங்கை விரல்களாக ஏரி பரந்திருந்தது. படகுத்துறையின் முகப்பில் பச்சை சோளம் சுட்டு விற்பதை வாங்கி அனுபவித்துக் கடித்தபடி, விசுவும், நித்யாவும் நிதானமாக நடந்துக் கொண்டிருந்தார்கள்.

நான்கு மணி வெயில் கலந்த குளிர், உடம்புக்குப் பரம சௌக்கியமாக இருந்தது.

ஏரியில் தகடாக விரிந்திருந்த ஜலம், அவ்வப்போது சின்னச்சின்னதாக நெளிந்து அபிநயிக்கப் பார்த்தது.

வாய் நிறைய சோளத்தைக் கடித்துவிட்டு அதை விழுங்கும் முன் தன் ஆள்காட்டி விரலை நித்யாவிடம் நீட்டி, ''லால்குடி ஜெயராமன் இந்த விரலால வயலின் வாசிக்க மாட்டார்... ஏன் தெரியுமா?'' என்று விசு கேட்க, நித்யா விழித்தாள்.

''ஏன்னாக்க, இது என் விரல்!''

நித்யா சிரித்தாள்.

''ராமாயண காலத்துல ரொம்பப் பிரபலமான விளையாட்டு எது, சொல்லு பாக்கலாம்?''

''போரடிக்காதே, விசு... ப்ளீஸ்...''

''வாலி பால்!''

''கடவுளே! அறுக்காதயேன்...''

"இதையும் கேட்டுடு... ஐயா இப்ப நல்ல மூட்ல இருக்கார்! ரெண்டு பேர் ரோட்ல நடந்து போயிட்டிருந்தாங்க... ஒரு எடத்துல வாழைமரத்தோட பட்டைகளை உரிச்சுக் காயவெச்சிருக்கறதைப் பாத்துட்டு, மொதல் நபரோட தோளைத் தட்டி, 'என்னங்க, இது வாழைப்பட்டைதானே?'னு ரெண்டாவது ஆள் கேக்க, அதுக்கு அவர், 'ச்சேச்சே, இல்லீங்க... இது தோள்பட்டை'னு சொன்னாராம்! எப்படி?"

"சகிக்கலை... நிஜமா சகிக்கலை!"

"ஓகே, அதை விடு... ஒரு சமயம் ரொம்ப குண்டான..."

"ஐயோ.., வேணாம்! ப்ளீஸ் வேணாம்! ஆளை விடு, விசு... கெஞ்சிக் கேக்கறேன், என்னை விட்டுடு!"

தின்று முடித்துவிட்ட சோளக்கொண்டையை ஓரமாக எறிந்து, கைகளால் காதுகளை மூடிக்கொண்டு விளையாட்டாக நித்யா ஓட ஆரம்பிக்க, நாலே எட்டில் நெருங்கிய விசு இடதுகையால் அவளை அணைத்துக்கொண்டான்.

"விடறதுக்கா இத்தனை கஷ்டம் நித்தி? எல்லாத்தையும் நிமிஷத்துல உதறித் தள்ளிட்டு, இது ஒண்ணுத்துக்காக..."

கேலியாகத் துவங்கி, நெகிழ்ச்சியோடு தொடர்ந்து, மேலே பேசமுடியாதுபோக, அவள் கழுத்தில் கிடந்த தாலியைத் தூக்கி ஆதுரத்துடன் விசு முத்தமிட... அந்தக் கையைப் பற்றி நித்யா கன்னத்தில் வைத்துக்கொண்டாள்.

அணைப்பை விலக்காமலேயே பக்கத்திலிருந்த குட்டைச்சுவர் மேல் இருவரும் உட்கார்ந்துக்கொண்டனர்.

ஒரு வாரமா?

ம்ம்...

நாளையோடு சரியாய் ஒரு வாரம்.

பெற்றவர்களை மீறி கல்யாணம் பண்ணிக்கொண்டு விட்டாலும், அவர்களுடைய ஆசிர்வாதத்தை வாங்க உடனே வீட்டுக்குப் போகவேண்டும் என்பது விசுவின் வாதம்.

"இல்ல... உங்கப்பா நமக்கு எந்த மாதிரி வரவேற்பு குடுத்தாலும் பரவாயில்ல... உன்னோட அங்க போறது இப்ப என் கடமை! 'என் பொண்ணை இழுத்துகிட்டு ஓடிட்டான்'னு அவர் குத்தம்சாட்டறதுக்கு முன்னால, 'பாருங்க சார், முறைப்படி நாங்க கல்யாணம் செஞ்சிட்டிருக்கோம், இப்பவாவது எங்களை ஆசிர்வாதம் பண்ணுவீங்களா'னு கேக்கறதுதான் நியாயம்! லெட்ஸ் கோ..."

போனார்கள்.

மதியச் சாப்பாட்டுக்காக சதாசிவம் வீடு வரும் நேரத்தில் சென்று, வாசல்மணியை அடித்தார்கள்.

கதவைத் திறந்த ராஜி ஒன்றும் புரியாமல் விழிக்க "யார், ராஜி?" என்று கேட்டுக்கொண்டு வந்தார் சதாசிவம்.

நித்யா... விசு...

பின்னால் அருண்...

கைகளில் ரோஜா மாலைகள்!

முகத்தில் சந்தோஷம், பயம்...

அரைநிமிஷத்தில் விஷயத்தை கிரகித்துக்கொள்ள முடிய, "கெட் அவுட்!" என்று வார்த்தைகளைக் கடித்துத் துபபினார் சதாசிவம்.

அப்புறம்...

எதற்கு! தொடர்ந்து நடந்த அசிங்கமான பேச்சுவார்த்தைகள் எல்லாம் இப்போது எதற்கு! கட்டின புடவையுடன் நித்யா வெளியேறியது நிஜம்.

மாடி ஃபிளாட்டுக்குப் போய், எதுவும் பேசமுடியாமல் விசித்த நித்யாவை சமாதானம் செய்யத் தெரியாமல் விசு தவிக்க, இரண்டு பேரையும் ஒருமணிநேரம் போலத் தனியாக அருண் விட்டான்.

அப்புறம், "கிளம்புங்க..." என்று கிளப்பிக்கொண்டு வெளியில் போனான்.

முதலில் நித்யாவுக்குத் தேவையான உடைகள், இதர சாமான்கள், இரண்டு ஜீன்ஸ், நாலு டாப்ஸ், ஒரு சல்வார் கமிஸ், இரண்டு பிரிண்டட் காட்டன் சேலைகள், உள்ளாடைகள்.

"இது போறுமா, நித்தி?"

"தாராளமா! இதுக்கு மேல இப்ப அவசியமென்ன, விசு? அப்பறம் தேவைப்பட்டா, நீ சம்பாதிக்க ஆரம்பிச்ச பிறகு வாங்கிக்கலாமே..."

அருண் கல்யாணப் பரிசாகக் கொடுத்த இரண்டாயிரத்தில், கிட்டத்தட்ட ஆயிரம் ரூபாய் அவுட்.

"உங்க ஃபிளாட்டுக்கு வர எனக்கு இஷ்டமில்ல அருண்... அப்பா, அம்மாவை எதேச்சையா பாக்க நேர்ந்தாகூட கஷ்டம்... ப்ளீஸ், புரிஞ்சுக்கங்க..."

"ஆமா அருண்... தப்பா எடுத்துக்காதே... நாங்க உட்லண்ட்ஸ்ல ஒரு ரூம் எடுத்துகிட்டு தங்கறதுதான் நியாயம். அப்பறம்... வந்துய்யா... ஒண்ணாந் தேதிதான் நா வேலைல சேரணுமா? அதுக்கு இன்னும் பத்து நாள் இருக்கே? ரெண்டு நாள்ல சேரலாம்னா, அது எனக்கு ரொம்ப உதவியா இருக்கும் அருண்..."

டிரைவ் இன் ரெஸ்ட்ராண்டில் காபி சாப்பிட்டுக்கொண்டே பேசியவர்களை, அருண் நிமிர்ந்து பார்த்தான்.

நித்யாவின் அப்பாவிடமிருந்து இப்படியொரு எதிர்ப்பு அவன் எதிர்பார்த்ததுதான்.

ஆனால், விசுவின் அம்மா?

பெண்ணாக இருப்பதால் இவர்களின் கஷ்டம் புரியுமென்று எதிர்பார்த்தது தவறோ?

சதாசிவம் படபடவென்று கொட்டிவிட்டார் என்றால், விசுவின் பக்கம் கிணற்றில் போட்ட கல்லாக அல்லவா விஷயம் தம்மென்று இருக்கிறது!

'உனக்கு மனவருத்தம் இருக்கும், எனக்குத் தெரியும். ஆனாலும், எங்களுக்கு வேறு வழியில்லை. தயவுசெய்து புரிந்துகொள். வருகிற புதன் அன்று நாங்கள் ரெஜிஸ்டர் கல்யாணம் பண்ணிக்கொள்ளப் போகிறோம். உன் ஆசிர்வாதம் எங்களுக்கு நிச்சயம் தேவை. வருத்தத்தை மறநதுவிட்டு உடனே கண்டிப்பாய் புறப்பட்டு வா... ப்ளீஸ் அம்மா...'

போய்ச் சேருமோ சேராதோ என்ற சந்தேகம் எழவேண்டாமென்று பதிவுத் தபாலில் அனுப்பிய கடிதம் போய்ச்சேர்ந்து, ரசீதும் சமர்த்தாய் மூன்றாம் நாள் வந்து விட்டது. ஆனால், சீதாலக்ஷ்மியிடமிருந்து ஒரு கடிதம்? ஒரு வாழ்த்து? ஒரு தந்தி?

ம்ஹூம், ஒன்றுமில்லை.

அத்தனை கசப்பா?

அத்தனை வெறுப்பா?

அத்தனை ஏமாற்றமா?

அத்தனை கோபமா?

காபிக்கான பில்லுடன் சர்வர் வர, விசு பணம் கொடுத்தான்.

கனமான சூழ்நிலையைத் தளர்த்த முயற்சிப்பதுபோல, "என்னய்யா, வெறும் காபிதானா? விருந்து கிருந்து கிடையாதா?" என்று அருண் கேட்க, விசு சிரித்தான்.

"உனக்கு இல்லாமலா, மச்சான்? எங்க போலாம், சொல்லு... சோழா? டாஜ்?"

"போலாம்... அத்தனை சிம்பிளா உங்களை நா விட்டுடறதா இல்ல! மொதல்ல ஹனிமூனை முடிச்சிட்டு வாங்க... அப்பறமா பாத்துக்கலாம்."

"ஹனிமூனா? சாதாரண மூனுக்கே இங்க வழியக் காணுமாம்! என்னய்யா நீ விளையாடறே!"

"விளையாடல, விசு... ஐ யம் வெரி சீரியஸ்! இந்தா, இந்தக் கவர்ல ரெண்டு டிக்கெட் இருக்கு... ராத்திரி பாண்டியன் எக்ஸ்பிரஸ்ல கிளம்பி காலைல கொடைரோடுல எறங்டுங்க... எங்க டிரைவர் காரோட காத்துகிட்டிருப்பான். கொடைக்கானலுக்குப் போய், வீட்டுல ஒரு வாரமோ, பத்து நாளோ ஜம்முனு தங்கிட்டு வாங்க! அதுக்குள்ள ஒண்ணாந் தேதி வந்திடும்... வேலைல ஜாயின் பண்ணு சரியாயிருக்கும்!"

விசு நித்யாவைப் பார்த்தான். அவள் அவனையும், அருணையும் மாறிமாறி ஏறிட்டாள்.

"ஓ, நோ... இது ரொம்ப ஜாஸ்தி! ஏற்கனவே நீங்க எங்களுக்கு செஞ்சிருக்கற உதவிக்கெல்லாம் எப்படி தேங்க்ஸ் சொல்றதுன்னு புரியாம நாங்க முழிச்சிட்டிருக்கோம்... ப்ளீஸ் அருண், வேணாம்..."

"பெரியபெரிய வார்த்தையெல்லாம் சொன்னா, கேக்கக் கஷ்டமாயிருக்கு, நித்தி... நீங்க யாரு? என் நெருங்கின ஃபிரெண்ட்ஸ்! சினேகிதங்க நடுவுல இதெல்லாம் ஒரு பெரிய உதவியா? அம்மா டெல்லிக்குப் போயிருக்காங்க... வீடு கொடைல காலியாதான் இருக்கு. போய் ஒரு வாரம் தங்கிட்டு வர்றதுல என்ன கஷ்டம், இல்ல, என்ன தப்பு? வேணாம்னு நீங்க சொன்னா, என்னை அந்நியமா நினைக்கறீங்கனு நா வருத்தப்படுவேன்! அப்பறம் உங்க இஷ்டம்..."

பதில் சொல்லி முரண்டிக்கொண்டு நிற்காமல், பாண்டியனில் கிளம்பினார்கள். கொடைக்கானலுக்கு வந்தார்கள்.

அருணின் வீட்டையும், வரிசையாய் நின்ற ஆள் படையையும் பார்த்து நித்யா ஆச்சர்யப்பட்டுப் போனாள்.

அருண் போன் மூலம் எல்லோரையும் ஜரூர்படுத்தி வைத்திருக்க வேண்டும்.

தூங்கி எழும் முன் பெட் காபி, எட்டரைக்குள் ஆவி பறக்கும் டிபன், தினுசு தினுசாய் மதிய இரவுச் சாப்பாடுகள்.

வாசலில் புறப்பட ஆயத்தமாக நிற்கும் கார் டிரைவர்.

மொத்தத்தில், சரியான 'எள் என்றால் எண்ணெய்' சமாச்சாரம்.

முதல் இரண்டு நாள்கள் கூச்சத்தின் காரணமாய் காரில் ஏறாமல், லேக்கைச் சுற்றி நடந்துவிட்டு வீட்டுக்கு வந்தவர்களை, மூன்றாம் நாள் காலை அருண் போனில் கூப்பிட்டான்.

"நடந்தே போறீங்களாமே... ஏன்? கார் சும்மாதானே இருக்கு? விசு, வாட் ஈஸ் ஆல் திஸ், யார்! உனக்குக்கூடவா என்னைப் புரியலை?"

அந்தக் குரலிலிருந்த வருத்தம் மனசைத் தொட, அன்றிலிருந்து காரில் தினத்துக்கு ஓரிடமாகச் சென்று வந்தார்கள்.

பேரிஜம், லேக்குக்குப் பிக்னிக் போனார்கள்.

பில்லர் ராக்ஸுக்குச் சென்று, உச்சியில் நடப்பட்டு பளபளக்கும் கிராஸைப் பார்த்தார்கள்.

ஸூயிசைடு பாயிண்டில் செங்குத்தாக அதலபாதாளத்துக்குத் தரை இறங்குவதைப் பார்த்து நித்யா 'ஹா'வென்று பயப்பட, இதுதான் சாக்கு என்று அவளை நாலு பேர் முன்னாலேயே விசு அணைத்துக்கொண்டான்.

அருண் அப்பாவின் உருளை எஸ்டேட்டுக்குப் போய், கிழங்குகளை வெட்டியெடுத்து, கலர் போடுவதைப் பார்த்தார்கள்.

முள்சீப்பால் கிழங்குகளைக் கோதியெடுத்து, அலம்பி, கேசரிப் பவுடர், மஞ்சள் தூள், செம்மண் கலந்து கலர் கொடுப்பதைப் பார்த்ததும், "உப்பும் மசாலாவும்தான் பாக்கி... அதையும் சேத்துட்டீங்கன்னா, 'திடீர்' உருளைக்கிழங்கு

கறின்னு விளம்பரம் பண்ணி விக்கலாம்!'' என்று சொல்லி, சுற்றி நின்றவர்களை விசு சிரிக்க வைத்தான்.

முகத்தின் வாட்டம் குறைந்து, இந்த ஒரு வாரத்தில் விசு கொஞ்சம் கொஞ்சமாகப் பழைய விசுவாக மாறிவருவதை நினைத்து சந்தோஷப்பட்ட நித்யா, தலைநிமிர்ந்து, ஏதோ கோட்டையைப் பிடிக்கும் தினுசில் சிந்தனைவயப்பட்டிருந்தவனின் விலாவில் கிசுகிசு மூட்டி, ''ஹேய்... எங்க கவனம்?'' என்றாள்.

''ம்ம்?''

''எங்க கவனம்? அதோ போறாங்களே, அந்தப் பொம்பளைங்க மேலயா?''

நித்யாவின் சீண்டல் விசுவை உசுப்பவில்லை.

''நம்ம எதிர்காலத்தைப்பத்தி நினைச்சிட்டிருந்தேன்...''

''அதுக்கு என்ன இப்ப?''

''எத்தனையோ வசதியா வாழ்ந்தவ நீ, அதுல பத்துல ஒரு பங்கு சௌகர்யத்தையாவது நா குடுக்கலேன்னா எப்படி! அதான்...''

''இதென்ன புதுக் கவலை! ஸில்லியா! நாளைக்கு ஊருக்குப் போகப்போறோம், நாளன்னிக்கு நீ வேலைல சேரப்போறே... மாசம் ஆயிரத்து அறுநூறு சம்பளம்! அடேயப்பா! ரெண்டு பேருக்கு இது வெள்ளம் இல்லியா?''

''வெள்ளமோ இல்லியோ... பட்டினி கிடக்கமாட்டோம் நிச்சயம்! ஆனா, நித்தி... சம்பளம் ஒரு மாசம் கழிச்சுதானே வரும்... அதுவரைக்கும்? எங்க தங்கறது? சாப்பாட்டுக்கு, மத்த செலவுகளுக்கு என்ன பண்றது? ம்? சும்மாச்சும்மா அருணைத் தொந்தரவு பண்றதுல எனக்கு இஷ்டமில்ல, நித்தி... ஆம்பிளைனு நா ஒருத்தன் இருக்கறப்போ...''

நித்யா குனிந்து விசுவின் தலையில் செல்லமாக முட்டினாள்.

“ஹேய், என் ஆம்பிளை ராஜா... என்னாச்சு உனக்கு? இன்னிக்கு நீ ரொம்பத்தான் வித்யாசமா பேசறே! எதுக்காக இத்தனை கவலை? நம்மகிட்ட அருண் குடுத்த பணம், உன் பாங்க் பாலன்ஸ், ப்ளஸ் அப்பப்ப என் பாக்கெட் மணில நா சேத்த பணம் இருக்கு... ஒரு மாசத்துக்கு இது போறாதா? இப்போதைக்கு நமக்குத் தேவைகள் கம்மி... நீ சொன்ன மாதிரி திரும்ப அருண்கிட்ட உதவி கேக்கறதுல எனக்கும் சம்மதமில்ல... அதுக்கு அவசியமே வராது! ரிலாக்ஸ், விசு...”

என்ன சொல்லியும் அவன் தன் சிந்தனையிலிருந்து விடுபடாமலிருக்க, “அங்க பார், விசு, அந்த குண்டம்மாவை... கொஞ்ச நேரத்துக்கு முன்னால குண்டு ஆசாமிபத்தி ஏதோ ஜோக் சொல்ல ஆரம்பிச்சியே, என்ன அது? சொல்லு...” என்று தூண்ட, ரொம்ப குண்டாக அசைந்து அசைந்து நடந்துவரும் அந்தப் பெண்மணியைப் பார்த்த விசு சட்டென்று சாதாரணமானான்.

“அ, அதுவா? பாத்தியா, ஐயாவோட ஜோக்கைக் கேக்காம உன்னால பத்து நிமிஷம்கூட இருக்க முடியலை, பாத்தியா! ஓகே... ஒரு சமயம் ரொம்ப குண்டான மாமா ஒருத்தர் ஒரு சைக்கிள் ரிக்ஷாக்காரன்கிட்டப் போயி, ‘மாம்பலத்துக்கு வர்றியாப்பா?’னு கேட்டாராம். அவன் அவரை ஏறயிறங்க பாத்துட்டு, ‘ஃபர்ஸ்ட் கிளாஸா, செகண்ட் கிளாஸா, தேர்ட் கிளாஸா?’னு கேட்டானாம். குண்டு மாமாக்கு ஒண்ணும் புரியலியாம்... விழிவிழினு விழிச்சாராம்! ‘சீட்டைத் தட்டிப்போட்டு, டிரான்சிஸ்டர் வெச்சு, உக்காரு சார்’னு சொல்லி அழைச்சிட்டுப்போறது முதல் வகுப்பு; ‘ம்ம், உக்காரு’னு சொல்லி கூட்டிகிட்டுப்போறது ரெண்டாவது வகுப்பு; நா உக்காந்து நீ இழுத்துகிட்டுப்போறது, மூணாவது வகுப்பு’னு அவன் சொன்னானோ இல்லியோ, அந்த குண்டு மாமா...”

அவன் முடிப்பதற்குள் நித்யா சிரிக்கத் துவங்க, அவளோடு சேர்ந்து விசுவும் சிரிக்க, கண்களில் ஜலம் ததும்பச் சிரிக்கும்

அந்தச் சிரிப்பிற்குக் காரணம் புரியாமல் அவர்களைக் கடக்க முற்பட்ட குண்டுப் பெண்மணி நின்று திரும்பிப் பார்க்கவும், அவர்களுடைய சிரிப்பு இன்னும் அதிகமாயிற்று!

———

15

அருண் ஸ்டேஷனுக்கு வந்திருந்தான்.

வண்டி நின்றதும், ஒவ்வொரு ஜன்னலாகக் குனிந்து பார்த்துக்கொண்டு நடந்தவன், ஒரு இரண்டாம் வகுப்பிலிருந்து இறங்கும் நசுங்கின நித்யாவைக் கண்டதும் சின்னதாக உள்ளுக்குள் எழுந்த வேதனையை வெளிக்காட்டிக் கொள்ளாமல், "ஹாய் தேர்!" என்றான்.

"ஹலோ அருண்! திஸ் ஈஸ் எ சர்ப்ரைஸ்! நிச்சயமா உங்களை நா எதிர்பாக்கலை!"

"மச்சான்... இந்தக் காலைவேளைல ஏன்யா வீணா சிரமப்படறே?"

"இதுல என்ன சிரமம்! எப்படியிருந்தது தேனிலவெல்லாம்?"

நித்யா கொஞ்சமாக வெட்கப்பட, விசு தோள்களைக் குலுக்கி, கண்களை விரித்து, "வாவ்!" என்றான், அருணுடைய பாஷையில்... அப்புறம் "எல்லாம் உன் தயவு மச்சான்!" என்று சொல்ல, மூவரும் சிரித்தார்கள்.

நித்யாவின் கையிலிருந்த ஷோல்டர் பேக்கை அருண் வாங்கிக் கொண்டான்.

வெளியே வந்து காரில் அமர்ந்து அதை அருண் கிளப்பினதும், தயக்கத்துடன் நித்யா கேட்டாள், "இப்ப நாம எங்க போறோம்?"

"எங்க போகணும்?"

"உங்க ஃபிளாட்டுக்கு வேணாம்... ப்ளீஸ்..."

"யா, அருண்... ஒரு நாளைக்கு அம்பது ரூபாய்க்குள்ள சார்ஜ் பண்ற ஹோட்டல் எதுலியாவது ரூம் எடுத்துக்கறது தேவலைன்னு நாங்க நினைக்கறோம்..."

"எடுத்துக்கலாம். அப்பறம்?"

"ஒரு மாசம் ஹோட்டல்ல தங்கிட்டு, மொத மாசச் சம்பளம் வந்தப்பறம் வேற ஏற்பாடு பண்ணிக்க திட்டம்..."

"இதைவிட நல்லதா நா ஒரு ஐடியா சொன்னா ஏத்துப்பீங்களா?"

என்ன ஐடியா சொல்லப்போகிறான்?

கூடுமானவரையில் அருணை உதவி கேட்டு தொந்தரவு செய்யக்கூடாது என்று தீர்மானித்திருக்கிறோமே... அதை இவனிடம் எப்படிச் சொல்வது! சொன்னால், அடிபட்டுப்போகாமல் கேட்டுக்கொள்வானா?

"என்ன பதிலையே காணும்? நா என் திட்டத்தைச் சொல்லட்டுமா?"

நித்யா விசுவைப் பார்த்தாள். அவன் அவளை ஏறிட்டான்.

"என்னய்யா, ரெண்டு பேரும் ஜாடைல என்னமோ பேசிக்கறீங்க?"

"ஒண்ணுமில்ல, அருண்... சொல்லுங்க..."

மூன்றாவதிலிருந்து நான்காவதுக்கு கியரை மாற்றி, வண்டியின் வேகத்தை அருண் கூட்டினான்.

காலைவேளைக் காற்று முகத்தில் பச்சென்று அறைந்தது.

தெரு ஓரத்தில், கீரைக் கட்டுகளைக் குவித்த கைவண்டியுடன் நின்ற கீரைக்காரர் தகரக் குவளைகள் சப்திக்க, வேகமாகச்

சென்ற பால் வியாபாரிகள், கட்டாய் பேப்பர்களை சைக்கிளின் பின்னால் அடுக்கிக்கொண்டு பறந்த பையன்கள்...

"நீங்க என் ஃபிளாட்டுக்கு வர வேணாம்... உங்க இக்கட்டு எனக்குப் புரியுது. நுங்கம்பாக்கத்துல இருக்கற கம்பெனி கெஸ்ட் ஹவுஸுக்குக் கூட்டிகிட்டுப் போறேன்... அங்க கொஞ்சநாள் இருங்க. அதுக்குள்ள மேக்கொண்டு என்ன பண்றதுனு யோசிச்சிடலாம்... என்ன?"

"நாங்க எப்படி உங்க கெஸ்ட் ஹவுஸ்ல...?"

"நாளைலேந்து விசு எங்க கம்பெனில சேரப்போறான் நித்தி... அதை மறந்திட்டு 'உங்க கம்பெனி'னு பிரிச்சுப் பேசறியே! கெஸ்ட் ஹவுஸ்ல தங்க அவனுக்கு உரிமையிருக்கு! என் ஃபிரெண்ட்ஸ்ன்ற ஹோதாவுல மட்டும் நிச்சயமா நீங்க அங்க தங்கப்போறதில்ல... சந்தோஷமா?"

கார் பாந்தியன் ரோடு வழியாக ஆண்டர்ஸன் சாலையை அடைந்தது. வெள்ளையாய் பளிச்சென்று இருந்த ஒரு வீட்டின் காம்பவுண்டில் நுழைந்து நின்றது.

இவர்களுடைய வரவை எதிர்பார்த்துக் காத்திருக்கும் தினுசில் வாச கேட்டில் கூர்கா சல்யூட் அடித்தான். வராந்தாவில் நின்றிருந்த ஆள் ஓடிவந்து கதவுகளைத் திறந்தான்.

"குட்மார்னிங், சார்..."

"குட்மார்னிங், முருகேசன்! இவர்தான் நம்ம புது ஏ.—பிள்யூ. எம். மிஸ்டர் விசுவநாதன்... அது மிசஸ் விசுவநாதன்..."

"குட்மார்னிங் சார்... குட்மார்னிங் மேடம்..."

ரொம்பப் பதவிசோடு முருகேசன் விஷ் பண்ண, விசுவும், நித்யாவும் வண்டியை விட்டு இறங்கினார்கள்.

வாசல் லான் நேர்த்தியாகப் பராமரிக்கப்பட்டிருந்தது. காம்பவுண்ட் சுவர் ஓரத்தில் குடையாய்க் கவிழ்ந்திருந்த

கொன்றையில், பூத்துக் கொட்டப்போவதைத் தெரிவிக்கும் வகையில் ஏகமாய் மொட்டுக்கள் வெடித்திருந்தன.

ஏறினதும் வராந்தா. அப்புறம் ஹால். அதற்கு இரண்டு பக்கமும் படுக்கையறைகள். பின்னால், சாப்பாட்டு சமையல் அறைகள்.

மொத்தம் நாலு படுக்கையறைகளைக் கொண்ட அந்த வீடு, கச்சிதமாக அலங்கரிக்கப்பட்டு சுத்தமாக இருந்தது.

"மொதல்ல காபி நல்லதா கொண்டுவா, முருகேசன்... ரயில்வே ஸ்டேஷன்லேந்து நாங்க நேரா வர்றோம்..."

தலையாட்டிவிட்டு முருகேசன் உள்பக்கம் சென்ற பிறகு, அவர்களை அழைத்துக்கொண்டு வலதுபக்கம் இருந்த படுக்கையறைக்குள் அருண் நுழைந்தான்.

அட்டாச்ட் பாத்ரூம். இரட்டைக் கட்டில். டிரெஸ்ஸிங் டேபிள். கர்ட்டன்கள். கார்ப்பெட். ஏசி.

காபி வந்தது.

"ஒன்பது மணிக்குள்ள பிரேக் ஃபாஸ்டைத் தயார் பண்ணிடு... நானும் இங்கதான் சாப்பிடப் போறேன்."

முருகேசனை அனுப்பிவிட்டு அருண், விசுவைப் பார்த்தான்.

"என்னய்யா, யூ வான்ட் டு ரிலாக்ஸ்? நா போயிட்டு அப்பறமா வரவா?"

"டோண்ட் பி சில்லி, யார்... இப்ப என்ன ரிலாக்ஸேஷன்? பேசறதுக்கு எத்தனையோ இருக்கறப்போ!"

"ஒகே, பேசலாம்... எனக்கு ஒண்ணும் வேலையில்ல! என்ன நித்தி, நீ குளிக்கப் போறியா? விசுவும், நானும் ஹாலுக்குப் போயிடவா?"

"இப்ப உங்ககூட உக்காந்து நானும் பேசப்போறேன்... குளியல் எல்லாம் அரைமணி கழிச்சுதான்..."

“குட்! என்ன பேசலாம்?”

காலிக் கோப்பையை மேஜையில் வைத்த விசு, “நா எப்ப, எங்க வேலைல ஜாயின் பண்ணணும்? அந்த விவரத்தையெல்லாம் சொல்லு... அப்பறம், இந்த எடத்துக்கு வாடகை என்ன? எவ்வளவு நாள் இங்க இருக்கலாம்? ப்ளீஸ், எல்லா விவரத்தையும் ஓபனா சொல்லிடு... நிலைமையத் தெளிவா புரிஞ்சுக்கறது நல்லதுதானே?” என்றான்.

அருண் இருக்கையின் முன்னால் சாய்ந்து உட்கார்ந்தான்.

“நாளைக்கு எட்டரை மணிக்கு இங்க வந்து உன்னை பிக்கப் பண்ணிக்கிட்டு ஃபாக்டரி ஆபீஸுக்கு அழைச்சிட்டுப் போய், அங்க எல்லாருக்கும் நானே அறிமுகம் செஞ்சு வெக்கறதா இருக்கேன்... ஸோ, எங்க போறது, எப்ப புறப்படறது, யாரைப் பாக்கறதுனு வீணா மண்டையக் குழப்பிக்காதே! அப்பறம், இங்க இருக்கறதப்பத்தி கேட்டே... வெளிப்படையா சொல்றதுன்னா, இது விஷயமா நா எது சொன்னாலும் அதான் உத்தரவு... அதனால...”

நித்யா அவசரத்துடன் குறுக்கிட்டாள்.

“ஓ, நோ... அதுக்காக, அளவுக்கு மீறி நாங்க சலுகை எடுக்கறது தப்பு, அருண்... ப்ளீஸ் புரிஞ்சிக்கங்க...”

“நா நல்லாவே புரிஞ்சுகிட்டிருக்கேன் நித்தி... அதனாலதான் ஒரு யோசனை பண்ணி வெச்சிருக்கேன். ஒரு வாரமோ பத்து நாளோ இங்க தங்கிட்டே, சின்னதா ஒரு வீடு பாத்திடலாம்னு நினைக்கறேன்... என்ன சொல்றீங்க?”

வீடா? அதற்குள்ளா?

வெறுங்கையால் முழமா?

விசுவுக்கு சங்கடமாக இருந்தது.

“இரு அருண்... நீ அதுக்குள்ள வீட்டுக்கு ஓடிடாதே... வீடு பாத்தா, அட்வான்ஸ் குடுக்கணும், செட்டில் பண்ண

பணம் வேணும்... இதெல்லாம் இப்ப என்னால தாக்குப் பிடிக்க முடியாதுய்யா! அதான், மொத மாசச் சம்பளம் வரட்டும்னு ஆரம்பத்திலயே சொன்னேன்...''

''இந்த கெஸ்ட் ஹவுஸ்ல தங்கற நாளுக்கெல்லாம் பணம் குடுக்க வேணாமா, அதை விட்டுட்டியே விசு?''

நித்யா நினைவுபடுத்த, விசு தலையாட்டினான்.

''அவ சொல்றது சரிதான்... கையில இருக்கற பணத்தை வெச்சுகிட்டு இந்த ஒரு மாசத்தை நல்லபடியா ஓட்டினா பெரிய விஷயம்யா! நிச்சயமா, இப்போதைக்கு வீடு பாக்கற நிலைல நாங்க இல்ல! இந்த கெஸ்ட் ஹவுஸ் சார்ஜ் என்ன, மொதல்ல அதைச் சொல்லிடு... எங்க கையிருப்புக்கு இந்த எடம் சரிப்பட்டுவருமானு பாத்துக்கணும், இல்ல?''

''சாதாரணமா எங்க கம்பெனில பெரிய வேலைல சேர்றவங்களுக்கு அவங்க வீடு பாத்து செட்டிலாகறவரைக்கும் ஹோட்டல்ல தங்கற செலவுகளைக் கம்பெனி ஏத்துக்கறது வழக்கம்தான்... அந்த வகையில, பத்துப் பதினைஞ்சு நாள் வரைக்கும்கூட, ஒரு காசு செலவில்லாம நீங்க இங்க இருக்கலாம்! ஹோட்டல்ல இருக்கறதைவிட, வீட்டுச் சூழ்நிலைல இங்க இருக்கறது தேவலையேனுதான் கெஸ்ட் ஹவுஸுக்குக் கூட்டி வந்தேன்... இது சௌகரியமா இருக்கில்ல? என்ன நித்தி?''

''உங்க கம்பெனில சேர்ற எல்லாருக்குமே இந்தச் சலுகை உண்டா, அருண்? நிஜமாவா?''

அருண் நட்புடன் சிரித்தான்.

''ப்பா... சந்தேகம், சந்தேகம்... எல்லாத்துலயும் சந்தேகம்! எல்லா உயர்மட்ட அதிகாரிகளுக்கும் இந்தச் சலுகை உண்டு. நித்தி... நா விசுவுக்காக ஸ்பெஷலா இந்தப் பழக்கத்தை உண்டாக்கலை!''

''ஸாரி அருண்... தப்பா எடுத்துக்காதீங்க... வந்து...''

"ரிலாக்ஸ் நித்தி... உங்க மனசு எனக்குப் புரியலேன்னா, வேற யாருக்குப் புரியும்? ம்?"

ஒரு நிமிஷம் மௌனத்தில் கரைய, நித்யா எழுந்து நின்றாள்.

"நா குளிச்சிட்டு வரேன்... ஒரே அழுக்கு..."

பேசியவள் பெட்டியைத் தூக்கி மேஜை மேல் வைத்தாள். அதைத் திறந்து உள்ளே இருந்தவற்றை அலமாரிக்குள் அடுக்கத் துவங்கினாள்.

"இந்தப் பத்துநாள் அவகாசத்துல ஒரு வீட்டை நாம வாடகைக்குப் பாக்கலாம்னே எனக்குத் தோணுது, விசு..."

அருண் பேச, அலமாரிக் கதவில் சாய்ந்தபடி நித்யா விசுவைப் பார்த்தாள்.

விசு மீசையை வழித்து, தலைமுடியைக் கோதி, முகவாயைத் தேய்த்துக்கொண்டான்.

"அதுக்கு இப்ப என்ன அவசரம் அருண்? சம்பளம் வரட்டுமே..."

"சம்பளம் வந்தா மட்டும், வீட்டைப் பாத்து வாடகைக்குப் பேசிடறது சுலபமா, விசு?"

"அப்ப முயற்சியாவது பண்ணலாம்... இப்ப ரொம்ப கஷ்டம்."

"அட்வான்ஸ் குடுத்துட்டா, அகுத்த மாச சாப்பாட்டுக்கு? செட்டிலாறதுக்கு?"

"....."

"நா சொல்றதைக் கேப்பீங்களா? நேத்து மத்த டைரக்டர்ஸ்கிட்ட பேசினேன்... 'நீங்க பர்சனலா கேரண்டி குடுக்கறப்போ, எவ்வளவு வேணா அட்வான்ஸ் குக்கலாம்'னு சொல்லிட்டாங்க! நாளைக்கு நீ ஜாயின் பண்ணதும், ஐயாயிரம் ரூபா அட்வான்ஸா ஆபீஸ்ல வாங்கிக்க... இதுல வீட்டுக்கு

அட்வான்ஸ் குடுத்து, மத்த செலவுகளைப் பாக்க முடியாதா? அப்பறம் மாசம் கொஞ்சம்கொஞ்சமா சம்பளத்துலேந்து அட்வான்ஸைத் திருப்பிடு... என்னய்யா?''

''.....''

''நியாயமா பாத்தா, இந்தப் பணத்தை நீ ஆபீஸ்ல அட்வான்ஸா வாங்கத் தேவையே இல்ல! என்கிட்ட பணம் இல்லியா? நா குடுக்க மாட்டேனா? ஆனா, நீங்க ரெண்டு பேரும் இதுக்குச் சம்மதிக்கமாட்டீங்கன்னு எனக்குத் தெரியும்... அதான் இந்த ஏற்பாடு! இதுல ஒரு தப்பும் இருக்கறதா எனக்குத் தெரியலை.''

பிரேக்ஃஃபாஸ்ட் முடிந்த பிறகு, அவர்களைத் தனியாக விட்டுவிட்டு அருண் புறப்பட்டுப் போனதும், பேப்பர் பென்சிலைக் கையில் வைத்துக்கொண்டு கணவனும், மனைவியும் யோசித்தார்கள். கணக்குப் போட்டார்கள்.

அருண் சொல்வதை ஏற்கலாமா, வேண்டாமா?

ஆபீஸில் அட்வான்ஸ் வாங்குவது நல்ல யோசனைதானா?

உடனடியாய் குடியும் குடித்தனமுமாகக் குடும்பம் நடத்தவேண்டுமென்றால், இதை விட்டால் வேறு வழி இல்லையா?

அப்பா, மற்ற தெரிந்தவர்கள் முன்னால் கௌரவமாய் வாழ்ந்துகாட்ட இது ஒரு நல்ல வழிதானா?

சரி, ஐயாயிரம் அட்வான்ஸாகப் பெற்றுக்கொள்ளலாம்...

அப்புறம்?

முதலில், சம்பளம் எத்தனை கைக்கு வரும்?

ஆயிரத்து அறுநூறில், பிடித்தமாக வரியும் பிஎஃப்பும் போனால், கையில் ஆயிரத்து நானூறு வருமா?

ம்ம்... வரும்...

இதில் கடனைத் திருப்ப மாசம் இருநூறைப் பிடித்துக்கொள்ளச் சொன்னால்...? பாக்கி ஆயிரத்து இருநூறு.

எத்தனை ரூபாய் வாடகையில் வீடு பார்க்க வேண்டும்?

ஒற்றை பெட்ரூம் கொண்ட ஃபிளாட் போதும். இது எத்தனைக்குக் கிடைக்கும்?

ஐயாயிரம் ரூபாயில் வீட்டுக்கு அட்வான்ஸ் கொடுத்துவிட்டு, பாக்கியை உடனடித் தேவையான சாமான்கள், பாத்திரம், அடுப்பு, ஃபர்னிச்சர், எட்ஸட்ரா வாங்க உபயோகப் படுத்திக்கொள்ள வேண்டும்.

மாசச் சம்பளத்தில் பிடித்தம் போகக் கைக்கு வரும் ஆயிரத்து இருநூறில், வாடகை கொடுத்து, சாப்பிட்டு, சமர்த்தாய் குடித்தனம் பண்ணவேண்டும்.

முடியுமா?

ஏன் முடியாது!

மனசு இருந்தால் எதுதான் சாத்தியமில்லை!

ஓரளவுக்கு எதிர்காலம் ஸ்திரப்பட்டுப் போய்விட்ட தைரியம் தந்த சந்தோஷத்தில், அந்த இரவையும், தொடர்ந்து வந்த நாள்களையும் கலர்க்கலரான கற்பனைக் கனவுகளுடன் கழிப்பது விசுவுக்கும், நித்யாவுக்கும் அழகாகவே சாத்தியமாயிற்று.

——————

16

"**கா**ஃபி..."

சோம்பலுடன் புரண்டு, சின்னதாகக் கண்களைத் திறந்த நித்யா, சட்டென்று எழுந்து உட்கார்ந்துக்கொண்டாள்.

எதிரில் விசு... கலைந்த முடி, கன்னத்தில் கரி, வாயில் சிரிப்பு, கையில் கோப்பை.

"என்னது இது, விசு!"

"குட்மார்னிங் டார்லிங்... இது காஃபி!"

"நா அதைக் கேக்கலை... ஒருநாளைப் போல என்னை எழுப்புன்னா எழுப்பாம, ஏன் நீயே சிரமப்படறே?"

"இதுல சிரமம் என்ன நித்தி? காலைல சீக்கிரம் எழுந்து எனக்குப் பழக்கம்தானே?"

நித்யா பதில் சொல்லவில்லை.

தன் தூங்குமூஞ்சித்தனத்தை நினைக்கையில் கோபம் வந்தது.

அதென்ன கும்பகர்ணத் தூக்கம்!

தனி வீடு பார்த்து குடித்தனம் துவங்கி ஒரு வாரம் ஆகப்போகிறது... இன்னும் காலையில் விசுவுக்கு முன் எழுந்து ஒரு காபி தயாரிக்க முடியவில்லையென்றால், எத்தனை சோம்பேறித்தனம் இது!

“காஃபி ஆறறது, நித்திம்மா...”

“போ, விசு... ஆனாலும் நீ ரொம்ப மோசம்! தினம்தினம் நீயே சிரமப்படறே...”

“நெஸ்கஃபே ரெண்டு ஸ்பூன் போட்டு, வெந்நீர் விட்டு, பால், சக்கரையோட கலந்து கொண்டுவர்றது சிரமமான காரியமா, ஸ்வீட்ஹார்ட்?”

“கஷ்டமோ இல்லியோ... நா ஒருத்தி இருக்கறது எதுக்கு? இதைக்கூடப் பண்ணாம?”

“ஹா! நீ இருக்கறது இந்த ஸில்லி காஃபி கலக்கறதுக்குத்தானா? மைகாட்! எவ்வளவோ பெரியபெரிய, முக்கியமான காரியங்களுக்கு உன் தயவு, உதவி தேவைப்படறது... உதாரணமா...”

படுக்கையில் அவளருகில் உட்கார்ந்து, அணைத்து, குனியவும், நித்யா செல்லமாக அவன் தோளில் குத்தினாள்.

“போ, விசு... ஏதாவது பேசி ஆளை சிரிக்க வெச்சிடு! நாளைலேந்து நீ வேணா பாரு, நா அலாரம் வெச்சுகிட்டாவது உனக்கு முன்னால எழுந்து காஃபி போடறேனா இல்லியானு பாரு!”

இதற்கு இவ்வளவு அலட்டல் தேவையா என்பதுபோலக் கரிசனத்துடன் விசு அவளைப் பார்த்தான்.

“இந்தச் சின்ன விஷயத்துலகூட உனக்கு நா உதவி பண்ணுக்கூடாதா?”

“தாராளமா செய்யலாம். ஆனா, இப்ப அதுக்கு அவசியம் இல்லியே! நா விட்டுல சும்மாத்தானே உக்காந்திட்டிருக்கேன்? நீ ஆபீஸ் போய் நாள் பூரா வேலை பண்ணிட்டு வர்றே... காஸ் இல்ல, சிரமப்படாதேன்னு சொல்லி, பாதி நேரம் நீயும் அருணுமா சேந்து என்னைச் சமைக்க விடாம தடுத்திடறீங்க... காலைல எழுந்து உருப்படியா பண்ணக்கூடிய காரியம், காஃபி கலந்து, பிரேக்ஃபாஸ்ட் தயாரிக்கறதுதான்... அதையும் நீயே

செஞ்சிட்டா, அப்பறம் நா எப்ப சமையல் கத்துக்கறது? எப்ப உனக்கு வகையா சமைச்சுப் போடறது? எப்ப..."

விசு எழுந்து நித்யாவின் முன் நின்றான். இரண்டு காதுகளையும் பிடித்துக்கொண்டு, "தெரியாம பண்ணிட்டேன்... இனிமே உன் சாம்ராஜ்ஜியத்துல நா நுழைய மாட்டேன்! அதுக்காக நீ லெக்சர் அடிச்சு என்னை அறுக்காதே! வேணா, தோப்புக்கரணம் போடட்டுமா?" என்று போலி பயத்துடன் கேட்க, நித்யா சிரித்தபடியே எழுந்து பாத்ரூமுக்குச் சென்று டவலை எடுத்துவந்து கணவனின் கன்னம், நெற்றியில் இருந்த கரியைத் துடைத்தாள்.

அவளைத் துடைக்க விடாமல் விசு வம்பு பண்ண, துண்டை அவன் தலையிலேயே போட்டுவிட்டு, பாத்ரூமுக்குள் ஓடிச்சென்று கதவைத் தாழிட்டுக்கொண்டவளுக்கு, டூத்பிரஷ்ஷில் பேஸ்டைக் கோடாக இழுக்க முடியாதபடி சிரிப்பு பொங்கிக்கொண்டு எழுந்தது.

வாயைக் கொப்பளித்தாள். அழுந்த பற்களைத் தேய்க்கத் துவங்கினாள்.

பாதித் தேய்ப்பில் திடுமென்று என்னவோ நினைப்புக்கு வர, அடங்கியிருந்த சிரிப்பு மீண்டும் பீறிட, கதவைத் திறந்து, "விஷு... நேழ்மு ஆழா என்ன கேழ்ழா தெழிமுமா?" என்று வாயில் நுரைத்த பேஸ்டுடன் கேட்க, விசு திருதிருத்தான்.

தான் பேசுவது விசுவுக்குப் புரியவில்லை என்பது புரிந்ததும், வாய் நுரையை பேசினில் துப்பிவிட்டு, அந்தச் சிரிப்பு மாறாமலேயே, "நேத்து ஆயா என்ன கேட்டா தெரியுமா விசு?" என்றாள்.

ஆயா, அவர்கள் வீட்டில் வேலைக்குச் சேர்ந்திருப்பவள். வந்து இரண்டு நாள்களாகின்றன. காலையில் வந்து மதியம் பூராவும் வீட்டு வேலைகளைக் கவனிப்பதோடு, நித்யாவுக்குத் துணையாகவும் இருந்துவிட்டு, மாலை ஐந்து மணி வாக்கில் போகவேண்டும் என்பது பேச்சு.

"ஆயாவா? என்ன கேட்டா?"

"அந்த அய்யா உனக்குத் தம்பியாம்மானு!" நித்யா சிரிக்க, விசு திரும்ப திருதிருத்தான்.

"எந்த அய்யா?"

"நீதான்!"

"நா! உனக்குத் தம்பியா! அந்தக் கிழத்துக்கு மூளை கீளை சரியில்லியா?"

"இல்ல, விசு... வந்து... ஹ..." விளக்கிச் சொல்லாமல் நித்யா பெரிசாய் சிரிக்க, விசு பொறுமை இழந்தான்.

"ஒண்ணு, சொல்லிட்டுச் சிரி... இல்ல, சிரிச்சுட்டுச் சொல்லு..."

"ஏன் ஆயா அப்படிச் சொல்றேன்னு கேட்டேன்... 'நீதான் அவரை மரியாதையில்லாம நீ, நீன்னு சொல்றியே, அதான்'ன்னா!"

பேசிக்கொண்டு போனவள், சட்டென்று நிறுத்தினாள். யோசித்தாள்.

"ஏன் விசு, நா உன்னை இனிமே மரியாதையா கூப்பிடணுமா? நீங்க வாங்கன்னு சொல்லணுமா? அதான் முறையா?"

அந்த முகபாவமும், யோசனையும் குழந்தைத்தனமாகப் பட, விசு கிட்டத்தில் வந்து அவள் தலையில் ஒரு முட்டு முட்டி, "ஹெல் வித் தட் ஆயா! அவ என்னை உன் தம்பினு நினைச்சுக்கட்டும், இல்ல பிள்ளைன்னு வேணாலும் நினைச்சுக்கட்டும்... ஐ டோண்ட் கேர்! நீ இப்ப இருக்கற மாதிரியே இரு, அதான் எனக்குப் பிடிச்சிருக்கு! மொதல்ல போய் வாயக் கொப்பளிச்சுட்டு வா... இல்லேன்னா இப்படியே கிஸ் பண்ணிடுவேன்!" என்று சொல்லி அணைக்க முயல, அந்தப் பிடியில் சிக்காமல் நழுவி, பாத்ரூமுக்குள் அவள் ஓடினாள்.

எட்டு மணிக்குக் காலைச் சிற்றுண்டி முடிந்து, தயாராகி, விசு ஃபாக்டரிக்குப் புறப்பட்டுப் போனதும், கதவைத் தாளிட்டு உள்ளே வந்து, வீட்டைத் தட்டி சுத்தப்படுத்துவதில் ஆயாவுக்கு உதவத் துவங்கினாள்.

சின்ன வீடுதான். ஆனால், அதிர்ஷ்டவசமாக புதுசு. இவர்கள்தான் முதல் குடித்தனக்காரர்கள்.

மாடிப்போர்ஷன். ஏறினதும் குட்டி வராந்தா. டிராயிங் கம் டைனிங் என்ற பெயரில் ஓர் அறை. இடப்பக்கம், பத்துக்குப் பன்னிரண்டில் படுக்கையறை. அதைத் தொட்டுக்கொண்டு பாத்ரூம். பின்னால், கையகல சமையல்கட்டு கம் ஸ்டோர் ரூம்.

வீட்டை வந்து பார்த்து, பிடித்து, வீட்டுக்காரர் சொன்ன முன்னூறு ரூபாய் வாடகையை மறுபேச்சில்லாமல் ஏற்றுக்கொண்டு, மூன்று மாச வாடகையை முன்பணமாகக் கொடுத்துவிட்டுத் திரும்பிய நிமிஷத்தில், மனசுக்குப் பிடித்த தினுசில் வீடு அமைந்து விட்டதில் நித்யாவுக்கு மகா சந்தோஷம். "நைஸ் ஹவுஸ், இல்ல? மாடில நாம மட்டும்தான். வீட்டுக்காரங்களும் நல்லவங்களா தெரியறாங்க. வசவசன்னு அடுத்தடுத்து ஃபிளாட்ஸ் இல்லாம, தூங்கி எழுந்தா ஹலோன்னு கைக்குலுக்கற அளவுக்கு நெருக்கமா இல்லாம, அதிர்ஷ்டவசமா, கீழ அவங்க, மாடில நாம... அவ்வளவுதான்! புதுக் கட்டடம்... ரொம்ப அலங்காரம் பண்ணாட்டிக்கூட, பளிச்சுனு இருக்கு! முக்கியமா, வீட்டுக்கு நாலு பக்கமும் உயர உயரமா மரங்க... ஓ! விசு, ஐ யம் ஹாப்பி... அருண், நா சொல்றது சரிதானே?"

"உனக்குப் பிடிச்சா சரி... என்ன விசு?"

இரண்டு பேர் கேள்விக்கும் பதில் சொல்லாமல் விசு உம்மணாமூஞ்சியாக இருக்க, நித்யா, "ஏய், என்னாச்சு உனக்கு? வீடு பிடிக்கலியா?" என்றாள்.

"ப்ச்... என்ன பெரிய வீடு... அத்தாம் பெரிய வீட்டுல இருந்த உன்னை, மூக்கோட்டையாட்டம் ஒரு பொந்துல..."

"என்னது, மூக்கோட்டையா?"

சிரிப்பும் வியப்பும் கலந்த குரலில் கேட்க...

"யா... மூக்கோட்டை மூக்கோட்டையாதானே ரூம்ஸ் இருக்கு!" என்றான் விசு.

"மூக்கோட்டையும் இல்ல, காதோட்டையும் இல்ல... நீயும் உன் வர்ணனையும்! எனக்கு சிரிப்புதான் வர்றது! எனக்கு இந்த வீடு ரொம்பப் பிடிச்சிருக்குப்பா..."

வீடு நிச்சயமாகிவிட, அடுத்த நாள் ஜெயபாரதம் கடைக்குப் போய் நாலு கூடை நாற்காலிகள், ஒரு நடு மேஜை, இரண்டு டீபாய்கள் வாங்கினார்கள்.

"வீணா காசு குடுத்து அவசரமா பெரிய ஃபர்னிச்சர் எதுவும் வாங்க வேணாம்... கட்டில், டிரெஸ்ஸிங் டேபிள், சாப்பாட்டு டேபிள் எல்லாம் வாடகைக்கு எடுத்துடலாம்."

அருண் சொன்னதும் உடனே பதில் பேசாமல் நித்யா யோசித்தாள்.

"என்ன, நித்தி?"

"வாடகை அதிகமா இருந்தா?"

"இருக்காது... விசாரிக்கலாமே..."

விசாரித்தார்கள். தங்கள் பட்ஜெட்டுக்குள் நிச்சயம் அடங்குமென்று தெரிந்த பின், ஓர் இரட்டைக் கட்டில், சாப்பாட்டு மேஜை, நாற்காலிகளை வாடகைக்கு எடுத்தார்கள்.

அத்தியாவசியமான பாத்திரங்கள், துண்டு, பெட்ஷீடு, வாளி இத்தியாதிகளைத் தெரிந்தவரை பட்டியல் போட்டு வாங்கினார்கள். கூடவே, ஒரு ஸ்டவ், மண்ணெணணெய், மளிகைச் சாமான்கள்.

சமையலறையை தாமு வந்து செட்டப் செய்துகொடுக்க, ஒரு வெள்ளிக்கிழமை வீட்டில் குடியேறினார்கள்.

ஸ்டவ்வை எப்படிப் பற்றவைப்பது, காபி எவ்வாறு தயாரிப்பது போன்ற ஆரம்பத்தனமான சமாச்சாரங்களை, நித்யா தாமுவிடம் கற்றுக்கொண்டாள். மறக்காமல் முதல் வேலையாய் 'அன்றாட சாதாரண சமையல்கள்' என்ற புஸ்தகம் ஒன்றையும் விசு வாங்கிவந்தான்.

"சமையல்கட்டுல நுழைஞ்சு உனக்குப் பழக்கமேயில்ல... ஸ்டவ் வேற... நீ அனாவசியமா கஷ்டப்பட வேணாம். என் வீட்டுல தாமுவை சமைக்கச் சொல்லி இங்க குடுத்தனுப்பறேன்..."

"நோ... நோ... நா ஒத்துக்க மாட்டேன்! எங்கப்பா அம்மாக்கு விஷயம் எட்டினா, இவ குடுத்தனம் பண்ற அழகைப் பாருன்னு சிரிப்பாங்க..."

"சரி, தாமுவை இங்க அனுப்பி சமைக்கச் சொல்றேனே?"

"ஐயோ, ப்ளீஸ்... வேணாம். அப்பறம் நா எப்ப சமைக்கக் கத்துக்கறது?"

"ஓகே, ஓகே... ரெண்டு பேரும் வீணா வாதம் பண்ணாதீங்க... என் ஃபிரெண்ட், இண்டியன் ஆயில்ல வேலையா இருக்கறவன், எப்படியாவது மேனேஜ் பண்ணி 'கேஸ்' தர ஏற்பாடு பண்றதாச் சொல்லியிருக்கான். ஒரு வாரம், பத்து நாள்ல வந்துடும்னு சொல்றான். அதுவரைக்கும், அருண் சொல்ற மாதிரி ஸ்டவ்வோட நீ கஷ்டப்பட வேணாம்னுதான் நானும் நினைக்கறேன். ஸோ, இந்தப் பத்து நாளும் ஹோட்டல்ல சாப்பிட்டா என்ன, நித்தி?"

"மூணு வேளையுமா? ச்சே! நா ஒருத்தி கல்லுகுண்டா இருக்கறப்ப... மாட்டேன்... மாட்டவே மாட்டேன்! காலைல டிபனா டோஸ்ட், எக்சலண்ட் காஃபி செஞ்சிடறேன். மத்தியான சாப்பாட்டுக்கு நீ வரமாட்டே... நா ஒருத்திதானே! ராத்திரி வேணா வெளியே போய் சாப்பிடலாம்..."

சரி என்று விசுவோடு சேர்ந்து அருணும் தலையாட்டிவிட்டாலும், அன்றாடம் தாமுவிடம் எதையாவது தயார்பண்ணி அவளுடைய மதியச் சாப்பாட்டுக்காக அனுப்பத் தவறவில்லை.

"எதுக்காக, அருண்?"

"என்ன எதுக்காக?"

"இதெல்லாம்..."

"உனக்காக எதுவும் செய்யலை நித்தி... இந்தப் பக்கம் வரவேண்டிய வேலை தாமுவுக்கு இருந்தது. 'நித்யாம்மாக்குக் கொண்டு குடுக்கட்டுமா, சார்?'னு கேட்டான். சரின்னேன். தட்ஸ் ஆல்!"

சாதுவாக அருண் பேசும்போது, நித்யாவால் பதிலேதும் சொல்ல இயலாது.

எத்தனை அன்பு!

எத்தனை கரிசனம்!

அருண் மாதிரி ஓர் ஆசாமி பக்கபலமாக இல்லாவிட்டால் என்ன ஆகியிருக்கும்?

வீட்டைத் தட்டி சுத்தம் பண்ணி, குளித்துத் தயாரானதும், "ஆயா, கதவைத் தாள் போட்டுக்க... நா கொஞ்சம் வெளில போயிட்டு வரேன்..." என்று சொல்லிவிட்டு நித்யா கிளம்பினாள்.

பழக்கடையில் ஒரு டஜன் வாழைப்பழம், நாலு ஆப்பிள் வாங்கினதும், மருந்துக்கடையில் எழுபத்தி ஐந்து பைசா கொடுத்து போனில் அருணுடன் தொடர்புக்கொண்டாள்.

"அருண்? நித்யா ஹியர்..."

"வாவ்! வாட் எ சர்ப்ரைஸ்! எத்தனை நாளாச்சு 'குரலை டெலிபோன்ல கேட்டு!"

"இன்னிக்காவது சாயங்காலம் வீட்டுக்கு வருவீங்களா, அருண்?"

"வராம? நேத்து போர்ட் மீட்டிங்... லேட்டாயிடுச்சு. அதான் வரமுடியலை. ஏதோ கெட்டா, ஏதோ சுவர்னு சொல்வாங்களே... அந்த மாதிரி சாயங்காலம் ஆனா, உங்க வீட்டை விட்டா எனக்கும் போக்கிடம் ஏது! ஆமா, ஏன் கேக்கறே?"

"இல்ல... உங்களைப் பக்கத்துல வெச்சுகிட்டு நா விசுகிட்ட ஒரு விஷயம் சொல்லணும்..."

"என்ன, நித்தி... ஏதாவது பிரச்சினையா?"

"பிரச்சினை ஒண்ணுமில்ல... ஆனா... வந்து..."

"எதுவானாலும் தயங்காம சொல்லு, நித்தி..."

"இல்ல... நா செக்ரட்டேரியல் கோர்ஸ்ல சேரலாமேனு நினைக்கறேன்... வீட்ல ஒரு வாரம் இருக்கறதுக்குள்ளயே போரடிக்க ஆரம்பிச்சிடுச்சு... அதான்..."

போரடிப்பதால் இந்த முடிவுக்கு வரவில்லை, உதவியாளர் பயிற்சி எடுத்தால் வேலை கிடைப்பது சுலபம், அந்த உபரிப் பணம் வந்தால் இன்னும் கொஞ்சம் சௌகரியமாய் இருக்கலாமே என்று அவள் திட்டம் போடுவது புரிய, அருண் பேசாமல் இருந்தான்.

"என்ன அருண், ஒண்ணுமே சொல்ல மாட்டேங்கறீங்க... ஆறுமாச கோர்ஸுக்கு ஆயிரம் ரூபா போல செலவாகுமேன்னு மொதல்ல ரொம்ப யோசிச்சேன்... பட், இட் ஈஸ் வொர்த் இட்! விவரத்தைச் சொன்னா, எதுக்காக வீணா சிரமப்படறேனு விசு கத்துவான்... அதனால, நா இந்தப் பேச்சை எடுத்ததும் சப்போர்ட் பண்ணுங்க, ப்ளீஸ்..."

அமெரிக்கா போகவேண்டும், எம்.எஸ். படிக்கவேண்டும், ஆயிரமாயிரமாய் டாலர்களை சம்பாதிக்க வேண்டும் என்று ஆசைப்பட்ட விசு...

சி.ஏ. முடித்து, பிரபலமான ஆடிட்டராக வளர்ந்து, எல்லோரையும் மூக்கில் விரலை வைக்கச்செய்ய விரும்பிய நித்யா...

அவன், இன்று ஒரு ஃபாக்டரியில் அசிஸ்டெண்டு வொர்க்ஸ் மானேஜர்.

இவள், செக்ரட்டேடிரியல் கோர்ஸ் படித்து சில நூறுகளை சம்பாதித்து, குடும்பத்துக்கு உதவமுடியுமா என்று பார்க்கிறாள்.

கடவுளே!

"அருண்..."

"ஸாரி, நித்தி... ஏதோ நினைப்பா இருந்திட்டேன். ஓகே, உனக்கு சப்போர்ட் பண்றேன். ஆனா ஒண்ணு, நீயும் பதிலுக்கு ஆதரவா ஒரு விஷயத்துல பேசணும்... ஃபாக்டரிக்கு பஸ்ஸுல வந்துபோக சிரமப்படறான்... என் மோட்டார் பைக் கராஜ்ல சும்மாதான் கிடக்கு... அதை உபயோகப்படுத்திக்கய்யான்னா, வேணாம்னு மறுத்திட்டான். இன்னிக்கு சாயங்காலம் நா திரும்ப இந்தப் பேச்சை எடுக்கப்போறேன்... 'இதுல என்ன தப்பு, விசு?'னு கேட்டு, நீ என் பக்கம் பேசி, அவனைச் சம்மதிக்க வெக்கணும், சரியா?"

———

17

முதுகுத் தண்டில் நேர்க்கோடாய் வலித்தது.

இரண்டு மூன்று நாள்களாய் சேர்ந்தாற்போல இரவு கண்விழிப்பதில், இமைகளின் அடியில் எரிந்தது.

நித்யா கைவிரல்களைச் சொடுக்கி விட்டுக்கொண்டாள்.

மணி என்ன?

ஏழரையா!

நாழியாகிவிட்டதே!

ஹோம் வொர்க்கை முடித்து, குளித்து, டிபன் செய்து, சாப்பிட்டு, தயாரானால்தானே, எட்டரைக்கு விசு புறப்படும்போது கிளம்ப சரியாக இருக்கும்!

பாக்கியிருந்த சுருக்கெழுத்துப் பயிற்சியை அவசரமாக எழுதி முடித்தவளுக்கு, வழக்கமாகத் தன்னை வீட்டுப்பாடங்கள் கவனிக்க விடாமல் தொந்தரவு செய்யும் விசு இன்று எட்டிக்கூடப் பார்க்காமல் இருப்பது புரிந்தது.

விசு எங்கே?

இன்னுமா எழுந்திருக்கவில்லை?

எழுதவிடாமல் பென்சிலைப் பிடுங்கி, புஸ்தகத்தை மூடிவைத்து, ஏதேனும் அறுவை ஜோக் அடித்துத் தொணதொணப்பவனுக்கு, இன்று என்னாயிற்று?

யோசனை தீவிரமானதும், ராத்திரிகூட விசு சுருக்கப் படுத்துவிட்டது ஞாபகத்துக்கு வந்தது.

ஆபீசில் வேலை அதிகமா?

ஏதேனும் பிரச்சினையா?

சின்னச்சின்ன நெளிகளாக நெற்றி சுருங்கிக்கொள்ள, தொடர்ந்து பாடத்தில் கவனம் செலுத்த முடியாமல் புஸ்தகங்களை மூடிவைத்துவிட்டு எழுந்தாள்.

சமையலறைக்குள் எட்டிப்பார்த்து, "ஆயா நாழியாச்சு... நா குளிக்கப் போறேன். முட்டை அடிச்சு வெச்சிட்டு, நாலு ஸ்லைஸ் ரொட்டிய வாட்டிடு. மத்தியனத்துக்கு சாண்ட்விச் செஞ்சிட்டியா? ஆவட்டும்..." என்று குரல்கொடுத்தவள், படுக்கையறைக்குள் நுழைந்தாள்.

விசு ஒருக்களித்துப் படுத்திருந்தான்.

"விசு..."

சன்னமாகக் குரல்கொடுத்தும் அவன் அசையாமலிருக்க, நித்யா கிட்டத்தில் சென்று குனிந்தாள்.

தூக்கமா?

ஏழேமுக்கால் வரைக்குமா!

இரவு எத்தனை நேரம் கண்விழித்தாலும், ஒருநாள்கூட இப்படி விடிந்தும் அவன் தூங்கியதில்லையே!

அவனை உலுக்கக் கை நீட்டியவள், சட்டென்று கையை மடக்கினாள்.

அலுப்பு என்றால், இன்னும் கொஞ்ச நேரம்தான் தூங்கட்டுமே!

நான் குளித்து, தயாராகும்வரை தூங்கட்டுமே!

அப்புறமாய் எழுப்பினால் கால்மணியில் தயாராகிவிட மாட்டானா?

அவள் குளிக்கப் போனாள்.

செக்ரட்டேரியல் கோர்ஸில் சேர்ந்துவிட்ட இந்த நாலரை மாசங்களாய், அவளுக்குப் பொழுது விடிவதும் தெரியவில்லை, போவதும் தெரியவில்லை.

வேலை... வேலை... வேலை... பதினெட்டு மணிநேரமாவது நெட்டிமுறிக்கும் வேலை.

எட்டேமுக்காலிலிருந்து மாலை மூணேமுக்கால் வரை, கல்லூரி நடக்கும் தினுசிலேயே வகுப்புகள்.

டைப்பிங், ஷார்ட்ஹாண்ட், பிசினெஸ் கரெஸ்பாண்டன்ஸ், அக்கவுண்டிங், புக் கீப்பிங் என்று அனுமார் வாலாய் பாடங்கள்.

அன்றாடம் ஹோம் வொர்க் வேறு எக்கச்சக்கமாய்.

காலையில் எழுந்து வீட்டுப்பாடங்களைச் செய்து, சமையலை, வீட்டை கவனித்துவிட்டு, விசு ஃபாக்டரிக்குப் போகும்போது தானும் கிளம்புவாள்.

மதியத்துக்கு ஆயா செய்து கொடுக்கும் சாண்ட்விச்.

பஸ் பிடித்து மாலையில் நாலரை வாக்கில் வீட்டுக்கு வந்தால், விசு வருகிற வரைக்கும் மீண்டும் ஹோம் வொர்க் அவளை ஆக்ரமிக்கும்.

அப்புறம் விசு வந்ததும், கடைகண்ணிக்குப் போகவேண்டியிருந்தால் போய் வருவார்கள்; அருணுடன் பீச், சினிமா என்றும் செல்வார்கள். சாப்பாடு முடிந்து, வீட்டுக் காரியங்கள் ஆனதும், உடம்பு ஹாஹாவென்று படுக்கக் கெஞ்சும்... ரொம்ப முடியாவிட்டால் படுத்துவிடுவாள். இல்லையென்றால், பதினோரு மணிவரை பாடங்களைப் படித்து விட்டே படுப்பாள்.

"வரவர கல்யாணம் ஆகியும் பிரும்மச்சாரியாவே பாதி நாள் இருக்க வேண்டியிருக்கு!"

விசு அடிக்கடி விளையாட்டுக்கோ, இல்லை நிஜமாகவோ முணுமுணுக்கும்போது, நித்யா அவன் மடியில் உட்கார்ந்து

தலைமுடியைக் கோதிவிட்டு, ''ஸாரி, விசு... கொஞ்சம் பொறுத்துக்க... இன்னும் ரெண்டு மாசம்... அப்பறம் சேத்துவெச்சு ஹாய்யா இருக்கலாம்!'' என்று குழந்தையைச் சமாதானப்படுத்துகிற மாதிரி பேசுவாள்.

கால்மணியில் குளித்து வெளியில் வந்து உடைமாற்றித் தயாரான நித்யா, இன்னும் விசு அசதியுடன் உறங்குவது லேசான கவலையை உண்டாக்க, கிட்டே நெருங்கி, ''விசு...'' என்று அழைத்தாள். நெற்றியில் கை வைத்தாள்.

கை பட்ட இடம் சுட்டது.

ஜுரமா?

ஜில்லென்ற ஸ்பரிசம் விழிப்பைத் தந்துவிட, விசு கண்களைத் திறந்தான்.

தயாராக நின்ற நித்யா கண்ணில்பட்டதும், அவசரமாய் எழுந்து உட்கார்ந்தான்.

''ஹேய்... மணி என்ன, டார்லிங்?''

''எட்டு பத்து!''

''மைகாட்! நாழியாயிடுத்தே! ஏன் நித்தி, எழுப்பலை?''

போர்வையைத் தள்ளிவிட்டு எழ முயற்சித்தவனை, நித்யா தடுத்தாள்.

''உடம்பு சரியில்லியா, விசு?''

''நோ... நோ... ஐ'ம் ஆல்ரைட்...''

''இல்ல, விசு... உடம்பு சுடற மாதிரியிருக்கு... இந்தனை நாழி தூங்கற ஆசாமி நீ இல்லியே!''

''கொஞ்சம் டயர்டா இருக்கு... அவ்வளவுதான்! தள்ளு, குளிச்சுட்டுப் பத்து நிமிஷத்துல தயாராயிடறேன்!''

நித்யா அவன் பனியனுக்குள் கைவிட்டு, மார்பைத் தொட்டாள்.

"நல்ல ஜுரம் போலருக்கே... ப்ளீஸ், விசு... இன்னிக்கு ஒரு நாள் ரெஸ்டா இரேன்..."

"வேணாம், நித்தி... ஐ'ல் பி ஆல்ரைட்..."

எழுந்து பல் தேய்க்கத் துவங்கியவன், நிற்கமுடியாததுபோலப் படுக்கையில் உட்கார்ந்தான்.

"நீ சொல்றது சரிதான்... ஜுரம்தான்! நிக்கமுடியாம கால் வலிக்கறது... தலையும் பாரமா இருக்கு... நேத்து பூரா வெயில்ல நிறைய நின்னேன்... அதனாலியா?"

"எதுவானாலும், இன்னிக்கு நீ ரெஸ்டா இருந்தாத் தேவலை..."

"....."

"நானும் லீவு போட்டுடட்டுமா?"

"வேணாம், வேணாம்... நீ போ... முக்கியமான டெஸ்ட் இருக்குனு ராத்திரி விடியவிடிய படிச்சிருக்கே!"

"டாக்டர் யாரையாவது பாக்கறியா, விசு?"

விசு சிரித்தான்.

"இது சாதாரணத் தலைவலி ஜுரம்... வெறும் அசதி... இழுத்துப் போத்திகிட்டுத் தூங்கினா, சாயங்காலம் சரியாயிடும்! சரி, நீ ரெடியா? நா உன்னை டிராப் பண்ணிட்டு வரேன்..."

"நீ ஒண்ணும் இப்ப கிளம்ப வேணாம்... நா பஸ்ஸுல போயிடறேன்."

"கூட்டம் அதிகமா இருக்கும் நித்தி..."

"ஒண்ணும் இருக்காது... வீணா அலட்டிக்காதே. போற வழில நானே உன் ஆபீசுக்கு போன் பண்ணி விஷயத்தைச் சொல்லிடறேன். டிபன் சாப்பிடறியா? காஃபியோட ஒரு கோடோபைரின் மாத்திரை போட்டுக்கறியா? ஆயாவை வாங்கிட்டுவரச் சொல்லவா?"

"டோண்ட் பாதர்... நீ கிளம்பு, நா பாத்துக்கறேன்."

நித்யா கிளம்பினாள்.

"பை விசு... சாப்ட்டு படுத்துத் தூங்கு... ஆயா, ஐயா காஃபி கேட்டார்னா, கலந்து குடு. கூப்பிட்டா, ஏன்னு கேளு. நீ பாட்டுக்குப் பக்கத்து வீடு, கீழ் வீடுன்னு அரட்டையடிக்கப் போயிடாதே!"

விசுவின் அலுவலகத்துக்கு போன் பண்ணிவிட்டு பஸ் ஸ்டாண்டை அடைந்தபோது, கூட்டம் அதிகமாய் இருந்தது.

பஸ்ஸில் அதைவிட...

வேர்த்து வழிவதைத் துடைக்கக்கூட கையைத் தூக்க இயலாதபடி அடைத்துக் கொண்டு பயணித்த நிமிஷத்தில், பஸ்ஸை முந்திக்கொண்டு போன நீல அம்பாஸிடர் மேல் பார்வை விழுந்தது. பின்னிருக்கையில் சாய்ந்து அமர்ந்து போனவரைப் பார்க்கையில், அப்பா ஞாபகம் மனசுக்குள் எட்டிப்பார்த்தது.

அப்பா...

அம்மா...

ஐந்து மாசங்களாக அவர்களை ஒருதரம்கூடப் பார்க்காமல் என்னால் எப்படி இருக்க முடிகிறது!

என்னைச் சந்திக்க முயலாமல் இருப்பது அவர்களுக்கும் எப்படி சாத்தியமாகிறது!

அப்பா, அம்மா என்றால், மனசில் முணுக்முணுக்கென்று வலிக்கிறதே... அப்படி அவர்களையும் என் நினைப்பு படுத்துகிறதோ?

இறங்கவேண்டிய ஸ்டாப்பிங் வந்துவிட, பலவந்தமாக நினைவுகளை உதைத்துவிட்டு நித்யா இறங்கினாள்.

கல்லூரியில் பாடங்களை ஒழுங்காகக் கவனிக்க முடியாதபடி, சிரத்தையுடன் டெஸ்டை எழுத முடியாதபடி, விசுவின் நினைப்பு கூடவே நின்றது.

ஜூரம் குறைந்திருக்குமா?

தலைவலி?

ஆயாவிடம் மாத்திரை வாங்கிவரச் சொல்லி சாப்பிட்டிருப்பானா?

கடைசி பீரியடில் இருப்புக் கொள்ளாமல்போக, பர்மிஷன் கேட்டுக்கொண்டு வெளியில் வந்தாள்.

மருந்துக்கடையில் நுழைந்து, பத்து கோடோபைரின், வைட்டமின் சி மாத்திரைகளை வாங்கிக்கொண்டு, கடைக்காரரர் அனுமதியுடன் அருணை போனில் அழைத்தாள்.

அருண் இல்லை. அவன் பி.ஏ. பேசினான்.

“ஸாரி, மேடம்... பாஸ் இல்ல... ஏதாவது மெஸேஜ் குடுக்கணுமா?”

வேண்டாமென்று சொல்லி தொடர்பைத் துண்டித்தவள், வீட்டு நம்பரைச் சுழற்றலாமா என்று யோசித்துவிட்டு, நிச்சயம் இந்தச் சமயத்தில் அருண் வீட்டில் இருக்க மாட்டான் என்று தன் நினைப்பை மாற்றிக்கொண்டாள்.

பஸ் பிடித்து வீட்டுக்கு வந்தபோது, வாசலில் அருணின் டாட்ஸன் நின்றிருந்தது.

ஓ! இங்கேதான் வந்திருக்கிறானா!

விசு ஆபீஸுக்கு வரவில்லையென்று தெரிந்ததும், நேரே வந்துவிட்டானா!

ஹௌ நைஸ்!

சந்தோஷத்தோடு இரண்டிரண்டு படிகளாகத் தாவி ஏறி, வாசல்மணியை அழுத்த, ஆயா கதவைத் திறந்தாள்.

அருண் கூடத்திலேயே இருந்தான்.

"ஹாய் தேர்!" புஸ்தகங்களை மேஜையில் எறிந்துவிட்டு அவனிடம் சென்றாள்.

"என்ன இங்க இருக்கீங்க? விசு தூங்கறானா? எப்ப வந்தீங்க?"

அருண் சிரித்தான். "ஹாய்!" என்றான். "இப்பத்தான்... அஞ்சு நிமிஷமாச்சு. விசு வேலைக்கு வரலை, ஜுரம்னாங்களேனு பாக்க வந்தா, ஆள் வீட்டுலயே இல்ல நித்தி..."

"விசு இல்லியா? எங்க போனான்? ஆயா... அய்யா எங்க போனார்? எப்ப போனார்?"

"அரை அவர் ஆச்சுங்க... உடனே வந்துடறேன்னு போனாரு..."

எங்கே போயிருப்பான்? டாக்டரிடம்...?

நித்யா யோசனையுடன் உட்கார்ந்தாள்.

"காலைல உடம்பு நல்லாவேயில்ல, அருண்... எங்ககிட்ட தர்மாமீட்டர் இல்ல... அதனால, டெம்பரேச்சர் பாக்க முடியல... டீ சாப்பிடறீங்களா?"

அருண் தலையாட்ட, நித்யா எழுந்துபோய் ஆயாவிடம் சொல்லிவிட்டு, "முகம் கழுவிக்கிட்டு வந்துடறேன், அருண்..." என்று உள்ளே போனாள்.

அவள் திரும்பியபோது, விசு வந்துவிட்டிருந்தான்.

"ஹாய், டார்லிங்!"

"எங்க போயிருந்தே, விசு? முகம் சிவந்துகெடக்கு... டாக்டர்கிட்டயா?"

கிட்டே வந்து கன்னத்தில் கை வைத்தாள்.

"மைகாட்! நல்லா சுடுதே! மாத்திரை ஏதாவது சாப்பிட்டியா, இல்லியா? இந்த ஜுரத்தோட எங்க வெளில போயிருந்தே?"

பின்னால் மறைத்து வைத்திருந்த கையை விசு முன்னால் நீட்டி, "ஹேப்பி மன்த்லி வெட்டிங் டே, ஹனி!" என்றான்.

நீட்டிய கையில் மொட்டுமொட்டாய் ஐந்து சிவப்பு ரோஜாக்கள்.

விசுவிடம் இது ஒரு பழக்கம்... 'மாசாமாசம் கல்யாண நாளைக் கொண்டாடணும்' என்று சொன்னவன், முதல் மாசம் ஒரு சிவப்பு ரோஜாவை அவள் முன் நீட்டி, 'டு மை லவ், வித் ஆல் மை லவ்' என்றான். இரண்டாம் மாசம் இரண்டு ரோஜாக்கள்... இப்படி.

இன்றோடு அவர்களுக்குத் திருமணமாகி ஐந்து மாசங்கள் முடிந்துவிட்டனவா?

நினைப்பில் வைத்துக்கொண்டு இந்த ஜுரத்திலும் ரோஜாக்களை வாங்க வெளியில் போய்வந்திருக்கிறானா!

நித்யாவுக்குக் கண்ணோரத்தில் ஜலம் கட்டிக்கொண்டது.

பூக்களை நெஞ்சோடு அணைத்தவள், அவன் தோளில் தலையை சாய்த்துக் கொண்டாள்.

டீ, பிஸ்கெட் வந்தன.

வாங்கி வந்திருந்த மாத்திரையை விசுவிடம் கொடுத்து, டீயோடு போட்டுக்கொள்ளச் செய்தாள் நித்யா.

அரைமணியில் கொஞ்சம் வேர்த்துவிட, விசு கலகலக்கத் தொடங்கினான்.

படுக்கையில் அமர்ந்து சீட்டு விளையாடின நிமிஷத்தில், மெத்தைமேல் விரலால் படம் போட்டு, "இப்படிப் பறக்கும் பூச்சி எது?" என்று கேட்டு, அருணும் நித்யாவும் விழிக்க, "விக்கலெடுத்த பட்டாம்பூச்சி!" என்றான்.

"இங்க வர்றப்போ நம்ம சீனுவை பாத்தேன் விசு... ஜம்முனு ஃபியட் ஒண்ணை ஓட்டிகிட்டுப் போனான்.

ஓசியா, சொந்தமானு தெரியலை...'' அருண் பேச்சுவாக்கில் சொன்னான்.

''எந்த சீனு? நம்ம ரோமியோ சீனுவாய்யா?''

''யா!''

''அப்ப சரி... நிச்சயம் அது 'பெட்ரோ' கேஸ்தான்!''

''அதென்னய்யா 'பெட்ரோ' கேஸ்?''

''ஹா! 'பெட்ரோ' ஜோக் தெரியாது? பெட்ரோ ஒரு அழகன்... பெண்கள் பெருமூச்சு விட்டுகிட்டுப் பறக்கற உடம்பு அவனுக்கு! ஒரு சமயம் ஒரு மகா பணக்காரி அவனைத் தன் பென்ஸ் கார்ல ஏத்திகிட்டு, ஊருக்கு வெளில ஒரு தனிமையான எடத்துக்குப் போய், இறங்கி நின்னு, துணிகளை அவிழ்த்துப் போட்டுட்டு, 'பெட்ரோ, பெட்ரோ, உனக்கு வேணுங்கறதை தைரியமா எடுத்துக்க'னு சொல்ல, பெட்ரோ உடனே அவளோட பென்ஸ் காரைக் கிளப்பிகிட்டு வந்துடுடானாம்!''

சிரிப்பும் பேச்சுமாக இருந்துவிட்டு ஒன்பது மணி வாக்கில் அருண் புறப்பட்டுப் போனான்.

இரவில் திரும்ப விசுவின் ஜுரமும் தலைவலியும் அதிகமாக, பொழுது விடிந்ததும் டாக்டரிடம் போகவேண்டுமென்று நித்யா தீர்மானித்தாள்.

மறுநாள் சனிக்கிழமை, நல்லவேளையாய் காலேஜ் கிடையாது.

எட்டுமணிக்கு அருண் வந்தான். மூவருமாக அவனுடைய குடும்ப டாக்டரை சென்று பார்த்தனர்.

''ஃப்ளு மாதிரிதான் இருக்கு... நாலு நாள் ரெஸ்ட்ல இருந்தா சரியாயிடும்...''

டாக்டர் எழுதிக்கொடுத்த மாத்திரைகளுடன் வீட்டுக்கு வந்தனர்.

தாமுவை நல்ல சாப்பாடாக சமைத்துக் கொண்டுவரச் சொல்லிவிட்டு அருண் வந்திருந்ததால், பன்னிரெண்டுக்கு கமகமவென்று வாசனையாய் இரண்டு காரியர்களுடன் தாமு வந்தான்.

சாப்பிட்ட நாழிகையில், தான் வகுப்பில் முதலாவதாக இருப்பதையும், இப்போதே சுறுக்கெழுத்தில் நூறும், டைப்பிங்கில் நாற்பதுக்கு மேலேயும் வார்த்தைகளைச் செய்ய முடிவதையும், முதல்நாள் பயிற்சியாளர் பெருமையுடன் இவளைப்பற்றி வகுப்பில் குறிப்பிட்டதையும் நித்யா சொல்ல, பாத்தியாய்யா என் மனைவியை என்று விசு பூரித்துப்போனான். அருண் வழக்கம்போல, "வாவ்!" என்றான்.

——

18

எங்கோ ஒரு பல்லி அமானுஷ்யமாய் கக்...கக்...கக்...கக் என்று கத்தியது.

கண்களைத் திறந்த விசு, திரும்ப மூடிக்கொண்டான்.

ரொம்ப ஆயாசமாக இருந்தது.

இரண்டு நிமிஷங்கள் போல அப்படிப் படுத்திருந்தவன், சமையல்கட்டில் ஆயாவிடம் நித்யா பேசுவது மெல்லியதாய் காதில் விழா, நாழியாகிவிட்ட உணர்வுடன் மீண்டும் கணகளைத் திறந்தான்.

எழுந்து உட்கார்ந்தான்.

நெற்றிப்பொட்டில் தம்தம் என்று அதிர்ந்தது. இடுப்புப் பகுதியில் பின்புறத்தில் குடைவதுபோல இருந்தது.

என்னாயிற்று?

திரும்ப ஜுரம் வரப்போகிறதா?

இந்தக் குடைச்சலுக்கும் அசதிக்கும் காரணம் என்ன?

ஆபீஸில்கூட வேலை அதிகம் இல்லையே!

யோசனை மாறாமல் எழுந்து பல் தேய்த்து, குளித்து வெளியில் வந்தபோது, சோர்வு கொஞ்சம் குறைந்த மாதிரி தோன்றியது.

''ரெடியா, விசு? டிபன் பண்ணலாமா?''

அறைக்குள் எட்டிப்பார்த்து கேள்வி கேட்டவளை இழுத்து குட்மார்னிங் என்று முத்தமிட்டதும் சுறுசுறுப்பு கூடிவிட, அயர்ச்சியை மறந்து விசிலடித்தபடி தயாரானான்.

ஒரு ஸ்லைஸ் ரொட்டி தின்று, காபியைக் குடித்து, போதுமென்று அவன் எழுந்திருக்க, பின்னோடு நித்யாவும் கிளம்பினாள்.

அவளை மவுண்ட்ரோடு கல்லூரியில் விட்டுவிட்டு, பைக்கில் ஆபீஸை அடைந்த அரை மணிக்கெல்லாம், காலையில் எட்டிப்பார்த்த அசதி திரும்ப அவனுள் ஏறி உட்கார்ந்து கொண்டது.

தலைவலி, இடுப்பில் குடைச்சல்.

ஒருமணிக்கு மேல் வலி அதிகமாக, டீயுடன் மெடாசின் ஒன்றை வாங்கிப் போட்டுக் கொண்டான்.

மணி மூன்றை நெருங்குகையில், அருண் அவனை போனில் கூப்பிட்டான்.

"விசு? அருண் ஹியர்... சாயங்காலம் நீயும் நித்தியும் என்ன பண்ணப் போறீங்க? மெட்ராஸ் பிளேயர்ஸோட நாடகம் மியூசியம் தியேட்டர்ல நடக்குது... அதுக்கு ரெண்டு டிக்கெட்ஸ் கைக்கு வந்திருக்கு. எனக்கு ஆடிட்டரைப் பாக்கணும், என்னால போக முடியாது... நீயும் நித்தியும் போறீங்களா? நித்திக்கு மெட்ராஸ் பிளேயர்ஸ்னா பிடிக்குமே! என்னய்யா?"

உடனே பதில் சொல்லாமல், கொஞ்சம் யோசித்துவிட்டு விசு பேசினான்.

"வேணாம், அருண்..."

"ஏன்ய்யா?"

"நித்யாக்கு பரிட்சை கிட்ட வர்றது ஒரு காரணம்... ரெண்டாவது, காலைலேந்து எனக்கும் உடம்பு ஜுரம் வர்ற மாதிரி இருக்கு..."

“டெம்பரேச்சர் பாத்தியா?”

“ம்ஹூம்... உடம்பு வலி இருக்கே தவிர, ஜுரம் இருக்கறதாத் தெரியலை...”

“டயர்டா இருந்தா வீட்டுக்குப் போய் ரெஸ்ட் எடுத்துக்கயேன்யா...”

“இன்னும் கொஞ்ச நாழில நானே புறப்படறதாத்தான் இருக்கேன்... மெடாசின் போட்டுக்கூட தலைவலியும், உடம்புவலியும் குறையவேயில்ல... மறுபடியும் அந்த ஃப்ளூ வரப்போறதோ என்னமோ!”

“மூணே வாரம்... அதுக்குள்ள திரும்ப ஜுரம் வரணும்னா, ஒண்ணு நீ அதிகமா உழைக்கறே, இல்ல, உடம்பை சரியா கவனிச்சுக்காம பூஞ்சையா ஆயிட்டே! எது சரி, சொல்லு?”

விசு பதில் சொல்லாமல் சிரித்தான்.

“நீ வீட்டுக்குக் கிளம்புய்யா... ஆடிட்டர் வேலை சுருக்க முடிஞ்சிட்டா, நா ராத்திரி வரேன். இல்லேன்னா, நாளைக்குப் பாக்கலாம். ஓகே?”

அருணோடு பேசிமுடித்த கால்மணிக்கெல்லாம் உடம்பின் அவஸ்தை அதிகமாக, விசு வீட்டுக்குப் புறப்பட்டான்.

வீட்டை அடைந்தபோது, நித்யா வந்துவிட்டிருந்தாள்.

“விசு! என்ன இன்னிக்கு இத்தனை சீக்கிரம்?”

அவளை நெருங்கி இடுப்பை அணைத்துக்கொண்டான். “வேலை ரொம்ப இல்ல... வந்துட்டேன்!” என்றவன், “அருண் போன் பண்ணான், நித்தி... மெட்ராஸ் பிளேயர்ஸ் நாடகத்துக்கு டிக்கெட்டு இருக்கு, போறீங்களானு கேட்டான்...” என்று தொடர்ந்து பேச, அவனை முடிக்கவிடாமல் நித்யா குறுக்கிட்டாள்.

“இன்னிக்கா?”

“ம்.”

"முடியாது விசு... எக்கச்சக்கமா பாடம் இருக்கு... செய்யலேன்னா, நாளைக்குத் திண்டாடிடுவேன்! சரின்னு சொல்லிட்டியா?"

விசு இல்லையென்று தலையாட்டினான்.

"குட்! நல்ல காரியம் பண்ணினே! ஆசையாயிருக்குனு போயிட்டா, அப்பறம் நாந்தான் தவிப்பேன். சரி, என்ன சாப்பிடறே? டிபன் ஏதாவது பண்ணச் சொல்லவா?"

"ஜஸ்ட் டீ..."

அவள் கொண்டுவந்த டீயில் பாதிகூடக் குடிக்கமுடியாமல் சட்டென்று வயிற்றைப் பிரட்ட, கப்பை மேஜையில் வைத்தான்.

"கொஞ்சம் ரிலாக்ஸ் பண்ணு விசு... பாதி ஹோம் ஒர்க்ல இருக்கேன்... முடிச்சிட்டு ஒருமணில வந்திடறேன்... ம்?"

விசு எழுந்து படுக்கையறைக்குச் சென்று பேண்டைக் கழட்டிவிட்டு, பைஜாமாவை மாற்றிக் கொண்டான்.

பாத்ரூமில் முகம் கழுவின நிமிஷத்தில் அடிவயிற்றின் சங்கடம் அதிகமாக, கொளகொளவென்று வாந்தியெடுத்தான்.

மஞ்சளாய், ஜலமாய்...

பித்தமா?

சின்னவயசில் மாசத்துக்கொரு தரம் இப்படி மஞ்சளாய் தண்ணியாய் வாந்தியெடுத்ததும், 'வெயில்ல கண்டபடி சுத்தவேண்டியது, பித்தத்தை வரவழைச்சுக்க வேண்டியது' என்று கோபித்துக் கொண்டே இஞ்சி சொரசம் எடுத்து அம்மா கொடுத்தது நினைப்பில் மின்ன, வாயைக் கொப்பளித்தான்.

நித்யாவிடம் சொல்லலாமா?

தலை வலிக்கிறது, நித்திம்மா... வாந்தியெடுத்தேன். ஜுரம் வரும்போல இருக்கிறது என்று சொல்லலாமா?

ம்ஹூம், வேண்டாம்.

என்னது இது! மூணு வாரம்கூட ஆகவில்லை, அதற்குள் ஜுரமா? என்று கண்களை விரிப்பாள்.

ஏன் இப்படி அடிக்கடி வருகிறதென்று யோசிப்பாள்.

வீணாகக் கவலைப்படுவாள்.

ஒன்றுமில்லாததுக்காக, படிக்கிறவளை ஏன் தொந்தரவு செய்யவேண்டும்?

படுத்து, தூங்கி எழுந்தால், நாளைக்கு சரியாகிவிடுவேன்.

இன்னொரு மெடாசினைப் போட்டுக்கொண்டு படுத்து, அலுப்பில் சீக்கிரமே தூங்கிப் போனவனை எழுப்பி, "கொஞ்சமாவது சாப்பிடு, விசு..." என்று நித்யா கேட்டதற்கு, "வேணாம்... பசிக்கலை..." என்று சொல்லி திரும்ப தூக்கத்தில் ஆழ்ந்துபோனவன், திடுக்கிட்டு, யாரோ மண்டையில் தட்டிவிட்ட மாதிரி முழித்துக்கொண்டபோது...

ஒன்றுமே புரியாமல் இருட்டு ஆளைத் தழுவியிருந்தது.

வியர்வையில் சட்டை நனைந்திருந்தது.

மண்டைக்குள் மரங்கொத்தி ஒன்று விடாமல் கொத்தியது.

நீண்ட தூரம் ஓடிவிட்டு வந்த மாதிரி ரொம்ப அசதியாக இருந்தது.

கண்களைப் பிரித்துத் துழாவ முடியாதபடி பார்வை மசமசத்தது.

மணி என்ன?

மணிக்கட்டிலிருந்த ரேடியம் டயல் கடிகாரம், நாலரை என்றது.

பாத்ரூம் போகவேண்டும்போல இருந்தது.

முழங்கைகளைப் படுக்கையில் ஊன்றி, பிரயத்தனப்பட்டு எழுந்து உட்கார வேண்டியிருந்தது.

பின்கழுத்தில் வலித்தது.

எசகுபிசகாய் படுத்துக்கொண்டு விட்டேனா? சுளுக்கிக்கொண்டு விட்டதா?

கண்களை நகர்த்தி எழுந்து நிற்க முயற்சித்தபோது, மரத்துப்போன தினுசில் அவை நகர மறுத்தன.

பின்னிடுப்புப் பிரதேசத்தில், ரம்பம் ஒன்று குறுக்கும் நெடுக்கும் கட்டுப்பாடில்லாமல் ஓடியது.

மீண்டும் கால்களை நகர்த்தப் பார்த்தான்.

ம்ஹூம், முடியவில்லை.

துடைகளின் மேல் கைவிரல்களை வைத்து அழுத்தினான்.

எ... என்ன ஆயிற்று?

திடுமென்று இதயம் காதுக்குள் குதிக்கத் துவங்கியது.

வாயில் பித்த நீர் ஊறியது.

எ... என்னாயிற்று?

ஏன் கால்கள் மரத்த மாதிரி இருக்கின்றன?

பிடறியில் வியர்வை கசகசக்க, வலதுகையை நீட்டி, அருகில் உறங்கும் நித்யாவை விசு உலுக்கினான்.

"நி... நித்தி... எ... எழுந்திறேன்..."

"ம்ம்..." அவள் அந்தப் பக்கம் திரும்பிப் படுத்துக்கொண்டாள்.

"நி... நித்தி... ப்ளீஸ் கெட் அப்... நித்தி..."

வேகமாக அசைக்க, "போ, விசு... இப்ப வேணாம்..." என்று முனகி, அவன் கைக்கெட்டாமல் அவள் தள்ளிப் படுத்தாள்.

விசு மீசையை வழித்து, முகவாயைத் தடவிக்கொண்டான்.

பதட்டப்படாதே... இப்போது என்ன ஆகிவிட்டது? ரிலாக்ஸ்! என்று தனக்குத்தானே சொல்லிக்கொண்டான்.

ஒரு நிமிஷம் நிதானித்து, எனக்கு ஒன்றுமில்லை, நான் சரியாகத்தான் இருக்கிறேன், திரும்பிப் படுக்காமல் தூங்கியதில் கால் மரத்துவிட்டது, அவ்வளவுதான் என்று அழுத்தமாக நினைத்து சமாதானமடைந்தபின், ஒரு கையால் இடக்காலைத் தூக்கி கட்டிலுக்குக் கீழே வைத்தான். தொடர்ந்து வலக்கால்.

படுக்கையில் கைகளை ஊன்றிக்கொண்டு எழுந்து நிற்க முயற்சிக்க...

சப்தம் கேட்டு நித்யா வேகமாய் எழுந்தாள். விளக்கைப் போட்டாள். தரையில் கிடக்கும் விசுவைப் பார்த்து, "ஹேய், விசு... என்னாச்சு?" என்று குரல்கொடுத்தபடி கிட்டத்தில் ஓடிவந்தாள். "தூக்கத்துல உருண்டு விழுந்திட்டியா? எழுந்திரு, விசு..."

பதில் சொல்லாமல் விசு அப்படியே உட்கார்ந்திருந்தான்.

"விளையாடாதே விசு... நல்ல நேரம் பாத்தே விளையாடறதுக்கு!"

"எ... என்னால... மு... முடியலை..."

"விசு..."

"ஐ'ம் சீரியஸ்... கால் மரத்துப்போன மாதிரி இருக்கு... உணர்ச்சியே இல்ல..."

"எ...என்னது!"

அடுத்து வந்த நிமிஷங்களில் அவனைத் தாங்கிப்பிடித்து நித்யா படுக்கவைத்தாள். விக்ஸ் போட்டு பாதங்களை சூடுபறக்கத் தேய்த்தாள். அடுப்பில் வெந்நீர் வைத்து எடுத்து வந்து, டவலை நனைத்துப் பிழிந்து ஒத்தடம் கொடுத்தாள்.

"இப்ப?"

விசு கால்களை அசைக்க முயற்சித்து உதட்டைப் பிதுக்கினான்.

"வலிக்கிறதா?"

''ம்...''

''ரொம்பவா, கொஞ்சமா?''

''இங்க கொஞ்சமா, இங்க நிறைய...''

அரைமணி ஆகியும் ஒன்றும் சரிப்படாமல்போக, நித்யா கீழே இறங்கிப்போய், வீட்டுச் சொந்தக்காரரை எழுப்பினாள்.

''விசுவுக்கு உடம்பு சரியில்ல, அங்கிள்... நா ஒரு போன் பண்ணிக்கட்டுமா, ப்ளீஸ்?''

அவர் அனுமதி கொடுத்ததும், அருண் வீட்டு நம்பரைச் சுற்றினாள்.

''ஹலோ...''

''அருண், நித்யா பேசறேன்... விசுவுக்கு உடம்பு சரியில்ல... நீங்க உடனே வர முடியுமா?''

தூங்கி வழிந்த அருண், தெளிவடைந்தான்.

''என்ன சொல்றே நித்தி?''

''ஒண்ணுமே புரியலை, அருண்... கால் ரெண்டும் மரத்துப்போன மாதிரி இருக்குனு சொல்றான்... அவனால நடக்கவே முடியலை! உடனே வாங்க...''

சரியாக நாற்பது நிமிஷங்களில், குடும்ப டாக்டருடன் அருண் வந்து சேர்ந்தான்.

டாக்டர் டெம்பரேச்சர் எடுத்தார். ஸ்டெத் வைத்துப் பார்த்தார். ரத்த அழுத்தம் பரிசோதித்தார். கால்களைக் கிள்ளிப் பார்த்தார். ''ட்யூமர், அதாவது கட்டி, முதுகுத்தண்டுல இருந்தாலும் இப்படி வரலாம்... உடனே நியூரோ ஃபிசிஷியன்கிட்ட கூட்டிட்டுப்போய் காட்டணும்...''

டாக்டரைக் கொண்டு விட்டுவிட்டு, நரம்பியல் நிபுணரோடு பேசி, அவர் இங்கு வருவரா அல்லது விசுவை அங்கு அழைத்துவர வேண்டுமா என்று விசாரித்துக்கொண்டு

வருவதாகச் சொல்லி அருண் புறப்பட, அவர்களின் பின்னோடு நித்யா வாசல்வரை வந்தாள்.

“ட்யூமர்னா, பயம் ஒண்ணுமில்லியே, டாக்டர்?”

“நத்திங்... ஆபரேஷன் பண்ணி கட்டிய எடுத்திட்டா, பழையபடி ஆயிடுவார். ட்யூமர் ஆபரேஷன் எல்லாம் இந்தக் காலத்துல ரொம்ப சாதாரணுமாப் போச்சும்மா... கவலைப்படாதீங்க!”

டாக்டர் மாடிப்படிகளில் இறங்கத் துவங்க, அருண் கொஞ்சம் நிதானித்தான். சின்னப்பெண்ணாய், தனி ஆளாய், லேசான பயத்துடன் நின்றிருந்த நித்யாவை அனுசரணையுடன் பார்த்தான்.

“ரிலாக்ஸ், நித்தி... டாக்டர்தான் பயப்பட ஒண்ணுமில்லேன்னு சொல்றாரே...”

நித்யா பதில் பேசாமல் நிற்க, தான் யோசிப்பதைச் சொல்லலாமா வேண்டாமா என்று அருண் தயங்கினான்.

“நித்தி...”

“ம்?”

“உன் பேரண்ட்ஸ்கிட்ட விஷயத்தைச் சொல்லலாமா?”

கண்களை அகல விரித்தாள். “எதுக்கு?”

“இல்ல... வந்து... நீ தனியா...”

நித்யா தீர்மானமாய் தலையை ஆட்டினாள்.

“ப்ளீஸ்... வேணாம் அருண்... எங்கப்பா ஏற்கனவே விசுவை ‘தொத்தல் பையன்’னு சொல்லுவார்... இப்ப இதைக் கேள்விப்பட்டா, ‘நா சொன்னேன், சரியாப்போச்சு பாரு’னு சொல்லிக் காட்டலாம்... ப்ளீஸ், வேணாம்...”

அருண் சற்றே மௌனித்தான்.

கால் மாற்றி கால் வைத்து சங்கடப்பட்டான்.

"உன்கிட்ட பத்து நாளாவே சொல்லணும்னு நினைச்சேன்... ஏனோ சொல்லலை... உங்கப்பா அம்மா வெளிநாட்டுக்குப் போகப் போறாங்க, நித்தி... மனசு சரியில்லாததால, சில மாசத்துக்கு மேல்நாட்டுக்கெல்லாம் போயிட்டுவரதா இருக்காங்களாம்..."

"ஓ! எப்போ?"

"நாளைக்கோ நாளன்னிக்கோ கிளம்பறாங்களாம்..."

நித்யா ஒருதரம் கண்களை மூடித் திறந்தாள். எச்சிலை விழுங்கிக்கொண்டாள்.

"கஷ்டம் வந்ததும் நம்மகிட்ட வந்து நிக்கறா பாருன்னு நாளைக்கு அவங்க, அது என் பேரண்ட்ஸாவே இருந்தாலும், ஒரு வார்த்தை சொல்லிக்காட்ட எடம் குடுக்க நா விரும்பலை... அவங்க நல்லபடியா போயிட்டு வரட்டும். எங்களுக்கு நீங்க இருக்கீங்க... அப்பறமென்ன? அதோட, விசுவுக்கு இன்ன உடம்புனு இன்னும் தீர்மானமே ஆகாதப்ப, ஏன் வீணா நாம எதையெதையோ நினைச்சு அவஸ்தைப்படணும்? அவனுக்கு ஒண்ணுமில்ல... சரியாயிடுவான்... ப்ளீஸ் அருண், புரிஞ்சிக்கங்க..."

தெளிவாய் தன்னம்பிக்கையுடன் அவள் பேச, தோள்களைக் குலுக்கி, தலையை ஆட்டிக்கொண்டு படிகளில் வேகமாக இறங்கின அருண், காரில் காத்திருந்த டாக்டரிடம், "ஸாரி டாக்டர்..." என்று மன்னிப்பு கேட்டபடியே இக்னிஷனை ஆன் செய்தான்.

——

19

"**ம்,** அப்பறம்?"

"ஜூரம்னு சொல்லும்படி இல்ல, டாக்டர்... ஆனா, ரொம்ப அசதியா இருக்கு... தலைய வலிக்கறது..."

"எங்க?"

"இங்க..."

"உடம்புல வலி இருந்துச்சா?"

"ஆமா... இடுப்பைச் சுத்தி... முக்கியமா, பின்பக்கம்..."

"வாந்தியெடுத்தேன்னு சொன்னீங்களே, எத்தனை தரம்?"

"ஒருதரம்தான்... மஞ்சளா... ஒரே தண்ணியா இருந்தது... காலைலேந்தே வயத்தப் பெரட்டிகிட்டுதான் இருந்துது..."

"இப்ப நா அமுக்கறேனே, இங்க வலிக்குதா?"

"ம்ஹூம், இல்ல..."

"இங்க? இங்க?"

"லேசா... ஆ, அங்க நல்லா வலிக்குது!"

கால்பாதங்களில் இரும்புச் சுத்தியால் மென்மையாகக் கோடிழுத்து, "உங்களால உணரமுடியுதா?" என்று டாக்டர் கேட்க, விசு ம்ஹூம் என்றான்.

சற்று அழுந்தத் தட்டி, "இப்ப?"

"கொஞ்சமா..."

"ம்ம்..." டாக்டர் யோசனையுடன் உடம்பின் மற்ற பகுதிகளைப் பரிசோதித்தார்.

தட்டினார், கிள்ளினார், அமுக்கினார்.

அருகில் நின்றிருந்த நித்யா, பரிசோதனைகளை முடித்துக்கொண்டு அவர் வெளியில் வந்ததும், கூடவே சென்று சன்னக்குரலில் கேட்டாள், "அவனுக்கு என்னாச்சு, டாக்டர்?"

நரம்பியல் நிபுணர் டாக்டர் பிரபு, அவளை ஏறயிறங்க பார்த்தார்.

அதே சன்னக்குரலில் அவரும் பேசினார்.

"தீர்மானமா உடனே எதுவும் சொல்ல முடியாதும்மா... ட்யூமரா இருக்கலாம்... ஹாஸ்பிடல்ல சேத்து டெஸ்ட் செஞ்சாத்தான், நிச்சயமா சொல்லமுடியும்!"

டாக்டர், அருண் பக்கம் திரும்பினார்.

"மணி இப்ப பதினொண்ணு ஆகுது... இனிமே ஹாஸ்பிடல்ல சேத்து, அதுக்கு மேல தயார்பண்ணி லம்பார் பங்சர் செய்யறது கஷ்டம். நாளைக்குதான் அந்த டெஸ்டை செய்யணும். ஆனா, அதுக்காக நீங்க வீணா தாமதப்படுத்தாதீங்க... எவ்வளவு சுருக்க முடியுமோ, ஹாஸ்பிடலுக்கு அழைச்சிட்டு வந்துடுங்க! இன்பேஷண்டா சேத்து, வழக்கமான பரிசோதனைங்களையெல்லாம் முடிச்சிடலாம். நாளைக்கு லம்பார் பங்சர் பண்ணி அந்த முடிவு வர்றதுக்குள்ள, பாக்கி எல்லா ரிப்போர்ட்டுகளும் தயாரா இருக்கறது நல்லதுதான்."

செய்யவேண்டியது என்னென்ன என்பதை நீளமாய் பேசிவிட்டு, டாக்டர் பிரபு புறப்பட்டுப் போனார்.

அருணும் நித்யாவும் உள்ளே வந்தனர்.

படுக்கையில் சாய்ந்து உட்கார்ந்திருந்த விசு, புன்னகைக்க முயற்சித்தான்.

"என்ன சொல்றார் டாக்டர்... அவ்வளவுதான், தண்ணி தெளிச்சு விட்டுடுங்கன்னா?"

நித்யா அவன் பக்கத்தில் உட்கார்ந்தாள்.

நெற்றியில் விழுந்த முடிக்கற்றையை ஒதுக்கிவிட்டாள்.அவன் கையை எடுத்து கன்னத்தில் வைத்துக்கொண்டாள்.

"உனக்குப் பெரிசா எதுவும் வந்திடலை விசு... ப்ளீஸ், கவலைப்படாதே! ஹாஸ்பிடல்ல சேத்து, லம்பார் பங்சர் டெஸ்ட் பண்ணாதான், விவரம் புரியும்னு சொன்னார்..."

விசு, அருணை ஏறிட்டான்.

அருண் அவன் கிட்டத்தில் வந்து தோளைத் தட்டினான்.

"சியர் அப் விசு... பயப்படும்படியா எதுவுமில்லேன்னுதான் டாக்டர் சொல்றார்... டெஸ்ட் பண்ணி க்ளியரா புரிஞ்சுகிடுடா, ட்ரீட்மெண்ட் ஆரம்பிக்கறது சுலபம்யா..."

இரண்டு நிமிஷங்கள் யாரும் எதுவும் பேசாமலிருக்க, அருண் எழுந்து நின்றான்.

"நா போய், எப்ப வரணும், எத்தனை நாள் தங்கணும்னு எல்லா விவரங்களையும் ஹாஸ்பிடல்ல விசாரிச்சுகிட்டு வரேன்..."

"எந்த ஹாஸ்பிடல், அருண்?"

சொன்னான்.

"உங்களுக்கு வீண் அலைச்சல் எதுக்கு? ஆபீஸ்ல முக்கியமான வேலையிருந்தா, நீங்க போங்க... நா விசாரிச்சுகிட்டு வரேன்..."

பொறுப்புடன் நித்யா பேச, இவனைக் கவனிப்பதைவிட எனக்கு வேறென்ன வேலை அவ்வளவு முக்கியமானதாய்ப் போய்விடும் என்கிற பார்வை ஒன்றைப் பார்த்துவிட்டு அருண் கிளம்பினான்.

போனவன், ஒருமணிநேரத்தில் தாமு, கம்பெனி டிரைவர் சகிதம் வந்தான்.

''உடனே சேக்கப் ஏற்பாடு பண்ணிட்டேன் நித்தி... ஹாஸ்பிடலுக்குத் தேவையான சாமான்களை நீ எடுத்து வெச்சிக்க... அதுக்குள்ள விசுவை சேர்ல உக்காரவெச்சு, நாங்க தூக்கினாப்பல காருக்கு எடுத்துட்டுப் போயிடறோம்.''

பூந்தமல்லி நெடுஞ்சாலையிலிருந்த அந்த நர்ஸிங் ஹோமுக்குப் போனார்கள்.

யாரிடம் அருண் என்ன சொல்லியிருந்தானோ, என்ன ஏற்பாடுகள் பண்ணியிருந்தானோ, தனி அறை தயாராக இருந்தது.

சேர்ந்த சில நிமிஷங்களில் நர்ஸ் டெம்பரேச்சர், பி.பி. எடுத்தாள். ஒருவர் வந்து ரத்தம் எடுத்துப் போனார். இன்னொருவர், மூத்திரம், மலம் சேகரித்துக் கொடுக்க குப்பிகளைக் கொடுத்துச் சென்றார்.

சக்கர நாற்காலியில் உட்காரவைத்து, அங்கேயே இருந்த எக்ஸ்ரே பகுதிக்கு அழைத்துச்சென்று, டாக்டர் குறிப்பிட்டிருந்த விதத்தில் படம் எடுத்தார்கள்.

அத்தனையும் செய்து முடிப்பதற்குள், விசுவின் அயர்ச்சியும் அவஸ்தையும் அதிகமாகிப்போனது தெளிவானது.

காலையில் இருந்த தொடு உணர்ச்சிகூட, இப்போது கால்களில் இல்லை என்றான்.

இடுப்புப் பிரதேச வலி அதிகம் என்றான்.

கழுத்து விறைப்பாக இருக்கிறது என்றான்.

ஜுரம் வந்துவிட்ட மாதிரி அனத்தினான்.

மாலையில் டாக்டர் பிரபு திரும்ப 'ரிஃப்லெக்ஸ் ஆக்ஷனை' சோதித்துப் பார்த்தார். தலைமாட்டில் தொங்கிய குறிப்புகளைப் படித்தார்.

வலி, ஜுர வேகம் குறைய மருந்துகளைத் தரச்சொல்லி, இரவு உணவுக்குப் பின் விசு நிம்மதியாய் உறங்க காம்ப்போஸ் ஊசி கொடுக்கச் செய்தார்.

மறுநாள் காலை, விசுவின் நிலைமை இன்னும் மோசமாயிருப்பது அனைவருக்கும் பளிச்சென்று புரிந்தது.

ஏழு மணி வாக்கில், தேவையானபடி விசுவை சுத்தப்படுத்தி, ஸ்ட்ரெச்சரில் படுக்கவைத்து, ஆபரேஷன் தியேட்டருக்கு அழைத்துச் சென்றார்கள்.

மேஜைமேல் ஒருபக்கமாய் படுக்கவைத்து, மார்பையும் கால்களையும் உட்புறமாய் மடித்தது போன்ற நிலையில் முதுகை வைத்து, வலி தெரியாமலிருக்க ஊசி போட்டு, அடி முதுகுத்தண்டிலிருந்து ஐந்து ஸி.ஸி. அளவு நிறமில்லாத திரவத்தை எடுத்து, ரசாயனப் பரிசோதனைக்காகவும், செல்கணக்கெடுப்பு, பாக்டீரியாவின் தாக்குதல் ஆகியவற்றை அறியவும் பரிசோதனைக்கூடத்துக்கு அனுப்பினார்கள்.

சரியாக மூன்றாம் நாள் காலை, விசுவின் உடம்பு பற்றின முழுத் தகவல்களோடு அருணையும் நித்யாவையும் டாக்டர் பிரபு தனியறைக்கு அழைத்தார்.

"ஐ யம் ஸாரி..." என்று டாக்டர் துவங்கியபோது, நித்யாவின் வயிற்றில் வெட்டுக்கிளிகள் தாவத் துவங்கின.

"ட்யூமரா இருக்கலாம்னு மொதல்ல நினைச்சாலும், கேஸை ஸ்டடி பண்ணப்பண்ண நா சந்தேகப்பட்டது வேற...

'அக்யூட் இன்ஃபெக்டிவ் பாலிந்யூரைடிஸ்' அப்படீன்னு நீங்க கேள்விப்பட்டிருக்கீங்களா, மிஸ்டர் அருண்? நீங்க, மிசஸ் விசுவநாத்?''

இரண்டு பேரும் எதுவும் பேசாமல் அமர்ந்திருக்க, டாக்டர் தொடர்ந்தார்.

''சாதாரணமா இருவதுலேந்து அம்பது வயசுக்குள்ள இருக்கறவங்க நடுவுல இந்த வியாதி வரும். இதுக்கு இன்னதுதான் காரணம்னு இன்னும் யாராலயும் திட்டவட்டமா சொல்ல முடியலை. சில பாக்டீரியாக்கள் உண்டுபண்ற அதீதமான டாக்ஸின் நச்சுத் தன்மையால இந்த வியாதி உண்டாகலாம்னு ஒரு அபிப்ராயம் இருக்கு. முதுகுத் தண்டையும், அதாவது ஸ்பைனல் கார்டையும், பெரிஃபரல் நர்வஸ் சிஸ்டம்னு சொல்ற நரம்பு மண்டலத்தையும் இது தாக்கறதால, ஒருவிதப் பாரிசவாயு உண்டாக்கப்படுது...''

எ... என்னது!

பாரிச வாயுவா!

அப்படியானால்... பராலிசிஸ்?

விசுவுக்கு வாத நோயா?

''எஸ்... இது ஒரு வகையான பாரிசவாயுதான்! ஆனா, போலியோ மாதிரியோ, பராலிசிஸ் மாதிரியோ இது நிரந்தரமாயிடக்கூடிய வாதமில்ல... தற்காலிகமானதுதான்!''

நித்யா அடிஉதட்டை அழுந்தக் கடித்துக்கொண்டாள்.

இதயத்திலிருந்து பந்துபந்தாய் என்னவோ உருண்டு வந்து தொண்டையை அடைத்தன.

நடுங்கும் விரல்களைச் சமாளிக்க, நாற்காலியின் பிடியை இறுக்கமாகப் பற்றிக் கொண்டாள்.

உள்ளங்கையில் வியர்வை ஊறியது.

"நி... நிச்சயமா இது சரியாகக் கூடியதுதானா டாக்டர்? ப்ளீஸ்... உண்மையச் சொல்லுங்க... எதுவானாலும் நிலமைய சரியா புரிஞ்சுக்க அது எனக்கு உதவியா இருக்கும்..."

"இந்த வியாதி குணப்படுத்தக்கூடியது... இதுல சந்தேகமே வேணாம்! ஆனா..."

"ஆனா?"

"மூளையையோ நுரையீரலையோ இது பாதிக்காம நாம கவனமா இருக்கணும்... அது முக்கியம்."

"அப்படீன்னா, இந்த வியாதி இன்னும் அதிகமாக சான்ஸ் இருக்குனு சொல்றீங்களா, டாக்டர்?" அருண் கவலையுடன் கேட்டான்.

"கீழ்மட்டத்தோட நிக்கற அக்யூட் இன்ஃபெக்டிவ் பாலிந்யூரைடிஸ் அபூர்வம்... உடம்பு, கை, கழுத்து எல்லாம் பரவி, அப்படியே நின்னு, அப்பறம் படிப்படியா குறையத் துவங்கறதுதான் வழக்கம்! இந்தப் போக்குல நா சொன்னபடி நுரையீரல், மூளை பாதிக்கப்படாம இருக்கறது அவசியம்!"

நித்யா கண்களை மூடிக்கொண்டாள்.

சட்டென்று அத்தனையும் வெறுத்துப் போயின.

விசுவுக்கா?

இருபத்தியோரு வயசு விசுவுக்கா?

இமைகளின் அடியில் கண்ணீர் துளிர்த்ததைப் பிரயத்தனத்துடன் அடக்கிக் கொண்டாள்.

நோ... நோ...

உடைந்துபோக மாட்டேன்.

எனக்கா, என் விசுவுக்கா இந்த கதி என்று பச்சாதாடத்தைப் பெருக்கிக் கொள்ளமாட்டேன்.

டாக்டர் இந்த நிலை தற்காலிகமானது என்கிறார்... அவர் வார்த்தைகளை நம்புகிறேன்.

ஐ லவ் விசு...

அவனைச் சரியாக்குவேன்.

பழையபடி வாழ்ந்து காட்டுவோம்.

"இந்த வியாதி யாருக்கு வேணா வருமா, டாக்டர்?"

"யாருக்கு வேணா! திடமா இருக்கற யாருக்கு வேணுன்னாலும், காரணமேயில்லாம வரலாம்... எல்லாம் அவங்கவங்க விதி!"

அருண் கேட்பதும், டாக்டர் பதில் சொல்வதும் காதில் விழ, கண்களைத் திறந்து, மனசில் பிறாண்டிய சந்தேகத்தை டாக்டரிடம் கேட்டாள்.

"இ... இது கண்டிப்பா வாதம் இல்லியே, டாக்டர்? அதாவது... பராலிசிஸ்..."

"இல்ல, மிசஸ் விசுவநாத்... மூணு வாரத்துக்கு முன்னால ஜுரம், தலைவலி, வாந்தி, மரத்துப்போன உணர்வு, அப்பறம் உணர்ச்சியே இல்லாத நிலை... இதோட ரசாயனப் பரிசோதனை முடிவுகளும் சேந்து, நிச்சயமா இது என்ன வியாதின்னு புரியவெச்சிட்டது! பராலிசிஸ், போலியோவுக்கும் இதுக்கும் உள்ள வித்தியாசங்களை நீங்களே சீக்கிரத்துல தெரிஞ்சிக்கலாம்... இன்னும் சில நாள்லயே மிஸ்டர் விசுவோட நிலைமை மோசமாகலாம்... அதைப் பாத்து பயந்துடாதீங்க! நல்லதே நடக்கும்னு நம்பிக்கையோட இருங்க... படிப்படியா சரியாயிடும்."

வெளியில் வந்த பிறகு, விசுவைப் பார்க்கச் செல்லுமுன் தன்னைத் தயார்பண்ணிக் கொள்வதுபோல,

தேற்றிக்கொள்வதுபோல, வராந்தாச் சுவரில் நித்யா சாய்ந்துக் கொண்டாள்.

சரியாகிவிடும், நிச்சயம் சரியாகிவிடும் என்று டாக்டர் அடித்துச் சொன்னாலும், கண்ணெதிரில் இடுப்புக்குக் கீழ் சுவாதீனம் இல்லாமல் படுத்திருக்கும் விசுவை நினைக்கையில், குடல் முடிச்சுப் போட்டுக்கொண்டது.

மூன்று மாசங்களில் மீண்டும் நடக்க முடியும் என்கிறாரே டாக்டர்... இது சாத்தியமா?

வரும் வாரத்தில் உடல்நிலை இன்னும் மோசமாகலாம் என்றாரே... எத்தனை மோசமாகும்?

இதனூடே நுரையீரலும், மூளையும் பாதிக்கப்படாமல் இருக்கவேண்டியது ரொம்ப அவசியம் என்றாரே... அப்படி ஆகாமல் இருக்குமா?

விசு... விசு... விசு... விசு... விசு... விசு... விசு... விசு... விசு... விசு...

மூடிய கண்களிலிருந்து உப்புஜலம் ததும்பி, கன்னத்தில் மெல்லிய கோட்டை இழுக்க, அருகில் நின்ற அருண் அந்த வேதனை தாளாத தினுசில் அவள் தோளில் கை வைத்து இதமாகத் தட்டி, "நித்தி... ப்ளீஸ்..." என்று முனகினான்.

——

20

அருண் கதவில் சன்னமாகத் தட்டி, முழுசாய் அரைநிமிஷத் தாமதத்திற்குப் பின், கதவைத் திறந்துகொண்டு உள்ளே எட்டிப்பார்த்தான்.

கட்டிலில் படுத்திருந்த விசு ஆழ்ந்த உறக்கத்தில் இருப்பதை, சீராக ஏறியிறங்கும் அவனுடைய மார்பு சொல்லியது.

இந்தப் பக்கம் நித்யா.

சுவரோரமாய் இருந்த திவானில் காலை நீட்டி சாய்ந்தவாறு உட்கார்ந்திருந்தவள், அசதியின் காரணமாய் உறங்கியிருக்க வேண்டும்.

மார்பு மேல், விரிந்து கவிழ்ந்த புஸ்தகம்... லேசாகப் பிரிந்த உதடுகள்... கண்களைக் கரையிட்ட கருவளையங்கள்...

ஒருகாலத்தில், என்னைத் தொட்டுப்பார், நான் மகா மிருது என்று ஆசைகாட்டி அழைத்த கேசம், தன் மென்மைப் பளபளப்பை இழந்து, காற்றில் பிரிந்து, தலையணையில் பரந்திருந்தது.

வெளுத்த நீலத்தில் ஜீன்ஸ். வெள்ளையில் நீலக்கோடு போட்ட பனியன்.

இந்தப் பத்து நாள்களாய், இதையும், இன்னொரு ஜீன்ஸையுமே அவள் மாற்றிமாற்றி அணிவது நினைப்புக்கு

வந்து சங்கடப்படுத்த, கஷ்டப்பட்டு பார்வையை அவளிடமிருந்து அருண் மீட்டான்.

உள்ளே நுழைந்து, ஓசைப்படாமல் கையிலிருந்த காபி நிறைந்த ஃபிளாஸ்கை டேபிள் மேல் வைத்தான்.

இரண்டடி நடந்து விசுவின் அருகில் சென்று, அவனைப் பார்த்தபடியே சில வினாடிகள் நின்றான்.

டாக்டர் பிரபு புள்ளி குத்தின தினுசில், ஒரே வாரத்தில் மளமளவென்று விசுவின் நோய் பரவி அவனைப் பூரணமாய் ஆட்கொண்டுவிட்டதற்கு சாட்சியாய் மூக்கிலிருந்து ஓடிய ரப்பர் குழாய், காய்ந்து வெடித்த உதடுகள், வலக்கையில் ஊசி மூலம் சொட்டுச் சொட்டாய் ஏறிய க்ளூகோஸ் திரவம்.

அருண் மெதுவாக நடந்து ஜன்னலருகில் சென்று நின்றுக்கொண்டான்.

முதல்நாளிலிருந்து விடாமல் கொட்டிக்கொண்டிருந்த மழை, கொஞ்சம் ஓய்வெடுத்துக்கொள்ள, கிடைத்த இடுக்கில் புறப்பட்ட நாலுமணி வெயில் தோட்டத்தை அணைக்க முயன்றுக்கொண்டிருந்தது.

அருண், நின்ற இடத்திலிருந்தே நித்யாவையும், விசுவையும் மாறிமாறி பார்த்தான்.

பதினோரு நாள்களுக்கு முன் எத்தனை சிரிப்பும் துள்ளலுமாய் இவர்கள் இருந்தார்கள் என்பதை நினைக்கையில், மனசு கனத்துப் போயிற்று.

கால்களைத் தொடர்ந்து இடுப்பு, கைகள், இரண்டாம் நாளே சுவாதீனத்தை இழந்தன. தொடர்ந்து கழுத்து...

முதல் நாலைந்து நாள்களுக்கு விசுவால் பேச முடிந்தது, வாயில் ஊற்றியதைக் குடிக்க முடிந்தது.

ஆனால், கழுத்தின் பாதிப்பைத் தொடர்ந்து மூக்கில் ரப்பர் குழாயைப் பொருத்தி, அதன் மூலம் திரவ உணவைச்

செலுத்த டாக்டர் முனைந்ததும், அவ்வப்போது நித்யாவை உற்சாகப்படுத்த, தன்னாலியன்ற விதத்தில் அவன் பேசிவந்ததும் நின்றுபோயிற்று.

கார்டிஸான், பி.காம்ப்ளெக்ஸ் ஊசிகள். க்ளூகோஸ் ட்ரிப்.

மூக்குக் குழாய் மூலம் உள்ளே சென்ற கால் டம்ளர் திரவ உணவு.

அலட்டல் அதிகம் இல்லாதிருக்கவேண்டி தூக்க மருந்து கொடுப்பதால், முக்கால் வாசிப் பொழுதை விசு உறங்கியே கழித்தான்.

பத்து நாள்களாய், நித்யா இரவும் பகலும் அவன் கூடவேதான் இருக்கிறாள்.

அங்கேயே தங்கி, அங்கேயே குளித்து, அங்கேயே சாப்பிட்டு, விசு விழித்திருக்கும்போது விழித்து, உறங்கும்போது உறங்கி, ஒரு கைதேர்ந்த நர்ஸ் மாதிரி சிரத்தையுடன் அவளேதான் அவனைக் கவனித்துக் கொள்கிறாள்.

அருண்கூட நாலைந்து முறைகள் சொல்லிவிட்டான், "நா பாத்துக்கறேன், நித்தி... நீ வேணா வீட்டுக்குப் போய் ரெஸ்ட் எடுத்துகிட்டு வாயேன்..."

"வேணாம், அருண்... அங்க போனா எனக்கு இருப்புக்கொள்ளாது... தவிர, ரெஸ்ட் எடுக்க வீட்டுக்குப் போகணுமா என்ன? இங்க நா என்ன வேலை செய்யறேன்? குளிக்கறேன், சாப்பிடறேன், தூங்கறேன்... அவ்வளவுதானே?"

பிடிவாதமாய் நித்யா மறுத்த பின்பு அருண் திரும்ப இந்தப் பேச்சை எடுக்கவில்லை.

அவனைப் பொறுத்தவரை, ஆபீஸ் போகும் முன் கட்டாயம் வந்து பார்த்துவிட்டுப் போவான். அப்புறம், மாலையில் வீட்டுக்குப் போய் குளித்து, அவர்களுக்குத் தேவையான இரவு உணவு வகைகளுடன் வந்தால், அரைமணியோ ஒரு மணியோ தங்காமல் போக மாட்டான்.

"நீங்க ஏன் வீணா சிரமப்படறீங்க, அருண்?"

"இதுல என்ன சிரமம்? வீட்டுல சும்மா இருக்கறதுக்கு பதிலா இங்க வரேன்... தட்ஸ் ஆல்!"

"ராத்திரி சாப்பாடு கொண்டு வர்றீங்க, சரி... அப்பறம் பகல் சாப்பாட்டை தாமுகிட்ட ஏன் அனுப்பணும்? இந்த கேன்டீன்ல நா பாத்துக்க மாட்டேனா?"

முதல் இரண்டு நாள்கள் பொறுத்துவிட்டு, மூன்றாம் நாள் நித்யா கேட்டுவிட, அருண் உடனே பதில் சொல்லாமல் மௌனித்தான்.

"ப்ளீஸ், அருண்... எங்களுக்காக நீங்க சிரமப்படறது போறாதா? மழையில தினம் தாமு வேற கஷ்டப்படணுமா?"

"தாமுவை நா அனுப்பலை நித்தி... விசுவைப் பாக்கணும்னு அவனாதான் வர்றான். வரதுதான் வரோமே, சாப்பாட்டையும் எடுத்துட்டு வரலாம்னு நினைக்கிறான்... அவ்வளவுதான். பெரியபெரிய வார்த்தையா, சிரமம், கஷ்டம்னு நீதான் என்னென்னமோ சொல்றே..."

இவள் இப்படிக் கேட்டதையும், தான் பதில் சொல்லி சமாளித்ததையும் தாமுவிடம் சொல்லி, நீயும் முடிந்தளவுக்கு சமாளி என்று அருண் கோடிகாட்டிவிட, மறுநாள் மதியச் சாப்பாட்டுடன் வந்த தாமு, "விசு அய்யாவ ஒருவேளையாவது பாக்காட்டி மனசு கெடந்து அடிச்சிக்குதும்மா... என் திருப்திக்கு வரேன், போறேன்... இதப்போயி பெரிசு பண்ணாதீங்க..." என்று குரல் தழுதழுக்க சொல்லிவிட்டே போனான்.

அருண் பார்த்துக்கொண்டு நிற்கையிலேயே, சட்டென்று வெயில் மறைந்து, வானில் மழை மேகங்கள் கூடாரமடிக்கத் துவங்கின.

மழையா?

திரும்பவுமா!

அருண் சலிப்புடன் கடிகாரத்தைப் பார்த்தான். அது நாலேகால் என்றது.

தோட்டத்தில் வரிசையாய் நின்ற கானா வாழையில், மஞ்சளாய் குட்டிக் குருவி வந்து உட்கார்ந்து, அலகால் பூவின் அடிப்பக்கத்தைக் கொத்தி, கிடைத்த தேனைக் குடித்துவிட்டுப் பறந்தது.

கண்ணெதிரில் திமுதிமுவெனக் கருத்த மேகங்கள் கொழுத்து உருள, திடுமென்று அருணுக்கு சில நாள்களுக்கு முன் விசு அடித்த ஜோக் ஒன்று நினைவில் எட்டிப்பார்த்தது.

"மழை மேகம்... இதுக்கு எதிர்ச்சொல் என்ன, சொல்லு பாக்கலாம்?"

"மழை மேகம்... இதுக்கு ஆப்போசிட்டா? என்ன உளறல் இது!"

"தெரியாதுன்னு ஒத்துக்க, மச்சான்... உளறல் கிளறல்னு சமாளிக்காதே! ஐயா சொல்லட்டுமா? மழை மே-கம்... மழை மே-நாட் கம்... எப்படி!"

"இவனுக்குனு எங்கேயிருந்துதான் இத்தனை அறுவை ஜோக்ஸ் கிடைக்குமோ! ஐயோ, அருண்... இவனை வெச்சுகிட்டு நா என்ன பண்ணப்போறேன்!"

நித்யா சிரிப்பினூடே அலுத்துக்கொள்ள...

"என்ன பண்றதா? காட்டவா?"

முரட்டுத்தனத்துடன் விசு அவளை நெருங்க...

"ஹேய்! நா ஒருத்தன் இருக்கேன்யா... ஞாபகம் இருக்கட்டும்!" என்று அருண் குரல்கொடுக்க...

ஓ, எத்தனை இனிமையான நாள்கள் அவை!

பின்னால் அசைவை உணர்ந்து அருண் திரும்பினான்.

நித்யா... கண்களில் லேசான தூக்கக் கலக்கம்.

அருகில் வந்தாள். "எப்ப வந்தீங்க?" என்றாள், கிசுகிசுப்பாக.

"இப்பத்தான்... காபி கொண்டுவந்திருக்கேன்... குடி, நித்தி..."

"என்ன இன்னிக்கு இத்தனை சுருக்க?"

"வேலையில்ல, வந்துட்டேன். விசு எப்படியிருக்கான்? போன் பண்ணியாமே?"

நித்யா ஃபிளாஸ்கிலிருந்த காபியை இரண்டு கிளாஸ்களில் ஊற்றி அருணிடம் ஒன்றைக் கொடுத்து, தானும் இன்னொன்றை எடுத்துக்கொண்டாள்.

"வெளில போய்ப் பேசலாமா? விசு முழிச்சுக்கப் போறான்..."

கதவைக் கொஞ்சமாகத் திறந்துவைத்துவிட்டு, இருவரும் வெளிவராந்தாவுக்குச் சென்று, கூடைநாற்காலிகளில் உட்கார்ந்துக் கொண்டனர்.

"காலைல ரவுண்ட்ஸுக்கு வந்தப்ப, டாக்டர் 'பதினோரு மணிக்கு ரூமுக்கு வாங்க, பேசணும்'னு சொன்னார்... போயிருந்தேன்."

"ஓ!" அருண் நெற்றியைச் சுருக்கிக்கொண்டான். புதுசாய் ஏதாவதா என்று கவலைப்பட்டான்.

அவன் பயம் புரிந்து நித்யா பேசினாள்.

"உங்களை மாதிரி நானும் கொஞ்சம் அப்செட் ஆயிட்டேன். ஆனா, டாக்டர் பயப்படற ரீதில எதுவும் சொல்லலை. சொல்லப்போனா, விசு அபாயக் கட்டத்தைத் தாண்டிட்டான், இனிமே படிப்படியா சரியாயிடுவான்னு தைரியம் தர்ற விதத்துல பேசினார்."

"தேங்க் காட்!"

"ரெண்டு நாளா விசு உடல்நிலை சீரா இருக்காம்... இப்படியே சில நாள் இருந்திட்டா, சரியாகத் தொடங்கிடும்னு

டாக்டர் தீர்மானமா சொன்னப்ப, ரொம்ப சந்தோஷமா இருந்தது, அருண்! உங்ககிட்ட பேசணும்னு போன் பண்ணேன்... ஆனா, நீங்க கிடைக்கலை."

"ஃபாக்டரி வரைக்கும் போயிருந்தேன். வந்ததும் ஸ்டெல்லா சொன்னா. அதான், நேராவே வந்திட்டேன்."

தூரத்தில் எங்கோ ஓர் இடி டமடமடமடமவென்று ஆர்ப்பரித்தது.

"டாக்டர் என்ன சமாதானம் சொன்னாலும், இது பராலிசிஸா இருக்குமோன்னு நா ரொம்ப பயந்திட்டுதான் இருந்தேன். டாக்டர் இன்னிக்கு, இதுக்கும் பராலிசிஸ்க்கும் உள்ள வித்தியாசங்களைத் தெளிவா விளக்கினதும், அப்பாடான்னு நிம்மதியா இருந்தது அருண்!"

அருண் குறுக்கே பேசாமல் காத்திருக்க, நித்யா தொடர்ந்தாள்.

"போலியோ அல்லது பராலிசிஸ்க்கு, ஜுரம் வந்த உடனே அட்டாக் வந்துடுமாம். இந்த அக்யூட் இன்ஃபெக்டிவ் பாலிந்யூரைடிஸ்க்கு, சில நாள் கழிச்சுதான் வாதம் வருமாம். அதுல, ஒரு பக்கம் தாக்கப்படுமாம்... இதுல, ரெண்டு பக்கமும் ஒரே மாதிரிதான் பாதிக்கப்படுமாம். தொடு உணர்ச்சி பராலிசிஸ்ல அதிகம் இருக்குமாம்... இதுல, ரொம்ப கம்மியா... அப்பறம்..."

தீவிர யோசனை பண்ணி, டாக்டர் சொன்னவற்றைத் திரும்பக் கூறும் நித்யாவின் முகத்தில் கொஞ்சம் சந்தோஷம் படர்ந்திருக்கிற மாதிரி தோன்ற, அருணுக்குள் சின்னதாக ஒரு பூ பூத்தது.

"அ, இன்னொரு முக்கியமான வித்தியாசத்தைக்கூட சொன்னார், அருண்... பராலிசிஸ்ல பாதிக்கப்பட்ட தசையெல்லாம் சூம்பிப்போயிடுமாம்... இதுல அப்படி ஆகாதாம். அதனாலதான், மெள்ளமெள்ள தேவலையாகி, முழுக்க குணமாகறது சாத்தியமாகுதாம்..."

காலி டம்ளரைக் கீழே வைத்துவிட்டு நித்யா எழுந்தாள்.

ஒருவிதப் பரபரப்புடன் வராந்தாவில் நீளமாக நடந்தாள். அருணருகில் நின்றாள்.

"மத்தியானத்துலேந்து, திடீர்னு அத்தனை கஷ்டமும் மறைஞ்சிட்ட மாதிரி மனசுலேசாயிட்டது அருண்! டாக்டர் வார்த்தைகளை அப்படியே நம்பணும்போலத் தோணுது! அவர் சொல்றார், இன்னும் ரெண்டு மாசத்துல விசு குணமாயிடுவானாம்... மேக்கொண்டு ஒரு மாசம் ரெஸ்ட் எடுத்துகிட்டா, திரும்ப வேலைக்குப் போகலாமாம்... ஓ, அருண்! இதையெல்லாம் நினைக்கறப்ப எத்தனை நிம்மதியா இருக்கு தெரியுமா? பத்து நாளா பயந்த பயம்... கடவுளே! தட் வாஸ் டெரிபிள்!"

பேசிக்கொண்டே போனவள், என்னவோ நினைத்துக்கொண்ட ரீதியில் கதவருகில் சென்று, அறைக்குள் எட்டிப்பார்த்துவிட்டு, "தூங்கறான்..." என்று முனகலாகக் கூறியபடி திரும்ப நாற்காலியில் வந்தமர்ந்து கொண்டாள்.

மழை பெரிய முத்துக்களாக, நிதானமாக, பெய்யத் துவங்கியது.

இருட்டிவிட்ட வராந்தாவில், வார்ட் பாய் விளக்கை ஏற்றிவிட்டுப் போனான்.

"அருண்..."

"ம்?"

"உங்களிட்ட ஒரு விஷயம் சொல்லணும்... தப்பா எடுத்துக்க மாட்டீங்களே?"

பீடிகை பலமாய் இருக்க, அருண் முன்னால் சாய்ந்து உட்கார்ந்தான்.

"இந்த ஹாஸ்பிடல் ரூம் வாடகை ஒரு நாளைக்கு அம்பத்தி அஞ்சுனு சொன்னாங்க. டாக்டர் ஃபீஸ், மருந்து மத்த

செலவெல்லாம் சேத்து ஒரு நாளைக்கு இப்ப நூத்தியம்பது ரூபா ஆகறது... இன்னும் ஒருவாரம் போய் விசு சரியாக ஆரம்பிச்சாச்சுன்னா, இத்தனை செலவு இருக்காதுன்னாலும், மாசம் மூவாயிரம் ரூபா தேவைன்னு வெச்சுகிட்டாக்கூட, விசு இங்க இருக்கப்போற ரெண்டு மாசத்துக்கும் குறைஞ்சது எனக்கு ஆறாயிரம் தேவைப்படுது... வந்து... அதனால...''

நித்யா தயங்குவதாகத் தோன்ற, அருண் குறுக்கிட்டு, ''நித்தி, ப்ளீஸ்... இப்ப இதப்பத்தியெல்லாம் நீ கவலைப்படணுமா? நா ஒருத்தன் இருக்கறப்ப...'' என்று துவங்க, நித்யா கையை முன்னால் நீட்டி அவனை அவசரமாய் தடுத்தாள்.

''நோ... நோ... அருண், நா என்ன சொல்ல வரேன்னு முழுசா கேட்டுக்காம எதுவும் சொல்லாதீங்க, ப்ளீஸ்... ஏற்கனவே விசுவோட போன மாசச் சம்பளம்னு நாலு நாள் முன்னால ஆயிரத்து இருநூறு ரூபா நீங்க குடுத்திருக்கீங்க... இதைவிட முக்கியமா, ஹாஸ்பிடல்ல என் கூடவே நின்னு எனக்கு எல்லா விதத்துலயும் உதவி பண்றீங்க... போறும் அருண்... ப்ளீஸ், போறும்! தயவுசெஞ்சு நா சொல்லவர்றதை கோவப்படாம கேளுங்க... ப்ளீஸ்...''

''.....''

''இன்னும் ரெண்டு மாசம் இங்க விசு இருக்கப்போறது நிச்சயம்... அதனால, இந்த ரெண்டு மாசத்துக்கு வீணா வீட்டு வாடகை குடுத்துகிட்டு இருக்கணுமானு நா நினைக்கறேன். வீட்டை வேணாம்னு சொல்லிட்டா, அட்வான்ஸ் குடுத்த பணம் திரும்பி வரும் இல்லியா? பாங்க் பாலன்ஸ் வேற கொஞ்சம் இருக்கு... அதோட...''

''அதோட?''

நித்யா கண்களை விரித்து அருணை ஏறிட்டாள். சின்னக்குரலில் பேசினாள்.

''பெத்தவங்களை விட்டுட்டு வந்திருக்கற எங்களுக்கு எல்லாத்துலயும் நீங்கதான் உதவி பண்ணியிருக்கீங்க...

இனிமேயும் தொடர்ந்து உங்களையே தொந்தரவு பண்ணாம ஒருதரமாவது என் சொந்தக்கால்ல நிக்கணும்னு நா ஆசைப்படறேன்! ப்ளீஸ், புரிஞ்சுக்கங்க அருண்... கோவிச்சுக்காம நா சொல்றதைக் கேளுங்க... நா வீட்டை விட்டு வந்தப்ப போட்டுகிட்டு வந்த நகைங்க, எதுக்கும் உபயோகமில்லாம சும்மா உள்ள கெடக்கு... என் தங்க வளையல்களை வித்துத் தர ஏற்பாடு பண்ணீங்கன்னா, ரொம்ப உதவியா இருக்கும்! கோவப்படாம நா சொல்றதைப் புரிஞ்சுக்கங்க, அருண்... ப்ளீஸ்..."

சரசரவென்று உள்ளே பொங்கிய ஆத்திரத்துடன், 'நோ, என்னால் முடியாது, கண்டிப்பாய் முடியாது' என்று கூற வாயைத் திறந்த நிமிஷத்தில், "குட்ஈவ்னிங்!" என்றவாறு தர்மாமீட்டர் சகிதம் சிஸ்டர் விசுவின் அறையை நோக்கிச் செல்ல, வார்த்தைகளைத் தொண்டைக்குள்ளேயே அமுக்கிவிட்டு, அருண் அவசரமாக எழுந்து நின்றான்.

——————

21

வேகமாக டாட்ஸனை ஓட்டிவந்து பிரேக் போட்டு சப்தத்துடன் அருண் நிறுத்தினான்.

இறங்கி, கதவை அறைந்து சாத்தினான்.

தரையில் தேமேனென்று கிடந்த ஒரு கல்லின் தலையில் ஓங்கி உதைத்தான்.

லிஃப்ட்டில் செல்லாமல், படிகளில் ஏறி மாடிக்குப் போனான்.

பஸ்ஸரை விடாமல் அமுக்கி, என்னவோ ஏதோவென்ற பரபரப்புடன் தாமுவைக் கதவு திறக்கச் செய்தான்.

''டீ கொண்டு வரட்டுமாங்க?'' என்றவனிடம், ''ஒரு மண்ணாங்கட்டியும் வேணாம்!'' என்று கத்தலாய் பேசினான்.

தன்னறைக்குச் சென்று கதவை உதைத்து, தபேரென்ற ஓசையுடன் மூடினான்.

ப்ரீஃப் கேஸை படுக்கையில் விசிறிவிட்டு, டையை அவிழ்த்து எறிந்தான்.

ஷூவைக் கழட்டாமல் நாற்காலியில் உட்கார்ந்து, இரண்டு கைகளாலும் முகத்தைப் பொத்திக்கொண்டு, ''மை காட்... மை காட்...'' என்று முனகினான்.

அவன் மகா கோபத்தில் இருந்தான்.

யாரையாவது அமுக்கிப் பிடித்து, இரண்டு தட்டுத் தட்டிவிடலாமா என்று நினைக்கும் ஆத்திரத்தில் மூழ்கியிருந்தான்.

என்ன கேட்டாள் அவள்?

'என் கை வளையல்களை விற்றுத் தர ஏற்பாடு பண்ணுகிறீர்களா?' என்றுதானே?

இடியட்!

வடிகட்டின இடியட்!

என்னவோ தனக்குத்தான் எல்லாம் தெரிந்த மாதிரியும், தானே அத்தனையும் ஒண்டியாய் தாங்கி, சமாளித்துவிடப்போகிற மாதிரியும், என்ன பேச்சு இது!

நகையை விற்பதா?

இடியாடிக்!

நான் ஒருத்தன் கல்லுகுண்டாய் இருப்பதை மறந்து, 'நகையை விற்கவேண்டும்' என்று மனசார அவளால் எப்படிச் சொல்லமுடிந்தது?

இந்த மாதிரி முடிவுக்கு வர, அவளுக்கு எத்தனை தைரியம் இருக்கவேண்டும்!

பதறாமல், கூசாமல் என்னிடமே இந்த வார்த்தைகளைச் சொல்வதற்கு, என்ன துணிச்சல் இருக்க வேண்டும்!

இது துணிச்சல் இல்லை... அசட்டுத் தைரியம்!

தன் காலிலேயே தான் நிற்கவேண்டும் என்கிற நினைப்பு கொடுத்த தெரியாத்தனம்.

இல்லாவிட்டால், என்னடா இந்த மாதிரி இவனிடம் போய்ச் சொல்கிறோமே, இவன் இதைக் கேட்டு பொடிப்பொடியாய் நொறுங்கிப்போக மாட்டானா என்று யோசித்திருக்க மாட்டாளா!

தடக்கென்று நிமிர்ந்து பேசாமல், தயங்கியிருக்க மாட்டாளா!

என்ன சொன்னாள்?

'வளையல்களை விற்றுத்தர ஏற்பாடு...'

மை ஃபுட்!

நித்யாவின் நகையை! நான்!

கடவுளே!

இந்தப் பெண்ணுக்கு என்னாயிற்று?

விசுவின் படுக்கை இவளை இத்தனை பாதித்துவிட்டதா?

என்ன செய்கிறோம், என்ன பேசுகிறோம் என்று புரியாதளவுக்குத் தொய்ந்துபோக வைத்துவிட்டதா?

'மாசம் மூவாயிரம் போலத் தேவைப்படுகிறது, அருண்... அந்தப் பணத்திற்கு உங்களைத்தான் நம்பியிருக்கிறேன்' என்றால், அது நியாயம்.

அட, இத்தனை வெளிப்படையாக உதவி கேட்கும் நபர் நித்யா இல்லை... சரி. 'மாசம் மூவாயிரம் ரூபாய் தேவைப்படுகிறது, அருண்... என்ன பண்ணப்போகிறேன் என்று புரியவில்லை' என்று சொல்லியிருக்கக்கூடாதா?

'நான் இருக்கும்போது உனக்கு எதற்கு அந்தக் கவலையெல்லாம், நித்தி?' என்று பதில்கேள்வி கேட்டுவிட்டால், முடிந்தது விவகாரம்.

அதை விட்டுவிட்டு... என்னென்ன வார்த்தைகளைச் சொல்லிவிட்டாள்!

வீட்டை விட்டுவிடப் போகிறாளாம், அப்படிச் செய்தால் கொடுத்த அட்வான்ஸ் பணம் திரும்பி வருமாம்... பாங்க் பாலன்ஸ் கொஞ்சம் இருக்கிறதாம்... சம்பளப் பணம், இவற்றோடு, வளையல் விற்ற பணமும் சேர்ந்துவிட்டால், மூன்று மாசங்களை நிம்மதியாய் ஓட்டிவிடுவாளாம். அப்புறம் விசு வேலைக்குப் போய்விட்டால், ஒரு கஷ்டமும் இருக்காதாம்.

என்னமாய் கணக்குப் போடுகிறாள்... நான் ஒருவன் இருப்பதை சுத்தமாய் மறந்த தினுசில்!

கோபம் அடங்காமலேயே அருண் ஷூக்களைக் கட்டுடி விசிறினான்.

உடையை அவிழ்த்துவிட்டு, பாத்ரூமுக்குச் சென்று ஷவரின் கீழ் நின்றான்.

கம்பிகம்பியாய் தலையில் விழுந்த நீர், முடியில் ஊடுருவி, நெற்றி, கன்னம் என்று உடம்பில் இறங்கியது.

இரண்டே நிமிஷங்களில் மண்டையின் கொதிப்பு அடங்கி, உடம்பும் மனசும் அந்த ஜிலுஜிலுப்பில் நிதானப்படத் துவங்கின.

பாவம் நித்தி...

இருபது வயசில் அவளுக்குத்தான் என்னென்ன அனுபவங்கள்!

விசு மட்டுமென்ன... அவனும் மகா பாவம்தான்.

ஒன்றுமே தெரியாமல், காதலை மட்டுமே உணர்ந்து, அதனால் ஈர்க்கப்பட்டு, தங்கள் மேலேயே அசாத்திய நம்பிக்கை கொண்டு, எல்லோரையும் எதிர்த்துக்கொண்டு வாழ்க்கையைத் துவங்கியவர்களுக்குத்தான், எத்தனை பயங்கரமான சோதனை!

நித்யா இப்போது என்ன சொல்லிவிட்டாளென்று, நான் இப்படி அலமலந்து போகிறேன்?

வளையை விற்கவேண்டுமென்று சொன்னாள்... அவ்வளவுதானே?

விசு, நித்யாவை எனக்குத் தெரியாதா?

இல்லை, தன்னம்பிக்கையோடு வாழ எத்தனிக்கும் அவர்கள் குறிக்கோள்தான் நான் அறியாததா?

கூடுமானவரையில் என்மேல் சாயாமல், தன்னாலியன்றவரை செலவுகளைச் சமாளிக்கப்பார்க்க நித்தி முயல்வதில் தவறு என்ன!

அவள் நிலையில் நான் இருந்தாலும், இப்படித்தான் நடந்துகொள்வேனோ?

அப்பா, அம்மாவிடமே சென்று நிற்க மறுத்துவிட்ட பெண், சினேகிதனாகிய என்னிடம் இதற்குமேல் எதிர்பார்க்க வேண்டுமென்று நினைப்பது என் குற்றம்தானோ?

பாவம் நித்தி...

எதற்காக நான் இத்தனை கோபம் கொண்டு குதிகுதியென்று குதிக்கிறேன்!

மாறாக, எதிர்காலத்தைக் கண்டு பயப்படாமல், தெளிவாகச் சிந்தித்து பிரச்சினைகளை எதிர்நோக்க முன்வந்திருக்கும் அவளுடைய துணிச்சலைப் பாராட்டியிருக்க வேண்டாமா?

அவளிடம் நின்று பேசாமல், 'எனக்கு நாழியாகறது, நா வரேன்' என்று மொட்டையாய் சொல்லிவிட்டு ஏன் உடனே வந்துவிட்டேன்?

'எத்தனை பெண்களுக்கு இந்த விவேகமும் தைரியமும் வரும், நித்தி!' என்று தட்டிக்கொடுத்திருக்க வேண்டுமோ?

ஆத்திரம் அடங்கி, நிதானம் வியாபித்து, புத்தி செயல்படத் துவங்கியதும், ரொம்ப சீக்கிரமே அருண் நெகிழ்ந்துப்போனான்.

பாவம் நித்தி, பாவம் விசு என்று வழக்கமாகப் பரபரப்பதுபோல பரபரக்க ஆரம்பித்தான்.

என்னை விட்டால் அவர்களுக்கு வேறு யார்?

நானும் கோபித்துக்கொண்டு பாராமுகமாக நடந்துக்கொண்டால், எவரிடம் போய் நிற்பார்கள்?

விசு இப்படிக் கிடக்கும்போது நித்யாவிடம் இன்னும் அனுசரணையாக நடந்து கொள்ளாமல், மடத்தனமாய் என்ன கோபதாபம் இதெல்லாம்!

தன் மேலேயே எரிச்சல் உண்டாக, அருண் அவசரமாய் குளித்து முடித்தான்.

உடை உடுத்தித் தயாராகி கூடத்துக்கு வந்து, ''தாமு...'' என்று குரல்கொடுத்தான்.

''என்ன, தம்பி?''

''டீ...''

புன்னகையோடு டீ கேட்டும் எஜமானனை ஒருகணம் நின்று தாமு ஏறிட்டான். அப்புறம், தானும் பதிலுக்கு சிரித்தபடியே, ''இதோ கொண்டு வரேன், தம்பி...'' என்று உள்ளே ஓடினான்.

அருண் பால்கனிக்கு வந்து நின்றுக்கொண்டான்.

பீன்ஸ் விதை வடிவ நீல நீச்சல்குளம், விளக்குகளின் பிரகாசத்தில் ஆளைக் கவர்ந்தது.

மழை தூறிக்கொண்டிருந்ததால், குளத்தில் யாருமில்லை.

'போ டெரிக்' நீச்சலுடையில், இரண்டு பக்கமும் போனி டெய்ல்கள் குதிக்க, கால்களை வீசிவீசி நித்யா நடந்து வந்தாள். 'ஹாய்' என்றாள்.

அருணின் மனசு 'வாவ்' என்றது.

கரையில் உட்கார்ந்து கால்களைத் தண்ணீரில் துளாவியபடியே, 'என் அறைல இருக்கற மேஜை ரொம்ப வெக்கப்படுது, ஏன் தெரியுமா?' என்று கேட்டு, அருண் விழிக்க, 'ஏன்னா அதுக்கு டிராயர் இல்ல!' என்றான் விசு.

அன்று நடந்த சம்பவங்களின் நினைப்பு இன்று கண்களைப் பளபளக்க வைத்தது. குரல்வளையை இறுகச் செய்தது.

வருமா?

அந்த இனிமையான நாள்கள் மீண்டும் வருமா?

"இந்தாங்க, தம்பி..."

தாமு நீட்டிய டீக்கோப்பையை வாங்கிக்கொண்டு அருண் ஹாலில் வந்து உட்கார்ந்தான்.

"ராத்திரி சாப்பாடு ரெடியா, தாமு?"

"இன்னும் பத்து நிமிஷத்துல ஆயிடுங்க..."

"என்ன பண்ணியிருக்கே?"

"ஃபூல்கா ரொட்டியும் சப்ஜியும்தாங்க... நித்யாம்மாவுக்கு அதான் பிடிக்கும்..."

"சரி, எடுத்து வெச்சிடு... நா புறப்படறேன்..."

கால்மணியில் நித்யாவுக்கும் தனக்கும் சாப்பாட்டை எடுத்துக்கொண்டு அருண் புறப்பட்டான்.

இவன் போய்ச் சேர்ந்தபோது, விசு விழித்திருந்தான்.

"ஹலோ, விசு... எப்படி இருக்கேய்யா?"

விசு கஷ்டப்பட்டுப் புன்னகைத்தான்.

"கவலைப்பட வேணாம், இனிமே படிப்படியா உடம்பு சரியாயிடும்னு டாக்டர் சொல்லிட்டார், தெரியுமா விசு? ஸோ, ரிலாக்ஸ்... ஓகே?"

தூக்க மருந்து கொடுத்து விசு தூக்கத்தில் ஆழ்ந்த பிறகு, அறையிலேயே உட்கார்ந்து, ஆகவேண்டிய காரியங்களைப்பற்றி அருண் தாழ்ந்த குரலில் நித்யாவோடு பேசினான்.

"ஐ'ம் ஸாரி, நித்தி... சாயங்காலம் நீ திடீர்னு வளைய விக்கணும்னு சொன்னப்ப திகைச்சுப் போயிட்டேன்... நா ஒருத்தன் இருக்கறப்ப, பணத்தை என்கிட்ட கேக்காம, வளைய வித்துதான் சேகரிக்கணுமான்னு தோணினதுல, கொஞ்சம் அப்செட் ஆயிட்டேன்! வீட்டுக்குப் போய் யோசிச்சப்பறம்,

உன் பாயிண்ட் புரிஞ்சிது... ஐ யம் ஸாரி அகெய்ன்! சொல்லு... இப்ப நா என்ன செய்யணும்னு நீ விரும்பறே?''

நித்யா அழகாய் புன்னகைத்தாள்.

அருணின் இந்தப் பேச்சு தன்னை சந்தோஷிக்க வைப்பதைத் தெரிவிக்கும் தினுசில், ''தேங்க்ஸ்...'' என்றாள். ''வளையை நாளைக்கு எடுத்திட்டுவந்து தரேன்... மொதல்ல அதை வித்து பணத்தை பாங்க்ல போட்டுடலாம்...''

''நிச்சயம் வித்துதான் ஆகணுமா, நித்தி?''

''பெட்டர் அருண்... கையில பணம் இருந்தா நல்லதுதானே?''

''ஓகே. அப்பறம்?''

''வீட்டை விட்டுடறதைப்பத்தி சொன்னேனே...''

''யா... நா யோசிச்சுப் பார்த்தவரைக்கும், அதுக்கு இப்ப அவசரம் இருக்கறதாத் தோணலை. இந்த மாச வாடகை குடுத்தாச்சு... அடுத்த மாசம் பாத்துக்கலாமே?''

''சரி, அப்பறம்... விசுவோட வேலை?''

''அதுக்கென்ன இப்ப?''

''இல்ல... வேலைக்கு சேந்த அஞ்சு மாசத்துக்கெல்லாம் இப்படிப் பெரிசா படுத்து, மூணு நாலு மாசம்போல லீவெடுக்கவேண்டி வந்திருக்கேனு...''

''அதைப்பத்தி நீ கவலைப்படாதே, நித்தி...''

''இல்ல... வந்து...''

''ப்ளீஸ், நித்தி...''

''ஆல்ரைட், நா கவலைப்படலை. திருப்திதானே?''

மறுநாள் பதினோரு மணி அளவில் வீட்டுக்குப் போய், தனக்கு வேறு மாற்றுடைகளையும் தங்க வளையல்களையும்

எடுத்துவந்து, மாலையில் அருண் வந்ததும் வராந்தாவுக்கு அழைத்துச்சென்று அவனிடம் நித்யா கொடுத்தாள்.

நீட்டிய வளைகளைக் கையில் வாங்காமல் அருண் கேட்டான், "இது விசுவுக்குத் தெரியுமா?"

"ம்ஹூம்... ஆனா, சீக்கிரமே சொல்லிடுவேன்... கொஞ்சம் அவன் உடம்பு தேறினதும்..."

அருண் வளையல்களை வாங்கிக்கொண்டான்.

கெட்டி வளையல்கள்...

"எத்தனை பவுன், நித்தி?"

தெரியாது என்பதுபோல அவள் உதட்டைப் பிதுக்கினாள்.

"நாலைஞ்சு பவுன் இருக்காது? இதுலல்லாம் எனக்கு என்னிக்குமே ஆர்வம் இருந்ததில்ல அருண்..."

இதுவும் நல்லதுக்குத்தான் என்று நினைத்துக்கொண்ட அருண், வீட்டுக்கு வரும் வழியில் உம்மிடி பங்காரு கடைக்குச் சென்று, அவற்றை எடை போட்டான்.

ஒவ்வொரு வளையலும், இரண்டு பவுன்கள்... மொத்தம் நாலு பவுன்கள்.

பழைய பவுன் என்றாலும், தங்கள் கடையின் முத்திரை இருப்பதால், கிராம் நூத்தி அறுபது ரூபாய் கணக்கில் எடுத்துக்கொள்வதாகக் கடைக்காரர் சொல்ல, நன்றி கூறிவிட்டு அருண் வீட்டுக்கு வந்து, தன் அலமாரியில் வளையல்களைப் பத்திரமாக வைத்தான்.

இரண்டு நாள்கள் கழித்து பாங்கில் நித்யாவின் அக்கவுண்டில் எட்டாயிரத்து நூறு ரூபாயைக் கட்டிவிட்டு, விவரத்தை அவளிடம் சொன்னான்.

"எட்டாயிரத்தி நூறு ரூபாயா? மை குட்னஸ்! அவ்வளவு பணுமா!"

நித்யா ஆச்சர்யப்பட்டுப் போனாள்.

"யா... சரியான கிழங்கு வளைங்க! ஒவ்வொண்ணும் மூணு பவுன்! இன்னிக்கு கிராம் நூத்தி எழுபது ரூபா விக்கறது, அந்தக் கணக்குல மொத்தம் எட்டாயிரத்து நூறு குடுத்தாங்க..."

நாலு பவுனை ஆறாக்கி, அதையும் விற்காமல் உள்ளே வைத்துவிட்டு, பணத்தைத் தன் கணக்கிலிருந்து அருண் கட்டியிருப்பதை அறியாத நித்யா, ஏக சந்தோஷத்தோடு மறுபேச்சில்லாமல் அதை ஏற்றுக்கொண்டாள்.

எட்டாயிரம், அதோடு பாங்கில் ஏற்கனவே இருக்கும் இரண்டாயிரம்... பத்தாயிரம்!

ஓ! அடுத்த மூன்று மாசத்துக்கு இது வெள்ளம் ஆயிற்றே!

ரொம்ப நாள்களுக்குப் பிறகு, உடனடி எதிர்காலப் பண பயம் இல்லாமல், நித்யா அன்று நிம்மதியாய் தூங்கினாள்.

சொன்ன வார்த்தையைக் காப்பாற்றுவதுபோல, சரியாய் மூன்றாம் நாள் விசுவின் மூக்கிலிருந்து ஓடும் குழாயை டாக்டர் அகற்றிவிட்டார்.

ஸ்பூன் ஸ்பூனாகப் பால், ஜூஸ், ஹார்லிக்ஸை வாயில் விட்டால், விசுவால் மெதுவாக விழுங்க முடிந்தது.

ஹாஸ்பிடலில் சேர்ந்து முப்பத்தைந்து நாள்கள்போல ஆன சமயத்தில் ஒருநாள், தன்னால் மெதுவாகத் தோள்களை அசைக்க முடிகிறது என்று விசு சொல்ல, அன்றைக்கு அவர்கள் மூவரும் ஹாஹாவென்று பூரித்துப்போனார்கள்.

"நா சொல்லலியா? இனிமே, பாதிக்கப்பட்ட ஒவ்வொரு அங்கமும் தானே பழைய நிலைக்கு வந்துடும்... கவலைப்படாதீங்க! இந்த மாசம் பூர்த்தியாறதுக்குள்ள, கண்டிப்பா விசுவால மெதுவா எழுந்து உக்கார முடியும்!"

டாக்டரின் பேச்சு யானைபலத்தைத் தர, அன்றிரவு விசு தன் தோளில் சாய்ந்த மனைவியிடம், "நா சீக்கிரம் சரியாயிடுவேன் நித்தி டார்லிங்... உன்னைக் கஷ்டப் படுத்திட்ட இந்த மாசத்துக்கெல்லாம் சேத்துவெச்சு, உன்னை உக்காரவெச்சு

பாத்துக்கப் போறேன்... திஸ் ஈஸ் மை பிராமிஸ்! நீ வேணா பாரு, நா சொன்னபடி செஞ்சு காட்டத்தான் போறேன்!'' என்று வெகு அன்புடன் கிசுகிசுக்க, ''விசு, ஐ லவ் யூ...'' என்று சொல்லி அவன் வாயில் நித்யா மென்மையாய் முத்தமிட்டாள்.

அடுத்து வந்த நாள்களில் வழக்கம்போல நிதமும் நர்ஸ் விசுவுக்கு ஸ்பான்ஜ் பாத் கொடுத்து, துடைத்து, பவுடர் போட்டு, புரட்டி, திருப்பிப் படுக்கவைத்த போதெல்லாம், கவனத்துடன் தானும் கிட்டே நின்று நித்யா முடிந்தளவுக்கு உதவினாள்.

மேற்கொண்டு நாள்கள் சென்று விசுவை எழுப்பி உட்காரவைப்பது சாத்தியமானதும், ஃபிஸியோதெரபிஸ்ட் வந்து அன்றாடம் செய்யவேண்டிய பயிற்சிகளை அவனுக்குக் கற்றுத்தந்தபோது, தானும் அத்தனையையும் நித்யா சிரத்தையுடன் கற்றுக்கொண்டாள்.

''இந்த மாதிரி வியாதி வந்து ரெகவர் ஆகறவங்களுக்கு, ஃபிஸியோதெரபி ரொம்ப முக்கியம். ஒரு மாசத்துக்கும் மேல பயிற்சியில்லாமக் கெடக்கற தசைகளுக்கு புத்துணர்ச்சி குடுக்கறதே இந்த எக்ஸஸைஸ்தான்! ஆரம்பத்துல கொஞ்சம் சிரமமா இருக்கறதால, சிலபேரு இந்தப் பயிற்சிங்களைத் தொடர்ந்து செய்யாம விட்டறாங்க... ஆனா, அது தப்பு! விடாம செஞ்சா, கைமேல பலன் நிச்சயம்!''

ஃபிஸியோதெரபிஸ்ட் கூறியதை வேத வாக்காக எடுத்துக்கொண்டு, ஒருவித வெறியுடன் பயிற்சிகளில் ஈடுபட்டதற்குப் பலனாய், அந்த மாச இறுதிக்குள், அதாவது உடம்புக்கு வந்து இரண்டு மாசங்கள் முடிவதற்குள், தானாகத் தோளைத் தூக்கி தலையணையில் சாய்ந்து உட்கார்வதும், மெதுவாகக் கைகளை உபயோகிப்பதும், விசுவுக்கு ஏதுவானதும் நிஜம்... இந்த அதிதீவிர பயிற்சியே நலக்கேடாகி அவனுக்கு சத்ருவானதும் நிஜம்.

——

22

பிற்பகலிலிருந்தே விசு சரியாக இல்லை.

முகம் ஜிவுஜிவுத்திருந்தது. ஒருவித சப்தத்துடன் சுவாசித்தான்.

கையை ஆட்டுகிறேன், காலை அசைக்கிறேன் என்று எதையாவது விடாமல் செய்து கொண்டிருப்பவன், சோர்ந்து படுத்திருந்தான்.

மதிய உணவுக்குப் பிறகு நித்யா கேட்டாள், "தலை வலிக்கிறதா, விசு?"

"இல்லியே..."

"டயர்டா இருக்கா?"

"இல்லியே..."

"பின்ன ஏன் என்னமோ மாதிரி இருக்கே?"

விசு சிரிக்க முயன்றான்.

"சாதாரணமாத்தான் இருக்கேன் நித்தி... ராத்திரி சரியா தூங்கலை... இப்ப ஒரு குட்டித்தூக்கம் போட்டு எழுந்தேன்னா, ஐ வில் பி ஆல்ரைட்!"

இல்லை. குட்டித்தூக்கம் இல்லாமல் கும்பகர்ணத் தூக்கம் போட்டு எழுந்தும், அவன் சரியாகவில்லை.

மாலையில் டெம்பரேச்சர் எடுக்க வந்த நர்ஸ், தர்மாமீட்டரைப் பார்த்துவிட்டுப் புருவங்களை உயர்த்தினாள்.

நூறு புள்ளி எட்டு!

எதனால் இப்போது திடுமென்று ஜுரம்?

"மூக்கு அடைச்ச மாதிரியிருக்கு சிஸ்டர்... ஜலதோஷ ஜுரமா?"

ஆறுமணி சுமாருக்கு டாக்டர் வந்து விசுவைப் பரிசோதித்தார்.

ஸ்டெத் வைத்து மார்பு ஓசையைக் கேட்டார்.

"உங்களுக்கு ஈசனோஃபீலியா உண்டா, விசு?"

"ம்ஹூம்..."

"எதுக்கும் ஒரு டீ.ஸி. டி.ஸி. பண்ணிடலாம்... சிஸ்டர், ரத்தம் எடுத்துப் பாத்துடச் சொல்லுங்க..."

பத்து நிமிஷங்களில் மூக்குக் கண்ணாடி அணிந்த பரிசோதனைக் கூட நபர் ஒருவர் வந்து, விசுவின் நடுவிரலில் குத்தி, ரத்தத்தைக் கண்ணாடி ஸ்லைடில் தேய்த்து எடுத்துப் போனார்.

ஏழரை மணிக்கு அருண் இரவுச் சாப்பாட்டோடு வருவதற்குள், விசு இன்னும் பலவீனமடைந்துப் போனான்.

அந்தக் களைப்பையும், கண்சிவப்பையும், ஜுரம் என்று நித்யா சொன்னதையும் பார்த்துக் கேட்டவன், விசுவை நெருங்கி கவலையுடன், "என்னய்யா?" என்றான்.

"தெரியலை, அருண்... திடீர்னு ரொம்ப டயர்டா இருக்கு..."

"ம்... களைப்பாயிருந்தா அதுக்காக ஜுரம் வரணுமாய்யா?"

விசு மௌனிக்க, நித்யா பதில் சொன்னாள், "மூக்கு அடைச்சிருக்கறதால, ஈசனோஃபீலியாவோன்னு டெஸ்ட்

பண்ணிப் பாத்தாங்க... அதுவும் குறிப்பிடும்படி அதிகமாயில்ல. சாயங்காலத்துலேந்தே இப்படித்தான் இருக்கான்."

அருண் நண்பனின் தோளில் தட்டினான்.

"ஒர்ரி பண்ணிக்காதேய்யா... ஒண்ணும் இருக்காது! மனுஷன்னா ஜுரம் வராதா?"

விசு எதுவும் பேசாமல் கண்களை மூடிக்கொண்டான்.

பேசவேண்டும் போலவே இல்லை.

அரைமணி கழித்து, அருண் எடுத்து வந்திருந்த சூப்பை ஒரு கிண்ணத்தில் விட்டு, "சாப்பிடு, விசு... காலையில சரியா சாப்பிடலை... வெறும் வயிறோட இருந்தா, அதுவே களைப்பாயிருக்கும்..." என்று நித்யா சொல்ல, மெதுவாக எழுந்து உட்கார்ந்தான்.

தோள்பட்டை மரத்துப்போன மாதிரி இருந்தது.

சட்டென்று விசு பயந்துப்போனான்.

கால்விரல்களைப் போர்வைக்குள் அசைத்துப் பார்த்தான்.

ரொம்பப் பிரயத்தனப்பட்டால் மட்டுமே கொஞ்சமாகப் பலன் இருப்பதை உணர்ந்ததும், அவன் பயம் கூடிப்போனது.

காலை அசைக்க முடியவில்லை.

தோள் மரத்த மாதிரி தோன்றுகிறது.

ஐயோ!

எ... என்ன இதெல்லாம்?

"வாங்கிக்கோ, விசு... சூப் ஆறுது..."

விசு மலங்கமலங்க விழித்தான்.

"வந்து... எனக்கு... என்னால..."

அந்த விழிப்பும், தவிப்பும் எதையோ உணர்த்த, அருண் எழுந்து கிட்டே வந்து நின்று கொண்டான்.

கையிலிருந்த கிண்ணத்தை மேஜைமேல் வைத்துவிட்டு, நித்யா அவன் பக்கத்தில் உட்கார்ந்தாள்.

"என்னய்யா?"

"என்ன, விசு... என்ன பண்ணுது?"

விசு சிரமப்பட்டு தன் பயத்தை அடக்கிக்கொண்டான்.

தானும் உடைந்து, மற்றவர்களையும் உடைப்பது நியாயமில்லாத செய்கை என்பது ஞாபகத்துக்கு வந்த மாதிரி, 'ஐயோ' என்று பரபரத்த மனசை மண்டையில் தட்டினான். கலவரத்தைக் குரலில் காட்டாமல் பேசினான், "கை காலெல்லாம் மரத்த மாதிரியிருக்கு... வேணா டாக்டரைக் கூப்பிட்டுப் பாக்கச் சொல்றியா?"

டியூட்டி டாக்டர் உடனே வந்தார்.

தனக்குத் தெரிந்த விதத்தில் பரிசோதித்த பிறகு, டாக்டர் பிரபுவுடன் போன் மூலம் தொடர்புக்கொண்டு நிலைமையை விளக்கினார்.

அவர் வந்து டெஸ்ட் பண்ணிக் கொண்டிருக்கையிலேயே, ச்சூவென்று விரட்டின தினுசில் விசுவின் இரைப்பு அதிகமானது.

இரண்டு வார்த்தை சேர்ந்து பேசமுடியாது, தொண்டையை ஏதோ கை வந்து அமுக்கியது. ஜூரம் சரசரவென்று நூற்றிமூன்றுக்குத் தாவியது. காலில் தொடுஉணர்ச்சி குறைந்தது.

மூச்சு விடுவது இன்னுமின்னும் சிரமமாக, அன்றிரவு சரியாகப் பதினோரு மணிக்கு, சாதாரண அறையிலிருந்து இன்டென்சிவ் கேர் யூனிட்டுக்கு விசு மாற்றப்பட்டான்.

மூக்கில் ஆக்சிஜனும் இருதயத்தில் மானிட்டரும், இடக்கையில் மருந்து கலந்த க்ளுகோஸ் ட்ரிப்பும் ஒட்டப்பட்டன.

என்னாயிற்று?

விசுவுக்கு என்ன?

நினைத்த நினைப்பில்லாமல் என்னென்னவோ நடந்துவிட, வாயைத் திறந்து என்ன ஏது என்று கேட்கக்கூட மறந்து நின்றிருந்த நித்யா, அருண் அருகில் டாக்டர் வந்தார். "வாங்க, விவரம் சொல்றேன்..." என்று சொல்லிவிட்டு வெளியில் வந்தார்.

"ஐ யம் ஸாரி... இந்த மாதிரி ஒரு திருப்பத்தை நா நிச்சயமா எதிர்பாக்கலை, மிசஸ் விசுவநாத்... நல்லா சரியாயிட்டு வந்தவருக்கு, திடீர்னு இப்படி ரிலாப்ஸ் ஆயிட்டதை நினைக்கும்போது வருத்தமாத்தான் இருக்கு..."

"ரி... ரிலாப்ஸா...?"

"ஆமாம்மா... ஐ யம் ரியலி ஸாரி டு ஸே தட்! டெஸ்ட் பண்ணிப் பாத்தவரைக்கும், ரெண்டு மாசம் முன்னால வந்த வியாதி திரும்பிகிட்டதுன்னே தோணுது! அதோட, மூச்சுவிடக் கஷ்டப்படறதையும் இந்த இரைப்பையும் பாக்கறப்ட, லங்ஸ் பாதிக்கப்பட்டிருக்குமோன்ற சந்தேகமும் வருது... ஐ யம் ஸாரி... லெட் அஸ் ஹோப் ஃபார் த பெஸ்ட்."

உச்சிமுடியைப் பிடித்து நிமிர்த்தி, வலிக்கவலிக்க கன்னத்தில் அறைந்துவிட்ட மாதிரி நித்யா பதைத்தாள்.

அக்யூட் பாலிந்யூரைடிஸ் திரும்பிவிட்டதா?

இரண்டு மாசங்களாய் பட்ட பாடு அத்தனையும் ஒன்றுமில்லாமல் ஆகி, திரும்ப அத்தனையும் பட வேண்டுமா?

நுரையீரல் தாக்கப்பட்டிருக்கலாமென்ற சந்தேகம் இருக்கிறதா?

நோ... நோ... நோ...

"எ... எதனால இந்த ரிலாப்ஸ், டாக்டர்?"

"சொன்னா நம்பமாட்டீங்க... ஆனா, இது ஓவர் ஸ்ட்ரெயினால வந்த பாதிப்புதான்! தசைகளை வலுப்படுத்த பயிற்சிகளைச் செய்யறப்ப, அளவோட நிதானமா இருக்கணும்...

வேகமா செஞ்சா, சுருக்க சரியாயிடலாம்னு நினைக்கறது தப்பு! நா விசுகிட்ட அடிக்கடி சொல்லுவேன், அளவுக்கு அதிகமா செய்யாதீங்கன்னு... அவர் கேக்கலை... இப்ப...''

''எக்ஸசைஸ்களை தீவிரமா பண்ணதாலியா இப்படி? எ... என்ன, டாக்டர்?''

''ஆமாம்மா... ஃபிஸியோதெரபி எத்தனை முக்கியமோ, அத்தனை முக்கியம் அதை ஓவரா பண்ணாம இருக்கறதும்!''

அரைநிமிஷம் மௌனத்தில் கரைய, அருண் கேட்டான், ''கவலைப்பட ஒண்ணுமில்லியே, டாக்டர்?''

''லங்ஸ் பாதிக்கப்பட்டா, நிலைமை சீரியஸ்னுதான் சொல்லணும்... எந்த முடிவுக்கும் இப்ப நா வர விரும்பலை... காலைல பாக்கலாம். மூச்சு விடறது ஒழுங்காயிடுச்சுன்னா, கவலையில்ல.''

காலையில் டாக்டரின் எதிர்பார்ப்பை விசு சிதறடித்தான்.

விடியும் முன்னர், மூச்சு விடுவது மிகவும் கஷ்டமாகிப்போக, அவனைத் தியேட்டருக்கு எடுத்துச் சென்று, ட்ரக்கியோட்டமி தொண்டையில் ஓட்டை போட்டு, ரப்பர் குழாயைப் பொருத்தி, அதன் மூலம் ஆக்ஸிஜன் சென்று சுலபமாய் சுவாசிக்க வழிசெய்தார்கள்.

என்ன பண்ணியும், மாலைக்குள் முகம் நீலம்பாரித்துப்போய், கூப்பிட்டால் 'ம்' என்று குரல்கொடுக்கக்கூட வலுவில்லாமல் விசு மயங்கத் துவங்க, அவசரஅவசரமாய் அவனுக்கு இரும்பு நுரையீரல் கவசத்தை மாட்டினார்கள்.

பெட்டி மாதிரி மேலே உட்கார்ந்துக்கொண்டு மார்பை அமுக்கி அமுக்கி செயற்கையாக சுவாசிக்க அந்த இரும்பு நுரையீரல் உதவி பண்ண...

எட்டு மணிநேரத்துக்கு ஒருதரம் 'ப்ளட் கெமிஸ்ட்ரி' அறிய ரத்தத்தை எடுத்துப் பரிசோதனை செய்ய...

விடாமல் ஆன்டிபயாடிக், வைட்டமின் கலந்த க்ளூகோஸ் ட்ரிப் கை வழியாகச் சொட்டுச்சொட்டாக ஏற...

நீலம்பாரித்த முகமும், எப்போதாவது எட்டிப்பார்க்கும் நினைவுமாய் விசு கிடக்க...

ஒன்றுமே புரியாமல் நித்யா ஸ்தம்பிக்க...

அவளை எப்படித் தேற்றுவது என்பதோடு, விசுவுக்குப் பெரிசாய் ஒன்றும் ஆகாமலிருக்க வேண்டுமே என்று அருண் தவிக்க...

ஹோ!

அன்றும், அதைத் தொடர்ந்து வந்த ஆறு நாள்களும் மிகமிக அவலமானவை.

வேண்டாம்... அவை பற்றின விவரங்கள் நமக்கு வேண்டாம்.

விசுவின் நல்லகாலம், ஏழாம் நாள் காலை சுவாசம் கொஞ்சம் ஸ்திரப்பட்டது.

தொடர்ந்து இரண்டு நாள்களில், நீலம்பாதித்திருந்த முகத்தில் லேசாக, மிக லேசாக செந்நிறம் ஏற, விசு ஓரளவுக்குத் தெளிவாய் கண்விழித்தான். நித்யாவை இனம் கண்டுகொண்டு புன்னகைக்க முயற்சித்தான்.

"அபாயக் கட்டத்தைத் தாண்டிட்டார்... இனிமே கவலைப்பட வேணாம்! கவனமா பாத்துகிட்டா, படிப்படியா பழைய நிலைக்கு வந்துடுவார். பொறுமை, நிதானம் முக்கியம்... கவனமாய் இருக்கறது அதைவிட!"

தலைமுடியைக் கோதியபடி அக்கறையுடன் டாக்டர் பிரபு பேச, எட்டு நாள்களாய் உள்ளே திணித்து வைத்திருந்த பயம் மெள்ளமெள்ள ஆவியாக, அந்த நிம்மதியைத் தாளமாட்டாமல், யாருமறியாமல் பாத்ரூம் கதவை சாத்திக்கொண்டு நித்யா சப்தமில்லாமல் அழுது தன்னைத் தேற்றிக்கொண்டாள்

மூன்றாம் வாரத் துவக்கத்தில், இரும்பு நுரையீரலை எடுத்தார்கள்.

அந்த வார இறுதியில், விசுவைத் தீவிர கண்காணிப்பு அறையிலிருந்து சாதாரண அறைக்கு மாற்றினார்கள்.

மேற்கொண்டு பத்து நாள்கள் சென்று, இனி கவலைப்படத் தேவையில்லையென்ற நம்பிக்கை வேர்விட்ட பிறகு, ஒருநாள் மாலைநேரத்துத் தனிமையில் நித்யா அருணிடம் மனம் திறந்தாள்.

''நாலு வாரமா நா பயந்த பயம் எனக்குத்தான் தெரியும்... நீங்க மட்டும் என்கிட்ட இல்லேன்னா, என்ன பண்ணியிருப்பேன்னே சொல்லமுடியாது! தேங்க்ஸ், அருண்... தேங்க்ஸ் ஃபார் எவ்ரிதிங்...''

அருண் முன்னே சாய்ந்து அவள் புறங்கையைத் தட்டினான்.

''நா எதையும் செஞ்சிடலை... நீதான் தனியா, ரொம்ப தைரியமா அத்தனையும் விவேகத்தோட தாங்கிக்கிட்டே! என்னை தேங்க் பண்றது அனாவசியம், நித்தி!''

கொடகொடோ கொட்... கொடகொடோ கொட்...

தவளை ஒன்று கிட்டத்தில் எங்கோ ஆனந்தமாய் பாடியது.

''அருண்...''

''ம்?''

''இன்னொரு ஜதை தங்கவளையல் பாக்கியிருக்கறதையும் வித்துக்குடுத்துட முடியுமா? மூணு வாரமா ஒரு நாளைக்கு நானூறு ரூபா ஆகியிருக்கு... இனிமே அந்தளவு ஆகாதுன்னாலும், கையில பணம் இருக்கறது நல்லதுதானே! என்ன, அருண்?''

''.....''

''தொந்தரவு பண்றேனா, அருண்?''

"தொந்தரவுன்னு நா நினைக்கலை நித்தி... ஆனா, வருத்தமாயிருக்கு..."

நித்யா தலையைக் குனிந்துக்கொண்டாள். முகத்தைக் கைகளில் புதைத்துக்கொண்டாள்.

விழியோரங்களில் நீர் கரைகட்டிக்கொண்டது.

நெஞ்சில் பிறாண்டிய பயம், வார்த்தைகளில் திப்பித்திப்பியாய் வெளிவந்தது.

"நா என்ன பண்ணப்போறேன், அருண்? வளை வித்து வர்ற காசை வெச்சுகிட்டு அடுத்த மூணு மாசங்களை ஓட்டிடலாம்... ஆனா, அதுக்கப்பறம்? விசு எழுந்து நடமாட ஈஸியா நாலு மாசமாகலாம்... வேலைக்குப் போக இன்னும் ஒரு மாசமாகலாம்... அது வரைக்கும்? செக்ரட்டேரியல் கோர்ஸ் முடிச்சிருந்தாலாவது, உருப்படியா ஒரு வேலைக்குப் போய் சம்பாதிக்கற வழியப் பாக்கலாம்... டிப்ளமோ சர்டிஃபிகேட் கையில இல்லாம, வேலை குடுங்கன்னு யாரை நா கேக்கமுடியும்? ஒண்ணுத்துக்கும் உபயோகமில்லாம இருக்கறதை நினைக்கறப்போ, என்மேலயே வெறுப்பா இருக்கு! நா என்ன பண்ணப் போறேன்? எப்படி என் விசுவைப் பழைய விசுவாக்கி பாக்கப்போறேன்? ஓ... ஒண்ணும் புரியலை... அருண்... நா... நா..."

தீனமாக நித்யா நிறுத்த, பத்து நிமிஷங்களுக்கு அருண் எதுவும் பேசாமல் அப்படியே அமர்ந்திருந்தான்.

அப்புறம், மெதுவாக, மிக மெதுவாகக் கேட்டான், "எனக்கு உடனடியா ஒரு செக்ரட்டரி தேவை, நித்தி... நீ... நீ அந்த வேலைக்கு வரமுடியுமா?"

——

23

“என்னது!”

“எனக்கு உடனடியா ஒரு செக்ரட்டரி தேவை... அந்த போஸ்ட்டுக்கு நீ வரமுடியுமா?”

“பொய்...”

“பிராமிஸ்!”

“விளையாடாதீங்க, அருண்...”

“இதுல விளையாட என்ன இருக்கு, நித்தி?”

“உங்க ஸ்டெல்லா என்ன ஆனாங்க?”

“ஒண்ணும் ஆகலை... வரவர அவ கவனிக்கவேண்டிய வேலை அதிகமாயிடுச்சு... கொஞ்ச நாளாவே இன்னொரு செக்ரட்டரிய அப்பாயிண்ட் பண்ணலாம்னு நா நெனைச்சிட்டுதான் இருக்கேன்...”

“பொய்...”

“.....”

“சொல்லுங்க... நீங்க எனக்காகத்தானே, இப்ப நா வருத்தப்படவும்தானே, இந்த போஸ்டை உருவாக்கினீங்க? நிஜத்தைச் சொல்லுங்க, அருண்...”

“நீ திருப்பித்திருப்பி கேட்டாலும், நா சொன்னதையேதான் சொல்லுவேன், நித்தி! ஸ்டெல்லா என் வேலைய மட்டும்

கவனிக்கறதில்ல... இது உனக்குத் தெரியாது! ஜி.எம். மிஸ்டர் முத்தையாவோட லெட்டர் கரெஸ்பாண்டன்ஸ், மத்த வேலைங்களையும் அவதான் கவனிக்கறா... முத்தையாவுக்கு வேற ஆள் போடலாமா, இல்ல எனக்குப் புதுசா ஒருத்தரை நியமிக்கலாமான்னு நா யோசிச்சிட்டுதான் இருக்கேன்... நம்பறதும் நம்பாததும் உன் இஷ்டம்!''

நித்யா எழுந்து வராந்தாவின் விளிம்புக்குச் சென்றாள். குட்டைச்சுவர் மேல் சாய்ந்துக்கொண்டு இருட்டை வெறித்தாள்.

''இந்தப் பேச்சை நானாவே எடுத்திருப்பேன் நித்தி... உனக்கு இப்ப ஒரு டைவர்ஷன் வேணும்... மூணு மாசத்துக்கும் மேலா ஹாஸ்பிடல் ரூம்லயே அடைஞ்சு கிடக்கே... இது உனக்கு நல்லதில்ல! விசு மேல உனக்கு இருக்கற அக்கறைய நா பாராட்டறேன்... அதுக்காக, அவனை சரியாக்கறேன்னு சொல்லிகிட்டு, உன்னையே நீ முடக்கிக்கறது நல்லதில்ல...''

''எனக்கு ஒரு மாற்றம் வேணும்னு நா வேலைக்குப் போறேன்னு சொல்லலை, அருண்...''

''நீ சொல்லலை, அப்படி நினைக்கலை... பணத்தேவைக்காக வேலைக்குப் போகணும்னு விரும்பறே, எனக்குத் தெரியும். ஆனா, ஒரு மாற்றத்துக்காகக்கூட நீ இப்ப வேலைக்குப் போயே தீரணும்னு நா நினைக்கறேன் நித்தி! நாலு நாளாவே எனக்குள்ள ஒரு எண்ணம்... 'மேல படி நித்தி... நர்ஸ் போட்டு விசுவை ஜம்ஜம்னு பாத்துக்கலாம். எதைப் பத்தியும் கவலைப்படாதே. விசு சரியாகி, நீயும் மனசால ஆரோக்கியமா இருக்கறது முக்கியம்'னு சொல்ல எண்ணம்... ஆனா, நீ எப்படி எடுத்துப்பியோன்னு பயம்... 'அதெல்லாம் முடியாது, உங்க உதவி தேவையில்ல'னு மறுத்துடுவியோன்னு பயம்...''

''மனசு ஆரோக்கியத்தக்கு இப்ப எனக்கு என்ன குறைச்சல், அருண்?''

''இப்ப ஒண்ணுமில்ல... ஆனா, இந்த நிலைமை இப்படியே தொடர்ந்தா, அது நிச்சயம் ஆரோக்கியமானதில்ல! ஒரு

கவலையுமில்லாம சுத்திட்டிருந்தவங்களை சிறைல போட்ட மாதிரி, என்ன சோதனை இது, நித்தி?''

''விசுவுக்கு மட்டும் இது சோதனை இல்லியா, அருண்?''

''நிச்சயமா! அவனுக்கும் இது பயங்கரமான வேதனைதான்! ஆனா, நித்தி... அவனோட உடம்பு நம்ப கைய மீறின விஷயம்... உன் கேஸ் அப்படி இல்லியே! மேலமேல அதிர்ச்சியா வந்திட்டிருந்தா, தாங்கறது யாருக்குத்தான் சாத்தியம்! சோந்துபோயிருக்கற சமயத்துல பச்சைத் தண்ணிய விட்டு முகம் கழுவிக்கிட்டு, ஒரு புத்துணர்ச்சிய வரவழைச்சிக்கறது இல்லியா? அதுமாதிரிதான் இதுவும்... சிலமணிநேரம் வெளில போய், நாலு பேரை மீட் பண்ணி, வேலைல புத்தியச் செலுத்தறது நிச்சயம் ஒரு மாறுதலத் தரும்தான்! உனக்கு அது நிச்சயம் தேவை!''

நித்யா திரும்ப நாற்காலியில் உட்கார்ந்தாள்.

தலையில் செருகியிருந்த ஸ்லைடை எடுத்து, கை நக அழுக்கை அகற்றினாள்.

ஸ்லைடைக் குத்திக்கொண்டு, முகத்தை ஒருதரம் அழுந்தத் துடைத்துக் கொண்டாள்.

''நா... வந்து... எப்படி? செக்ரட்டரியா? நோ, அருண்... எனக்கு ஒண்ணுமே தெரியாது... எம்மேல உள்ள அக்கறையால நீங்க பேசாதீங்க, ப்ளீஸ்...''

''அனாவசியமா உன்னைக் குழப்பிக்காதே, நித்தி... யூ ஆர் எ வெரி ஸ்மார்ட் பர்ஸன்! உனக்கு புத்திசாலித்தனம் இருக்கு, சொல்றதைப் பிடிச்சுக்கற ஆர்வம் இருக்கு... அன்னிக்கு நீயே சொல்லலியா, உன் கிளாஸ்ல நீதான் மொதல்னு? டைப்பிங் நாப்பது வார்த்தையும், ஷார்ட்ஹாண்ட் நூறு வார்த்தையும் நீ செய்யறதா உன்னை வகுப்புல பாராட்டினாங்கன்னு சொல்லலை?''

"சொன்னேன்... ஆனா, நா இன்னும் கோர்ஸ் முடிக்கலியே, அருண்! உங்க மாதிரி பெரிய கம்பெனில வேலை பண்ண எனக்கு என்ன தகுதியிருக்கு? நோ... என்னால முடியாது..."

அருண் எழுந்து நின்றுக்கொண்டான்.

"நா கிளம்பறேன், நித்தி... நேரமாயிடுச்சு... ராத்திரி நல்லா யோசிச்சு ஒரு முடிவுக்கு வா. 'எனக்கு ஒரு வேலை கிடைச்சா தேவலை, அருண்'னு நீயே சொன்னே... வேலை கண் முன்னால காத்திருக்கு... ஏத்துக்கறதும் விடறதும் உன் இஷ்டம்!"

அறைக்குள் சென்று, உறங்கும் விசுவை எட்டிப்பார்த்துவிட்டு, சாப்பாட்டுக் கூடையுடன் கிளம்பினவன், கொஞ்சம் நிதானித்தான்.

"முன்பின் தெரியாத எடத்துல வேலைக்குப் போறதைவிட, என்கிட்ட வேலை செய்யறது உனக்கு எல்லா விதத்துலயும் நல்லதுன்னே நா நினைக்கறேன்... அப்பறம் உன் விருப்பம்."

அன்றிரவு பூராவும் தூக்கம் வராமல் நித்யா சிந்தித்தாள்.

வேலைக்குப் போனால்தானே உபயோகமாய் இருக்கமுடியும்... சில நூறுகளையாவது சம்பாதிக்க இயலும்! யார் தருவார்கள், முன்னனுபவம் இல்லாதவர்களுக்கு வேலை? டிப்ளமாகூட கைக்கு வர இயலாமல் போய்விட்டதே என்று அலட்டிக் கொண்டதற்கு, அருமையான தீர்வு கிடைத்திருக்கிறது.

இதை விட்டுவிடலாமா?

அறிமுகமில்லாத நபரின் கீழ் வேலைபார்ப்பதைவிட, அருணிடம் செக்ரட்டரியாக இருப்பது உண்மையிலேயே பெரிய அதிர்ஷ்டம்தான்.

ஒப்புக்கொள்ளலாமா?

அருண் என்மேல் பச்சாதாபப்பட்டுக்கொண்டு இந்த வேலையைத் தருகிறாரா, இல்லை, நிஜமாகவே ஒரு அவசியம் அவருக்கு இருக்கிறதா?

ஸ்டெல்லாவை என் வருகை பாதித்தால்?

நோ, நோ... அது தவறு.

அந்த மாதிரி அடாவடித்தனம் நடக்க நான் காரணமாய் இருக்கக்கூடாது.

நாளைக்குத் திரும்ப அருணிடம் இதைப்பற்றி விவரமாய் கேட்கலாமே...

ஆமாம், விசு என்ன சொல்வான்?

தன் நண்பனிடமே நானும் வேலைக்குப் போவதைக் குறித்து என்ன நினைப்பான்?

எதைப்பற்றிக் கவலைப்படாவிட்டாலும், தான் இப்படிப் படுத்துவிட்டோமே, என்னை வேலைக்கு அனுப்பவேண்டிய நிர்ப்பந்தம் வந்துவிட்டதே என்று அதிகமாய் வேதனைப்படுவான், நிச்சயம்.

அருணை விட்டு அவனைச் சமாதானம் செய்யச் சொல்ல வேண்டும்.

இதனாலென்ன, விசு... எல்லா வீட்டிலும் பெண்கள் இப்போதெல்லாம் வேலைக்குப் போவதில்லையா? நான் படுத்துவிட்டால், நீ செய்யமாட்டாயா? நமக்குள் என்ன இதெல்லாம்! என்று அடித்துப் பேசி நானும் அவனைத் தேற்றவேண்டும்.

டாக்டர் சொல்லும் கணக்குப்படி பார்த்தால், இன்னும் மூன்று மாசத்தில் விசு டிஸ்சார்ஜ் ஆகிவிடுவான். அப்புறம் இத்தனை செலவு இருக்காது. அதுவரை, இருக்கும் பணம் போதுமா?

சம்பளம் எவ்வளவு வரும்?

எவ்வளவு வந்தாலும் அப்போதைக்கு அது உபரிப் பணம்தானே?

அப்படியே பாங்கில் போட்டுவிட்டால், நாளைய தேவைக்கு உபயோகப்படுத்திக் கொள்ளலாம்.

வளை விற்றுக் கிடைக்கும் பணம் மூன்று மாசத்துக்கு வரும். வீடு அட்வான்ஸ் திரும்பி வந்தது இருக்கிறது. ப்ளஸ், என் சம்பளம்.

என்னென்னவோ கணக்குப் போட்டுப் பார்த்துவிட்டு, விடியும் தருவாயில் நித்யா தூங்கிப்போனாள்.

காலையில் அருண் வரவில்லை.

அப்பா ஊரிலிருந்து வந்திருக்கிறார் என்று போனில் சொல்லிவிட்டு, மாலையில் அவரையும் அழைத்துக்கொண்டு வந்து கொஞ்ச நேரம் இருந்துவிட்டுப் போனான்.

நித்யா எதிர்பார்த்த தனிமை, அதற்கும் அடுத்த நாள்தான் கிடைத்தது.

"நீங்க சொன்னதைப்பத்தி நா யோசிச்சேன், அருண்... யூ ஆர் ரைட்! உங்ககிட்ட வேலை பாக்கறது என் அதிர்ஷ்டம்தான்! எப்ப சேரணும், சொல்லுங்க..."

அருண் இவளுடைய இந்தப் பேச்சை எதிர்பார்த்த தினுசில் புன்னகைத்தான்.

"வெரிகுட்! உனக்கு எப்ப சௌகரியமோ, அப்ப..."

"வர்ற ஒண்ணாம் தேதி?"

"ஃபைன்!"

"நா இல்லாதப்ப விசுவை ஹாஸ்பிடல்ல பாத்துப்பாங்க, இல்ல?"

"கவலையே உனக்கு வேணாம்!"

"அருண்..."

''யா?''

''நிச்சயமா நீங்க எனக்காக இந்த ஏற்பாட்டைப் பண்ணலியே?''

''ம்ஹூம்.''

''ஸ்டெல்லாவும் இருப்பாங்க, இல்ல?''

''அஃப்கோர்ஸ்!''

''நா அவங்களுக்கு அசிஸ்டெண்டா இருப்பேனா?''

''நோ... அவ முத்தையாவோட பி.ஏ-வாப் போயிடுவா... நீ என் செக்ரட்டரியா இருப்பே.''

''எனக்கு என்ன தெரியும், அருண்?''

''ஸ்டெல்லா உனக்கு அத்தனையும் கத்துக்குடுப்பா நித்தி... ரிலாக்ஸ்!''

சுவரில் இரண்டு தரம் நித்தி... நித்தி என்று எழுதி அழித்துவிட்டு, ''என்மேல நீங்க வெச்சிருக்கற நம்பிக்கைக்கு தேங்க்ஸ் அருண்...'' என்றாள் சின்னக்குரலில்.

அடுத்து வந்த ஞாயிற்றுக்கிழமை மதியத் தூக்கத்துக்குப் பிறகு ஓரளவு தெம்புடன் இருந்த விசுவிடம், அருணைப் பக்கத்தில் வைத்துக்கொண்டு நித்யா பேசினாள்.

தான் வேலைக்குப் போக விரும்புவதாகச் சொன்னாள். ஆஸ்பத்திரியில் இருந்தால் போரடிப்பதாகவும், பகல்நேரத்தில் வெளியில் போய்வந்தால் தேவலைபோல இருக்கிறது என்றும், காசுக்காகத் தான் வேலைக்குப் போவதை விசு உணராத விதத்தில் பக்குவமாய் பேசினாள்.

சரியான சமயத்தில் அருணும் தன் பங்குக்கு எடுத்துச்சொல்ல, அவர்கள் பேசிமுடித்து ரொம்ப நேரத்துக்கு விசு எதுவும் பேசாமலிருந்தான். அப்புறம் தன்னால் எதையும் ஊகிக்க முடிந்ததாகக் காட்டிக்கொள்ளாமல், ''இதெல்லாம் என்கிட்ட ஏன் சொல்லணும் நித்தி? உனக்கும், அருணுக்கும்

தெரியாததா? நீ சந்தோஷமா இருக்கணும், அதான் எனக்கு முக்கியம்...'' என்று மட்டும் கூறினான்.

அந்த முதல் தேதியிலிருந்து நித்யா வேலைக்குப் போகத் துவங்கினாள்.

காலையில் எழுந்து விசுவுக்கு வேண்டியவற்றைக் கவனித்துவிட்டு, எட்டே முக்காலுக்குப் புறப்பட்டு பஸ்ஸில் பயணித்து, மவுண்ட் ரோடு ஆபீஸுக்குப் போனாள்.

பிளாட்டிங் பேப்பரின் தன்மையுடன், ஸ்டெல்லா சொல்லிக் கொடுத்ததையெல்லாம் சிரத்தையுடன் பிடித்துக்கொண்டாள்.

இந்தப்பக்கம் அந்தப்பக்கம் பார்க்காமல், வம்பு பேசிப் பொழுதைக் கழிக்காமல், திறமையாக வேலைசெய்ய முனைந்தாள்.

ஐந்துக்கெல்லாம் பஸ் பிடித்து நேராக ஹாஸ்பிடலுக்கு வந்தாள்.

மீண்டும் மறுநாள் காலை அலுவலகத்துக்குப் புறப்படும்வரை, ஒரு நல்ல நர்ஸாய், இதம் தரும் மனைவியாய் விசுவைக் கவனித்தாள்.

எத்தனை எடுத்துச்சொல்லியும் தன்னோடு காரில் வராமல், மதிய உணவை தன்னுடன் உண்ணாமல், நண்பன் என்ற ஹோதாவைப் பிரயோகித்து எந்தச் சலுகையும் எடுக்காமல் இருப்பதில் நித்யா விழிப்புடன் இருப்பது புரிய, முதல் ஒரு மாசம் அவள் போக்கிலேயே அவளைச் செல்ல அருண் அனுமதித்தான்.

ஆனால், அந்த ஒன்றாம் தேதிக்குள், ஸ்டெல்லாவுக்கு ஆயிரத்துப் பத்தாக சம்பளத்தை உயர்த்தி, நித்யாவுக்கு எண்ணூற்று அறுபதாக ஊதியத்தை நிர்ணயித்தான்.

இரண்டாம் மாசம், பர்ஸனல் ஆபீஸரை விட்டு, 'காலையில் சீக்கிரமும் மாலையில் தாமதமாகவும் வந்துபோக வேண்டியிருப்பதால், இனி மிஸ் ஸ்டெல்லாவையும் மிசஸ்

விசுவநாத்தையும் கம்பெனி கார் அழைக்க, கொண்டுவிட வரும்' என்ற அறிக்கையை அனுப்பச் செய்தான்.

தன் பிடிவாதத்தை உணர்ந்து, அதற்காகக் கோபம் கொள்ளாமல், தனக்கேற்ப வளைந்துகொடுத்து இதமாக இருக்க அருண் முயற்சிப்பதை கையிலிருந்த அறிக்கை தெளிவாக்க, 'என்ன மனிதர் இவர்! என்ன உன்னதமான மனசு இவருக்கு!' என்ற நினைப்பு உள்ளுக்குள் பூப்பூவாகப் பூக்க, அந்த நினைப்பு தந்த சந்தோஷத்தைக் கலைக்க மனமில்லாமல் அன்று ரொம்ப நேரத்துக்கு நித்யா அப்படியே உட்கார்ந்திருந்தாள்.

——————

24

நித்யா டைப் அடிப்பதை நிறுத்தினாள். கைவிரல்களைச் சொடுக்கிக்கொண்டாள். மணிக்கட்டைத் திருப்பி நேரத்தைப் பார்த்தாள்.

அது, இரண்டு பத்து என்றது.

நாழியாகிவிட்டது...

வெளியே போயிருக்கும் அருண் திரும்பி வருவதற்குள் இந்தக் கடிதத்தை முடித்து, கையெழுத்து வாங்கி, இன்றைய தபாலிலேயே அனுப்ப வேண்டும்.

முக்கியமான ஸ்டேட்மெண்ட் ஒன்று டைப் அடிக்கக் காத்திருக்கிறது.

ப்ஷூ!

அசதியுடன் நாற்காலியில் சாய்ந்துகொண்டாள்.

அடித்தலையில் அரித்தது...

ரப்பர் பேண்டை எடுத்து தலைமுடியை உதறிக்கொண்டாள்.

முடியில் விரல்களை நுழைத்து கோதிப் பார்க்கையில், நின்று நிதானமாய் அனுபவித்து தலைக்குக் குளித்து எத்தனை மாசங்கள் ஆகிவிட்டன என்ற எண்ணம் எழுந்தது.

கூடவே, அப்பா வீட்டில் இருந்த நாள்களில் தலைக்குக் குளிக்கிறேன் பேர்வழியென்று லூட்டியடித்ததும் உள்ளுக்குள் எட்டிப்பார்த்தது.

ஆலிவ் ஆயிலை வெதவெதக்க வைத்து, மயிர்க்கால்களில் அழுந்த தேய்த்துக் கொள்வாள். டர்கிஷ் டவலை வெந்நீரில் நனைத்து, தலைமுடியில் சுற்றிக்கொள்வாள். அரைமணி ஊறவிட்டு, அப்பா வெளிநாட்டிலிருந்து வாங்கிவந்த ஷாம்பூவையும், கண்டிஷனரையும் தலையில் தடவி நுரைக்க வைத்து, எருமைமாடு மாதிரி பாத்டப்பில் கிடப்பாள்... அல்லது, ஷவரின் கீழ் ஆனந்தமாய் நிற்பாள். ஹேர் டிரையரைக் கொண்டு தலைமுடியை உதிரிஉதிரியாய்க் காயவைப்பாள். அப்புறம்...

மொத்தத்தில், இந்த ஷோடஸ உபசாரங்களையெல்லாம் செய்துகொண்டு பட்டுப் போல முடியைப் பளபளக்கவைத்து, மணக்கமணக்க வெளியில் வருவதற்குள், முழுசாய் இரண்டு மணிநேரம்கூட ஓடிவிடும்!

இப்போது?

விசுவுக்கு உடம்புக்கு வந்துவிட்ட இந்தச் சில மாசங்களாய், ஹாஸ்பிடலின் அந்தத் தக்குனூண்டு பாத்ரூமுக்குள் காக்காய்க் குளியலாய் இரண்டு நிமிஷத்தில் ஒரு குளியல்...

நாலடிக்கு நாலடி பாத்ரூமில், ஃபினாயில் டெட்டால் நெடி மூக்கை நிரப்பும் அந்தச் சூழ்நிலையில் நிற்கவே பிடிக்காமல் இருக்கிறபோது, எங்கேயிருந்து ஊறுவது! எப்படி நிதானமாகக் குளிப்பது!

சட்டென்று நித்யா தன்னை ஒருதரம் உலுக்கிக்கொண்டாள். வேண்டாம்... பழைய நினைவுகள் வேண்டாம். அவற்றை நினைக்கவும் வேண்டாம், அவற்றுக்காக ஏங்கவும் வேண்டாம்.

சலிப்புடன் குனிந்து, நாற்காலிக்குப் பக்கத்தில் வைத்திருந்த கைப்பையைத் தூக்கி, உள்ளேயிருந்த சீப்பை எடுத்தாள்.

தலைமுடியை மேலாக இரண்டு தரம் வாரி, ரப்பர்பேண்டை போட்டுக்கொண்டு சீப்பைத் திரும்ப உள்ளே வைக்க

எத்தனித்தபோது, மொரமொரவென்ற அந்த வெள்ளைக் கவர் விரல்களில் பட்டது.

அன்று முப்பதாம் தேதி... அவர்கள் கம்பெனியின் சம்பள நாள்.

முதல் மாசம் சம்பளம் வாங்கியதும், செலவுக்கு நூறு இருநூறு என்று வைத்துக் கொண்டு, பாக்கியை உடனே பாங்கில் கட்டிவிட்டாள். அன்று சனிக்கிழமை, அரைநாள்தான் பாங்க். அவசரமாய் ஓடவேண்டாமென்று தீர்மானித்ததில், வாங்கிய பணத்தை அப்படியே வைத்திருக்கிறாள்.

வீட்டுக்குப் போகும் வழியில், முக்கியமாய் வாங்கவேண்டிய சாமான்களை விசுவுக்கு ஹார்லிக்ஸ், காம்ப்ளான், ஷேவிங் சோப், தனக்கு ஷாம்பூ, நாப்கின்ஸ் வாங்கிவிட்டால், செலவுக்குக் கொஞ்சம் கையில் வைத்துக்கொண்டு பாக்கியை திங்கள்கிழமை பாங்கில் கட்டிவிடலாம்.

பையைக் கீழே வைத்துவிட்டு நிமிர்ந்தாள்.

பிராவின் பட்டை தளர்ந்துபோய் தோளிலிருந்து வழுக்கிக் கையில் சரிந்ததை, சரிசெய்துகொண்டாள்.

கல்யாணத்தின்போது வாங்கின பிரா... கிட்டத்தட்ட பத்து மாசங்களாய் உழைத்து விட்டு, இப்போது 'இனி என்னால் முடியாது, ஆளை விடு' என்று முனகுகிறது.

புதுசாய் இரண்டு வாங்கினால் தேவலை... முன்பெல்லாம் போட்டுக்கொள்ளும் லேஸ் ரகம் வேண்டாம், சாதாரண வகை போதுமென்று வைத்துக்கொண்டாலும், ஒன்றிற்கு இருபது ரூபாயை சுளையாய் வைக்க வேண்டும்.

பார்வையை தான் அணிந்திருந்த ஜீன்ஸ் மேல் படரவிட்டாள். தொடர்ந்து, ச்சீஸ் காட்டன் சட்டை...

இதுவும் சரி, மற்ற மூன்று ஜீன்ஸ்களும் சரி... இவற்றுக்குக் கொடுத்த காசு தண்டமில்லை. சாக்கு மாதிரி உழைக்கின்றன. புது மெருகு அழிந்துவிட்டதே தவிரவும், மற்றபடி எந்தக்

குறையுமில்லை. அந்த மட்டுக்கு சந்தோஷப்பட்டுக் கொள்ள வேண்டும்.

ஆனால், இந்த சட்டைகள்?

பனியனோ, குர்தாவோ, ச்சீஸ் காட்டன் சட்டையோ... எதுவானாலும், மாற்றிமாற்றி தோய்த்து இஸ்திரி பண்ணி அணிந்துக் கொள்வதில், சில மாசங்களிலேயே இளிக்கத் துவங்கிவிடுகிறது.

காசு மட்டும் வாங்குகிறான், நாற்பது, ஐம்பது என்று கூசாமல்... இன்னும் கொஞ்சம் நல்ல துணியில், உழைக்கிற தினுசில், சட்டைகளைத் தயாரித்தால் என்னவாம்?

அப்பா வீட்டில் இருந்தபோது, 'லீவைஸ்', 'ராங்க்லர்' ஜீன்ஸ் தவிர, மற்ற வகைகளை விரலால் தொடாமல் இருந்ததும், வெளிநாட்டிலிருந்தும் டெல்லியிலிருந்தும் பார்த்துப் பார்த்து சட்டைகளை அப்பாவை வாங்கிவரச் சொன்னதும், ஒருதரம் அணிந்த உடைகளை உடனே மீண்டும் உடுக்காமல் ஒரு மாசம் கழித்தே அணிந்ததும், 'ட்ரை க்ளீனிங்'தான் செய்யவேண்டும் என்று அடம்பிடித்ததும் ஞாபகத்துக்கு வர, இறுக்கமாய் அழுந்தியிருந்த உதடுகளின் உள்பக்கத்தை ஒரு முறுவல் கீறியது.

துளி பொறுமையில்லாமல், பொறுப்பில்லாமல், என் சுகம், என் இஷ்டம், என் விருப்புவெறுப்பு என்று மட்டுமே வாழ்ந்துவந்த நானா, இன்று இப்படி இருக்கிறேன்!

மூக்கைப் பிடித்துக்கொண்டு, இரண்டு குவளை ஜலத்தில் ஆயிற்று என்று குளித்து, அணிந்த உடைகளையே திரும்பத்திரும்ப உடுத்தி, தலைமுடி பிசுக்கிட்டுப் போனாலும் ஆத்திரப்படாமல், கைநகங்கள் பாலிஷ் இல்லாமல், ஒழுங்காக வெட்டப்படாமல் ஏனோதானோவென்று இருப்பதைப் பொருட்படுத்த நேரமில்லாமல்...

நானா!

இது நானேதானா!

உள்ளே எழுந்த முறுவல் எரிச்சலாக உருவெடுக்கத் துவங்க...

"நித்தி..."

தலை நிமிர்ந்தாள்.

அருண்.

"என்ன, இன்னுமா கிளம்பலே?"

"....."

"இன்னிக்கு சனிக்கிழமை, ஹாஃப் டே... மறந்துபோச்சா?"

"இல்ல... முக்கியமான லெட்டர் ஒண்ணு... இன்னிக்கே போகணும்..."

அருண் அருகில் வந்தான். அவள் டைப் அடித்துக் கொண்டிருந்த கடிதத்தின் மேல் பார்வையை ஓட்டினான்.

"ம்... மாணிக்கம் அண்ட் கம்பெனி லெட்டரா? திங்கக்கிழமை அனுப்பலாம், பாதகமில்ல... நீ கிளம்பு."

"ஒரு ஸ்டேட்மெண்ட் இருக்கு..."

"எதுவானாலும் இட் கேன் வெயிட்!"

பேப்பர்களை டிராயரில் வைத்துப் பூட்டிவிட்டு நித்யா எழுந்தாள்.

"என்னோட வரியா, நித்தி?"

"ஸ்டெல்லா காத்திட்டிருப்பா..."

"ஓகே, ஓகே."

கதவிடம் சென்ற நித்யா, கொஞ்சம் தயங்கினாள்.

"ராத்திரி ஹாஸ்பிடலுக்கு வருவீங்களா?"

"வராம?"

"இல்ல... அக்கா வந்திருக்காங்கனு சொன்னீங்களே..."

"யா... சுபத்ரா அக்கா வந்திருக்காங்க. அவங்க புருஷன் வேலையா ஒரு மாசத்துக்கு அமெரிக்கா போயிருக்கார்னு சொன்னேனில்ல? அந்த ஒரு மாசத்தையும் தனியா கழிக்கவேணாமேன்னு வந்திருக்காங்க. வந்தனாவுக்கும் இப்ப வகையா லீவுதான். ரெண்டு நாள் இங்க இருந்திட்டு, கொடைக்குப் போவாங்க. உன்னையும், விசுவையும் பாக்கணும்னு சொன்னாங்க... ராத்திரி நாங்க எல்லாருமே வருவோம்."

எதுவும் பேசாமல் விடைபெற்றுக்கொண்டு தளர்ந்த நடையுடன் வெளியில் செல்பவளைப் பார்க்கையில், அருணின் நெஞ்சு வலித்தது.

எப்படி இருந்தவள், எப்படி ஆகிவிட்டாள்!

அதுவும், உடல்கோளாறு மறுபடியும் வந்த பிறகு, விசு செத்துப்பிழைத்த பிறகு, வேலைக்குச் சேர்ந்த பிறகு, விசுவும் மாறிவிட்டான், நித்யாவும் மாறிவிட்டாள்.

எந்நேரமும் சிக்கனமாய், யாருக்கும் கூடுமானவரையில் உபத்திரவம் தந்துவிடக் கூடாது என்கிற விழிப்புமாய்...

சிரிக்க மறந்து, கண்களின் உற்சாகம் கொப்பளிக்கப் பேசக்கூட மறந்து...

கடவுளே!

எப்போது சரியாவார்கள் இவர்கள்?

அன்று மாலை ஆறுமணி சுமாருக்கு அக்கா சுபத்ராவையும், அவளுடைய பெண் வந்தனாவையும் அழைத்துக்கொண்டு ஹாஸ்பிடலுக்கு அருண் வந்தபோது, நித்யா அறையில் இல்லை.

"சுபத்ரா அக்காவை நினைப்பிருக்கில்ல விசு? இது வந்தனா... சாதுவா இருக்காளேன்னு நினைக்காதே, அனுமார் வாலைவிடப் பெரிய வால் இவளுக்கு!"

"ஏன் இல்லாம!" என்றபடி விசு மெதுவாக எழுந்து படுக்கையில் சாய்ந்து உட்கார்ந்தான். "வாங்க..." என்றான் சுபத்ராவிடம். வந்தனா பக்கம் திரும்பி, "ஹலோ, அனுமார் வால்! ஸோ, நீதான் அந்த ஒண்ணே ஒண்ணு, கண்ணே கண்ணா!" என்றான் சிரித்தவாறு.

சுபத்ரா பரிவுடன் கிட்டத்தில் வந்தாள்.

"எப்படியிருக்கே விசு? ரொம்ப நாளாச்சு பாத்து! எல்லா விவரமும் அருண் சொன்னான். ஐ யம் ஸாரிப்பா... இப்ப நல்லா தேவலையாயிட்டுவருது போலயிருக்கே..."

விசு தோள்களைக் குலுக்கினான்.

"அப்படித்தான் சொல்றாங்க... சரியாகணும். ஏற்கனவே அஞ்சு மாசமா இவனையும் நித்யாவையும் ஏகமா தொந்தரவு பண்ணிட்டேன். இதுக்கெல்லாம் சேத்துவெச்சு, என்னமோ சொல்வாங்களே 'உடம்பை செருப்பாத் தெச்சுப்போடணும்'னு, அந்த மாதிரி பாதி உடம்பை இவனுக்கும், இன்னொரு பாதிய நித்திக்கும் செருப்பாத் தெச்சுப் போட்டுட்டு, ஆயுசுக்கும் உழைக்கணும்..."

தன்னையும் மீறிக்கொண்டு பேச்சு தீவிரமாகி, குரல் தழுதழுப்பது புரிந்துவிட்ட ரீதியில், சட்டென்று விசு பேச்சை நிறுத்தினான். அருணைப் பார்த்துப் புன்னகைத்தான்.

"ஏன் மச்சான், உனக்கு எந்தப் பாதி வேணும், சொல்லு? மேல்பாதின்னா, என் மூளை... தலைகீழா நின்னாலும் கிடைக்காத அபூர்வ மூளை உனக்குக் கிடைக்கும்! என்ன, இன்ட்ரஸ்டட்?"

அருண் சிரித்தான்.

"இனாமா இல்ல, ஆயிரம் ரூபா சேத்துக் குடுத்தாக்கூட, உன் மூளை எனக்கு வேணாம்யா! அப்பறம் உன்னை மாதிரி நானும் அறுவை ஜோக்கா அறுக்க ஆரம்பிச்சிடுவேன்!"

"அறுவை ஜோக்னா என்ன, அங்கிள்?"

ஆறு வயசு வந்தனா கண்களை விரிக்க, விசு சந்தோஷத்தோடு அவளைக் கிட்டத்தில் அழைத்தான்.

"ஆ! அறுவை ஜோக்ஸ் தெரியாது உனக்கு? இங்க வா, நா சொல்றேன்... தேனி தெரியுமா, தேனி? அது ஒரு திரவம்... ஏன் சொல்லு?"

எதுவும் புரியாமல் வந்தனா விழிக்க, "ஏன்னா, அது கொட்டறதே, அதனாலதான்! எப்படி?" என்று கேட்டு விசு சிரிக்க, அவனோடு சேர்ந்து சுபத்ராவும் சிரிக்க...

ரொம்ப நாள்களுக்குப் பிறகு விசு கொஞ்சம் பழைய விசுவாக இருப்பதுபோலத் தோன்ற, அருண் அவன் தோளில் தட்டினான்.

"விடுய்யா... சின்னப்பொண்ணு, தெரியாத்தனமா கேட்டுட்டா! பாவம், விட்டுடு! ஆமா, நித்தி எங்க?"

"லாண்டரிக்குப் போயிருக்கா, இப்ப வந்துடுவா..."

அடுத்து வந்த பத்துப் பதினைந்து நிமிஷங்களில், விசுவின் உடம்பைப்பற்றிப் பேசினார்கள், வெளிநாட்டுக்குப் போயிருக்கும் சுபத்ராவின் புருஷனைப்பற்றிப் பேசினார்கள். இப்போதெல்லாம் தன்னால் சிரமமில்லாமல் எழுந்து உட்கார முடிவதையும், பிடித்துக்கொண்டு நிற்க முடிவதையும், கைகளை அசைத்து சின்னச்சின்ன வேலைகளைச் செய்யமுடிவதையும் விசு சொன்னான்.

"போன தடவை பைத்தியக்காரத்தனமா ஆன மாதிரி இந்த முறை ஆகாம இருக்க, ரொம்ப கவனமா இருக்கேன். இன்னும் சில நாள்ல மெதுவா நடக்க முடிஞ்சுதுன்னா, டிஸ்சார்ஜ் பண்ணிடறதா டாக்டர் சொல்லியிருக்கார்... லெட் அஸ் ஹோப்..."

அவன் முடிக்கும் முன்னர் நித்யா வந்துவிட, பாதியில் நிறுத்தி மனைவியை சுபத்ராவுக்கு அறிமுகம் செய்தான்.

"அவசரம் அவசரமா எங்களுக்கெல்லாம் சொல்லாம நீ கல்யாணம் கட்டிகிட்டதுக்கு இப்பதான் காரணம் எனக்குப் புரியுது... மைகாட், யுவர் வொய்ஃப் ஈஸ் ப்யூடிஃபுல்!"

நித்யாவின் கன்னங்களில் இரண்டு ரோஜாக்கள் பூத்தன.

"யூ ஆர் ரைட்! அதுவும் எங்க கல்யாண சமயத்துல, ஒரு அழகான பூ மாதிரிதான் நித்தி இருந்தா... இப்பத்தான் ஹாஸ்பிடல்லயே இருந்திருந்து, ஆளே மாறிட்டா! நல்ல தூக்கம், நல்ல குளியல், நல்ல சாப்பாடுன்னு எதுவும் நித்திக்கு இப்பல்லாம் கிடையாது! ரெண்டு மாசமா வேலை அலைச்சல் வேற... என்ன அருண், நா சொல்றது சரிதானே?"

நித்யா சங்கடத்துடன் ஷ்...ஷ்... என்று கணவனை அடக்க, அருண் பதில் கூறாமல் ஜன்னலிடம் சென்று நின்றுகொண்டான்.

சில நிமிஷங்களுக்குப் பொதுவாகப் பேசிக்கொண்டிருந்துவிட்டு சுபத்ரா கேட்டாள், "நாளைக்கு ஞாயித்துக்கிழமைதானே நித்தி... வீட்டுக்கு வந்து எங்களோட சேந்து லஞ்ச் சாப்பிடேன்? இன்ஃபாக்ட், எண்ணெய் தேய்ச்சு ரிலாக்ஸ்டா குளிச்சு நிதானமா சாப்பிட்டுட்டு, விசுவுக்கும் சாப்பாடு எடுத்திட்டு வரலாம்... என்னம்மா?"

தடக்கென்று சுபத்ரா இப்படிக் கேட்டுவிட, நித்தி விழித்தாள்.

"நா வந்து... இல்ல... இங்கயே இருக்கேன்... ப்ளீஸ்..."

"நீ எங்கயும் போறதில்லேனு விசு குறைப்பட்டுக்கறானே, அவனுக்காகவாவது வாம்மா... என்னால நித்திக்கு ரொம்பக் கஷ்டம்னு வேதனைப்படறான் பாரு... ஹி வில் ஃபீல் பெட்டர்..."

"போயிட்டு வா, நித்தி..."

"சண்டே ஒரு நாள்தான் உன்கூட என்னால இருக்கமுடியும், விசு..."

"ஸோ வாட்? இத்தனை ஞாயித்துக்கிழமையும் இல்லியா? ப்ளீஸ் கோ, நித்தி..."

"இல்ல, விசு... வேணாம்... புரிஞ்சிக்கயேன்..."

"மாட்டேன்! நீ போயிட்டுதான் வரணும்! காலைல போயிட்டு, ஒரு மணிக்கு வந்துடு... ப்ளீஸ் நித்யா, நீ போனா நா சந்தோஷப்படுவேன்... ப்ளீஸ் கோ..."

பதில் சொல்லாமல் நித்தி திவானில் உட்கார்ந்துகொண்டாள்.

உள்ளுக்குள் என்னவோ தட்தட்டென்று தட்டியது.

அந்த வீட்டுக்கா?

நானா?

அப்பா அம்மா வெளிநாட்டிலிருந்து வந்துவிட்டார்களோ?

அவர்களையோ, தெரிந்த வேறு யாரையுமோ பார்க்க நேர்ந்தால், என்ன செய்வது?

என் பெற்றவர்களைப் பற்றியும், நான் வாழ்ந்த வாழ்க்கை பற்றியும் நினைக்கக் கூடாது, பேசக்கூடாது என்று பிடிவாதமாக இருப்பது, விசு, அருணுக்குத் தெரியுமே!

அப்புறமும் எதற்காக வலிய அந்த வட்டத்திற்குள் என்னைத் துரத்துகிறார்கள்?

வேண்டாமென்றால், விட்டுவிட வேண்டியதுதானே!

அப்புறம், ஆத்திரமும் எரிச்சலும் ஏக்கமுமாய் அவஸ்தைப்படப்போவது நான்தானே?

சுபத்ராவுக்கு எதிரில் தர்க்கம் பண்ண விரும்பாமல், ஓகே என்று முனகலாகக் கூறினவள், டேபிளிடம் சென்று முதுகைக் காட்டிக்கொண்டு நின்று, விசுவுக்கு சாப்பாடு எடுத்துவைக்க ஆரம்பித்தாள்.

———

25

காலையில் எட்டேகால் மணிக்கு அருண் வந்தபோது, விசு ஷேவ் செய்து, ஸ்பான்ஜ் பாத் எடுத்து, உடைமாற்றி, தலைவாரி, பளிச்சென்று இருந்தான்.

''குட்மார்னிங்... என்னய்யா, தடபுடலா இருக்கே!''

''பின்ன? என் பொண்டாட்டிய நீ என்னனு நினைச்சே, மச்சான்? வெளில புறப்படறதுக்கு முன்னால, தானே எல்லாத்தையும் எனக்கு செஞ்சுடணும்னு ஆறுக்கு எழுந்தவ, என் காரியங்கள் முடிஞ்சு, குளிச்சு, ரெடியாகி இப்பத்தான் உக்காந்தா!''

''நித்தி, நீ குளிச்சாச்சா? அங்க அக்கா 'எண்ணெய் காய்ச்சு, அரப்பு எடுத்து வை, ஷாம்பூ இருக்கா பாரு'னு ஆளை விரட்டிட்டு இருக்காங்களே!''

''அதுக்கென்ன, இன்னொரு தரம் குளிச்சாப்போச்சு... இங்க, இந்த பாத்ரூம்ல குளிக்கறதைக் கணக்குலயே எடுக்கக்கூடாது... ஆமா, கூடைல என்னய்யா?''

''டிபன்...''

''எதுக்கு அருண், வீணா சிரமப்படறே? இங்கதான் பிரெட் இருக்கே?''

''நாங்க சாப்பிடப் போறதை உனக்கும் எடுத்திட்டு வந்தேன்... இது பெரிய விஷயமா?''

அருண் நீட்டிய கூடையை வாங்கி டேபிள் மேல் வைத்து காரியரை நித்யா பிரித்தாள்.

இடியாப்பம், தேங்காய்ப்பால்...

"மச்சான்... இன்னிக்கு என்ன விசேஷம்? சாதாரணுமா காலைவேளைல நீ ஹெவியா சாப்பிட மாட்டடியே?"

"மாட்டேன்தான்... அக்கா ஆசையா தானே செஞ்சாங்க... வேணாம்னு தடுக்க முடியலை! சூடா சாப்பிடுய்யா..."

"உனக்கு? நித்தி, நீ?"

"நாங்க வீட்டுல போய் சாப்பிட்டுக்கறோம்... அக்காவும் வந்தனாவும் காத்திட்டிருப்பாங்க."

"அப்ப, நீங்க புறப்படுங்க... நா சாப்பிட்டுக்கறேன்."

அருண் பதில் போசமல் நித்யாவை ஏறிட்டான்.

அவள் இவர்களின் பேச்சுக்களில் தனக்கு சம்பந்தமில்லாத மாதிரி, தலையைக் குனிந்துகொண்டு நக ஆராய்ச்சியில் ஈடுபட்டிருந்தாள்.

வந்ததிலிருந்து ஒரு வார்த்தைகூட நித்யா பேசாதது புரிய, அருண் மௌனித்தான்.

கோபமா? இல்லை, வருத்தமா?

யார் மேல்?

ஏன்?

பத்து நிமிஷங்களில் விசு சாப்பிட்டு, காபியைக் குடித்ததும், நித்யா பாத்திரங்களைக் கழுவி கூடையில் வைத்தாள்.

நான் ரெடி என்பதுபோலக் கதவருகில் நின்றாள்.

"ஹாவ் எ நைஸ் டைம், நித்தி..."

"ம்."

"அவசரப்பட்டுகிட்டு ஓடிவராதே, நிதானமா சாப்பிட்டுட்டு வா!"

"ம்."

"பை!"

"பை"

அருண் காருக்கு வந்து பின்சீட்டில் கூடையை வைத்தான்.

நித்யா உட்காருவதற்காக முன்னிருக்கையின் கதவைத் திறந்துவிட்டான்.

சாவியைப் பொருத்தி, வண்டியைக் கிளப்பிய நிமிஷத்தில், பக்கத்தில் அமர்ந்திருந்த நித்யா படபடப்புடன் இருப்பதை உணரமுடிந்தது.

வண்டி கேட்டைத் தாண்டியது.

நித்யா கைவிரல்களைச் சேர்த்தாள், பிரித்தாள். உள்ளங்கையை ஜீன்ஸில் அழுந்தத் துடைத்துக்கொண்டாள்.

"அருண்..."

"யா?"

"வந்து... அவங்க ஊர்லேந்து வந்திட்டாங்களா அருண்?"

"உன் பேரண்டுஸ்?"

"ம்..."

"இன்னும் இல்ல... நேத்திலேந்தே நீ தவிக்கற தவிப்பு இதுக்காகத்தானே? ப்ளீஸ் ரிலாக்ஸ், நித்தி..."

நித்யா பார்வையை ஜன்னலுக்கு வெளியே ஓடவிட்டாள்.

"ஹாஸ்பிடல் பாத்ரூம்ல குளிக்கறதும் துணி தோய்க்கறதும் கஷ்டம், அப்பப்ப என் வீட்டுக்கு வந்து நிதானமா குளிச்சு, பாக்கி வேலைகளைக் கவனிச்சிட்டுப் போன்னு நா கூப்பிட்டப்பல்லாம் நீ வர மறுத்ததுக்கு இதுதானே நித்தி காரணம்?"

"சேச்சே... நாட் தட்... இப்ப அக்கா இருக்காங்க... ஆனா, இதுக்கு முன்னால அப்படியில்ல, பாருங்க..."

"நா தனியா இருக்கறப்ப நீ வந்தா, யாராவது ஏதாவது நினைப்பாங்கன்னா தயங்கினே?"

"....."

"நான்சென்ஸ்! இந்தக் கதையெல்லாம் என்கிட்ட வேணாம்! இந்த மாதிரி பேச்சை லட்சியம் பண்றவ நீ இல்ல, நித்தி! தவிர, நா தனியாவா இருக்கேன்? தாமு இல்ல?"

"வந்து..."

"வீணா சாக்கு சொல்லாதே நித்தி... எனக்கு உன்னைத் தெரியும்! அப்பா, அம்மா, மத்த தெரிஞ்சவங்க கண்ணுல பட்டுடுவோமோனுதானே நீ தயங்கினே? உண்மையச் சொல்லு!"

"....."

"அவங்க இன்னும் அமெரிக்காலேந்து வரலை... அதனால இன்னிக்குப் பிரச்சினையில்ல! ஆனாலும், உன்னை ஒண்ணு கேக்கறேன்... அவங்க இருந்தா உனக்கென்ன, நித்தி? அவங்களைப் பாக்க ஏன் இவ்வளவு பயப்படறே? ம்?"

நித்யா அரைநிமிஷம் என்ன பதில் சொல்வதென்று புரியாமல் தயங்கினாள். பின், அந்தக் கேள்விக்கு பதில் சொல்லாமல், "அவங்க இன்னும் ஏன் வரலை, அருண்? போய் நாலரை மாசம் இருக்காது?" என்று பேச்சை மாற்றினாள்.

"அவ்வளவு நாள் ஆகலை. இங்கேயிருந்து புறப்பட்டவங்க, டெல்லிக்குப் போய் கொஞ்ச நாள் தங்கினாங்களாம். அங்க உனக்கு உறவுக்காரங்க யாராவது இருக்காங்களா?"

"ம்... சித்தப்பா."

"விசா கிடைக்க டிலெ ஆச்சு போலருக்கு... போயி மூணு மாசம் ஆகியிருக்கலாம்.

ரெண்டு நாள் முன்னால உங்கப்பாவோட செக்ரட்டரிக்கு போன் பண்ணினேன்... ரெண்டு, இல்ல மூணு வாரத்துல அனேகமா வந்திடலாம்னு சொன்னார்..."

முன்பெல்லாம் அப்பா வெளிநாட்டுக்குச் சென்றபோதெல்லாம், ஒண்ணரை முழ நீளத்துக்கு பட்டியல் கொடுத்ததும், அவர் அதற்கும் மேலேயே சாமான்களை வாங்கிவந்து தலையில் கொட்டியதும் ஞாபகத்துக்கு வர, தொண்டைக்குள் என்னவோ இறுகியது.

"நித்தி..."

"ம்?"

"நாலு நாள் முன்னால விசுவோட பேசிட்டிருந்தேன்... நீ கடைக்குப் போயிருந்தியே, அப்ப... 'எப்படி இருந்தவ, எப்படி ஆயிட்டா பாத்தியா?'னு அவன் ரொம்ப வேதனைப்பட்டான். 'எல்லாத்துக்கும் நான்தான் காரணம்'னும் வருத்தப்பட்டான். இதப்பத்தி உன்கிட்ட பேசணும்னு நினைச்சேன்... ஆனா, எங்க உன்னைத் தனியா எங்க பாக்க முடியுது? ஆபீஸுக்கு வந்ததும் ஒரு முகமூடிய எடுத்து மாட்டிகிட்டு, 'எஸ் மிஸ்டர் அருண், நோ மிஸ்டர் அருண்'னு என்னை அந்நியமாக்கி வெச்சிடறே! அப்பறம் எங்கேருந்து மனசுவிட்டு உன்கிட்ட பேசறது!"

"ஸாரி... உங்களை அந்நியமா தள்ளி வெக்கணும்னு நினைச்சு நா அப்படி நடந்துக்கறதில்ல... யார் எந்தப் பேச்சு பேசவும் எடம் குடுக்க வேணாம்னுதான்..."

அருண் ஒரு கையைத் தூக்கி அவளை நிறுத்தினான்.

"ஒரு விளக்கமும் தேவையில்ல... உன்னை எனக்குத் தெரியாதா? அந்தப் பேச்சை விடு... நா கொஞ்சம் முன்னால கேட்ட கேள்விக்கு நீ ஏன் பதில் சொல்லலை?"

"என்ன கேட்டீங்க?"

"தெரிஞ்சவங்க யாரையாவது சந்திச்சிடுவோமோன்னு ஏன் பயப்படறேன்னு கேட்டேன்..."

"அது வந்து... நா ஒண்ணும் பயப்படலை அருண்..."

"நோ, உனக்கு பயம்தான்... என் வீட்டுக்கு இப்ப வரத் தயங்கறதுக்கும், யாரையாவது பாத்திட்டா என்ன பண்றதுன்ற பயம்தானே காரணம்?"

"....."

"சொல்லு, நித்தி..."

"விசுவைப்பத்தி ஏதாவது கேட்டாங்கன்னா என்ன சொல்றதுன்னுதான்..."

"கேட்டா என்ன? அவனும், நீயும் புருஷனும் மனைவியுமாத்தானே வாழறீங்க? கண்ணியமா ரெஜிஸ்டர் பண்ணிகிட்டுதானே குடுத்தனம் செஞ்சீங்க? அப்பறம், என்ன பயம், நித்தி? உடம்பப்பத்தி கேட்டாதான் என்ன? ஆமா, இப்படின்னு சொல்லிட வேண்டியதுதானே? இதென்ன குடிப்பழக்கமா, ரேசுக்குப் போற பழக்கமா, இல்ல வேற ஏதாவது கெட்டதா? ஒண்ணுமில்ல! வியாதி யாருக்கு வேணா வரக்கூடியதுதானே? இதுல வெக்கம் என்ன? பயம் என்ன? நோ, நித்தி... நீ இப்படி இருக்கறது எனக்கு எத்தனை வேதனை தருது, தெரியுமா? யூ மஸ்டு ஃபேஸ் த வோர்ல்டு... எதையும் தைரியமா எதிர் நோக்கிடு... மொத தடவை சந்திக்கறப்போ, கூச்சமாயிருக்கும்... அப்பறம், அப்பாடீன்னு நிம்மதி வந்திடும்... என்னை நம்பு நித்தி."

அதிகமாய்ப் பேசாத அருண், நீளநீளமாய்ப் பேசி நிறுத்த, நித்யா கொஞ்சம் பிரமித்துதான் போனாள்.

இவருக்குத்தான் என்மேல் எத்தனை அக்கறை, பரிவு, கரிசனம்!

போயஸ் கார்டனில் வண்டி திரும்பியதும், காதுக்குள் இதயம் தமுக்கடிக்க முற்பட்டது.

வீடு வந்துவிட்டது.

இறங்கும் முன் அருண் கொஞ்சம் நிதானித்தான்.

"உனக்கு அடுவைஸ் பண்ற நோக்கத்துல நா பேசலை நித்தி... ஐ வாண்டு டு ஹெல்ப் யூ... புரிஞ்சிக்க! திரும்ப சொல்றேன், ஃபேஸ் இடு, நித்தி... எதுக்கு பயம்? யார்கிட்ட பயம்? ஆல்ரைட்?"

நித்யா முயற்சிக்கிறேன் என்று சொல்கிற வகையில் சின்னதாகப் புன்னகைத்தாள்.

லிஃப்டில் ஏறி மாடிக்குப் போனபோது, வாஸ்தவத்திலேயே மனசு பயத்தில் அவ்வளவாகப் படபடக்காதது புரிந்தது.

தாமு வாயெல்லாம் பல்லாக வரவேற்றான்.

"என்ன ஆன்ட்டி, இத்தனை நேரம் பண்ணிட்டீங்க? எனக்குப் பசிக்குது... வாங்க சாப்பிடலாம்..." என்றாள் வந்தனா சுவாதீனத்துடன்.

பரிவுடன் சுபத்ராகிட்டே நின்று பரிமாற, வயிறுமுட்ட நித்யா சிற்றுண்டி உண்டாள்.

மனசும் வயிறும் நிறைந்துபோன பிறகு, தைரியத்துடன் பால்கனிக்குச் சென்று நீச்சல்குளத்தை வெறித்தாள்.

மூன்றாவது மாடி குண்டு ஆன்ட்டி விடேன் தொடேன் என்று நீச்சலடித்துக் கொண்டிருந்தாள்.

இரண்டாவது மாடி வாண்டுகள் ரப்பர் டியூபோடு... எதேச்சையாய் ஒரு வாண்டு மேலே பார்த்து இவளைப் புரிந்துகொண்டு, "ஹாய், நித்திக்கா..." என்று குரல்கொடுக்க, மற்றவர்களும் நிமிர்ந்து இவளைப் பார்த்து, எப்போது வந்தாய் என்று அபிநயிக்க, எந்தவிதத் தயக்கமுமின்றி நித்யாவால் பதிலுக்குக் கையாட்ட முடிந்தது... சிரிக்க முடிந்தது.

உள்ளே வந்து சோபாவில் அமர்ந்தபோது, அருண் சொன்னது எத்தனை சரி என்று தோன்றியது.

எதையும், யாரையும் எதிர்நோக்கத் தயங்கக்கூடாது... ஓடஓட நம் நிழலும் நம் பின்னால்தான் வரும். ஒரு கணம்

நின்று, 'ஓ, நீதானா!' என்று கேட்டுவிட்டால், அதோடு முடிந்தது விவகாரம்.

சட்டென்று நித்யாவுக்கு ரொம்ப சந்தோஷமாக இருந்தது.

அசடு மாதிரி வரமாட்டேனென்று பிடிவாதம் பிடிக்காமல் இருந்தோமேயென்று தோன்றியது.

''குளிக்கறியா, நித்தி?''

ரொ...ம்...ப... நாள்களுக்குப் பிறகு பழையபடி தொட்டி நிறைய வெந்நீரை நிரப்பிக்கொண்டு, அமுங்கி, ஊறிக் குளித்தாள்.

ஹேர் டிரையர் மூலம் தலைமுடியைக் காயவைத்துக் கொண்டாள்.

ஹாலில் அமர்ந்து, வந்தனா, அருணுடன் சைனீஸ் செக்கர் விளையாடினாள்.

''நா குளிச்சிட்டு வரேன்...'' என்று சொல்லி அருண் தன்னறைக்குச் சென்றதும், சமையல்கட்டில் தினுசுதினுசாய் சமைத்துக் கொண்டிருந்த சுபத்ராவிடம் சென்று பேச்சுக் கொடுத்தாள்.

எண்ணெய் வைத்து கட்லெட்களைப் பொரித்துக் கொண்டிருந்த சுபத்ராவிடம் வந்தனா வந்தாள்.

''மம்மி...''

''எஸ் டியர்?''

''எனக்கு சாக்லெட் வேணும்...''

''இப்பவா? சாப்பிடணுமேம்மா?''

''ஒண்ணே ஒண்ணு மம்மி... ப்ளீஸ், வந்து எடுத்துக்குடுங்க...''

''ஜஸ்டு ஒன், ஓகே? நா வேலையா இருக்கேன், போயி மாமாவக் கேளு...''

''மாமா குளிக்கறார்... தாமு எங்க?''

"கடைக்குப் போயிருக்கான்... கொஞ்சம் இரு, வரேன்..."

வந்தனா நித்யாவின் கையைப் பிடித்தாள்.

"நீங்க வந்து எடுத்துக் குடுங்க, ஆன்டுடி... ப்ளீஸ்..."

"எடுத்துக் குடுக்கறியா நித்தி? அருண் அலமாரில இருக்கு... ஒரேயடியா தின்னுடுவாளேன்னு மேல்தட்டுல வெச்சிருக்கேன்..."

"அருண் குளிச்சிட்டிருக்காரே?"

"அதனாலென்ன! நீ என்ன வேத்து மனுஷியா?'

சுபத்ரா சிரிக்க, வந்தனா கையைப் பிடித்திழுக்க, அருணின் அறைக்குள் நித்யா சென்றாள்.

அலமாரியைத் திறந்தாள்.

அருண் உபயோகிக்கும் 'மில்லியனேர்' சென்டின் மணம் இதமாக நாசியில் ஏறியது.

"மேல்தட்டுல பாருங்க, ஆன்ட்டி..."

எட்டி கையை விட்டுத் துழாவி டப்பாவை எடுத்தபோது, ஒரு காகித உருளை உருண்டு கீழே விழுந்தது.

காலெண்டரா?

போஸ்டரா?

டப்பாவுடன் வந்தனா வெளியில் ஓடிவிட அப்படியே தரையில் அமர்ந்து நித்யா அந்தச் சுருளை விரித்தாள்.

சின்னப் பையன்... அவனைச் சுற்றி நாலைந்து நாய்க்குட்டிகள்...

காலை நக்கிக்கொண்டு ஒன்று, கன்னத்தில் முத்தமிட்டபடி ஒன்று, வயிற்றில் ஏறி படுத்துக்கொண்டு ஒன்று...

"இஃப் யூ லவ் சம்படி, ஷோ இட்."

யாரிடமாவது அன்பு தோன்றினால், அதை வெளிப்படுத்திவிடு.

பாத்ரூம் கதவு திறக்கும் சப்தம் கேட்டு, அவசரமாய் நித்யா எழுந்தாள்.

வெள்ளை பாத்ரோபில், நீர் சொட்டும் தலையுடன் அருண்.

“நா... வந்தனா... சாக்லெடு... இந்தப் போஸ்டர் ரொம்ப நல்லாயிருக்கு, அருண்... எப்ப வாங்கினீங்க? ஏன் உள்ள வெச்சிருக்கீங்க?”

கையில் போஸ்டர், வெகுளிச் சிரிப்பு, குழப்பமான முகபாவம், கேள்விகளுடன் எதிரில் நிற்பவளைப் பார்க்கையில், அருணின் மனசு விண்டுபோயிற்று.

சொல்லிவிடலாமா?

இது உனக்காக நான் வாங்கினது என்று சொல்லிவிடலாமா?

நீ எனக்கு இல்லையென்று ஆனதும், இதைச் சுருட்டி உள்ளே போட்டுவிட்டேன் என்று சொல்லிவிடலாமா?

அருண் பிரயத்தனப்பட்டு நிதானத்துக்கு வந்தான்.

“பிடிச்சா எடுத்துக்க, நித்தி...”

“ரியலி?”

அரைநிமிஷம் சந்தோஷித்துவிட்டு, உடனே வேண்டாமென்று நித்யா தலையாட்டினாள்.

“இருக்கறதுக்கே வீடு இல்லாதப்ப, போஸ்டர் வெச்சுகிட்டு நா என்ன பண்ணப் போறேன், அருண்! நோ, தேங்க்ஸ்.”

படுக்கையில் போஸ்டர் சுருளை வைத்துவிட்டு நகர்பவளைத் தெளிவாகப் பார்க்கமுடியாமல் பார்வை மசமசக்க...

ஓ, ஹெல்... டாம் எவ்ரிதிங்... என்று வாய்விட்டுக் கத்தவேண்டும்போல ஓர் ஆத்திரம் அருணுக்குள் அந்தக் கணம் கொப்பளித்து வெடித்தது.

———

26

"உடம்பு சரியில்லியா, நித்தி?"

"இல்லியே?"

"ஏன் எப்படியோ இருக்கே?"

"இல்லியே?"

டிக்டேஷனுக்கு வந்தவளின் முகமும் பார்வையும் சரியாக இல்லாத மாதிரித்தோன்ற, அருண் கேட்டான்.

தொடர்ந்து, "உன்னைப் பாத்தா..." என்று மீண்டும் ஆரம்பித்த நிமிஷத்தில், ஃபைல் கட்டுகளுடன் பியூன் வந்துவிட, அந்தப் பேச்சை அதோடு நிறுத்திக்கொண்டான்.

பிற்பாடு கடிதங்களில் கையெழுத்து வாங்க வந்தபோதும், அவள் அறையைத் தாண்டிக்கொண்டு இவன் ஜி.எம்.மைச் சந்திக்கப் போனபோதும், அந்த ஜிவுஜிவுத்த முகமும் வெறித்த பார்வையும், என்ன, என்ன என்று உள்ளுக்குள் பிறாண்டின.

நித்திக்கு என்ன?

ஏன் எப்படியோ வருத்தப்படுகிற மாதிரி, எதையோ நினைத்து வேதனைப்படுகிற மாதிரி இருக்கிறாள்? அவளுக்கு என்ன வேதனை, புதுசாய்? உடம்பு கிடம்பு சரியில்லையா?

ஜுரம் அடிக்கிறதா? பணம் போதாமல் அவஸ்தைப்படுகிறாளா?

என்ன?

எ...ன்...ன...?

காரணம் தெரியாவிட்டால், இனி இருப்புக்கொள்ளாது என்று தோன்ற, பன்னிரண்டரை மணி வாக்கில், அலுவலக ஊழியர்கள் மதிய உணவுக்காகக் கலையும் நேரத்தில், இன்டர்காமில் நித்யாவை உள்ளே அழைத்தான்.

"உக்காரு, நித்தி..."

"பரவாயில்ல, மிஸ்டர் அருண்... டிக்டேஷன் எடுக்கணுமா?"

"மொதல்ல அந்த மிஸ்டரைக் கொஞ்சம் மறந்திட்டு, இப்படி உக்காரு, நித்தி..."

"ப்ளீஸ், மிஸ்டர் அருண்... வேலையிருக்கு..."

"லிஸன் டு மீ, நித்தி... இப்ப நா உன் பாஸ் இல்ல, சினேகிதன் அருண்! உன்னோட அவசியமாப் பேசணும்... இங்க உக்காரப் போறியா, இல்ல நா உன் அறைக்கு வந்திடட்டுமா?"

நித்யா உட்கார்ந்தாள்.

"என்ன விஷயம், நித்தி?"

பதில் பேசாமல் அவள் தலையைக் குனிந்துக்கொண்டாள்.

"சொல்லு..."

"ஒண்ணுமில்ல, அருண்..."

"நோ... என்னமோ நடந்திருக்கு! இல்லேன்னா, இப்படி நீ அடிபட்டுப் போகமாட்டே! விசு சாதாரணமாத்தானே இருக்கான்?"

"ம்."

"அவன் உடம்பை நினைச்சா கவலைப்படறே?"

"....."

"அவன்தான் இப்ப நல்லா ஆயிட்டானே! எதுக்காக நீ கவலைப்படறே? எழுந்து நடக்கறான், பாத்ரூம்வரை போய் வர்றான், தன் காரியங்களைத் தானே கவனிச்சிக்க முயற்சிக்கிறான்... அப்பறமென்ன?"

"....."

"இன்னும் ஒரு வாரத்துல டிஸ்சார்ஜ் பண்ணிடலாம்னு டாக்டர்கூட சொல்லிட்டார்! வேறென்ன, நித்தி?"

நித்யா உதடுகளை நாக்கால் ஈரப்படுத்திக் கொண்டாள். ஸ்லைடை அவிழ்த்து மீண்டும் செருகிக்கொண்டாள். தோள்பட்டையில் இல்லாத தூசியைத் தட்டிவிட்டாள்.

"ரிலாக்ஸ் நித்தி... எதுக்காக இப்ப இத்தனை பதட்டம்? நீ படபடப்பா இருக்கறது வெளிப்படையா தெரியுதும்மா... மனசுல இருக்கறதை வெளில சொன்னாதானே டரியும்? நா உன் ஃபிரெண்டு இல்லியா? ப்ளீஸ் டெல் மீ..."

"ஒ... ஒண்ணுமில்ல, அருண்..."

அருண் சில வினாடிகளுக்கு அவளை அழுத்தமாகப் பார்த்தான்.

"பணம் போதலியா நித்தி? ஏதாவது எதிர்பாக்காத செலவு வந்திடுச்சா?"

"அ... அதெல்லாம் ஒண்ணுமில்ல..."

"அப்பறமென்ன?"

"....."

அருண் எழுந்தான். ஏ.சி. மெஷினின் பக்கத்தில் சென்று நின்று, பெரிசாய் ஒருதரம் மூச்சை இழுத்து விட்டான்.

"ஓகே... சொல்ல இஷ்டமில்லாட்டி வேணாம்.. நா உங்களை எனக்கு ரொம்ப நெருக்கமானவங்களா நினைச்சிருக்கேன்... நீங்களும் அப்படித்தான் என்னை..."

அவனை முடிக்கவிடாமல் நித்யா குறுக்கிட்டாள்.

"என்ன அருண், இப்படிச் சொல்றீங்க? உங்களை விட்டா எங்களுக்கு வேற யாரு? நா வந்து..."

நித்யா நிறுத்தினாள். கண்களில் ஊறிவிட்ட ஜலத்தை அருண் பார்க்கக்கூடாது என்று அவசரத்துடன் தலையைக் குனிந்துக்கொண்டாள்.

அருண் மேஜை மேல் ஏறி உட்கார்ந்துகொண்டான். அவள் தோளைத் தட்டி,

"ஹேய்... டேக் இடு ஈஸி..." என்றான் மெதுவாக.

நித்யா உதட்டைக் கடித்துக்கொண்டாள். இரண்டு மூன்று தரம் கண்களைச் சிமிட்டி, மசமசத்த கண்ணீரை உள்ளே தள்ளினாள். அருணை நிமிர்ந்து பார்க்காமலேயே சன்னக்குரலில் பேசினாள்.

"வரவர எனக்கு என்னாச்சுனே புரியலை அருண்... சட்டுசட்டுனு கோவம் வருது, ஆத்திரம் வருது... ஒண்ணுமில்லாததுக்கெல்லாம் எரிச்சல் வருது... காரணமேயில்லாம கத்தறேன்... அ... அதுவும் விசுகிட்ட நா இப்பல்லாம் அடிக்கடி சண்டை போடறேன்! ஐ ஃபீல் பாட், அருண்... நா... நா..."

மூக்கை உறிஞ்சிக்கொண்டு கண்ணீரை அடக்க அவள் பிரயத்தனிக்க, பாக்கெட்டிலிருந்த கர்சீப்பை எடுத்து அருண் அவளிடம் நீட்டினான்.

சில நாள்களாகவே அவனும் பார்க்கிறான், நித்யாவுக்கு சுலபமாய் கோபம் வந்துவிடுவதை...

அன்றொரு நாள்... மூவருமாய் உட்கார்ந்து சீட்டு விளையாடிக் கொண்டிருந்தனர். தொடர்ந்து விசுவே ரம்மியில் ஜெயிக்க, நாலாவது சுற்றுக்குப் பிறகு, "ஓ, போர்! நா வரலை..." என்று சீட்டுகளைக் கீழே போட்டுவிட்டு நித்யா எழுந்துவிட்டாள்.

"ஹா... தோத்துப் போறோம்னு பயமா?" விசு வழக்கம்போலத்தான் கேலி செய்தான்.

ஆனால், அதை எடுத்துக்கொள்ள முடியாததுபோல நித்யா அவனை முறைத்தாள். "ஆமா பயந்தான்... கண்டுபிடிச்சிட்டேயில்ல?" என்றாள். அப்புறம், வேகமாக வராந்தாவுக்குப் போய் நின்றுக்கொண்டு விட்டாள்.

பைஜாமா நாடா உருவிவிட்டது என்று இரண்டாவது தரமாக விசு சொன்னதும், சுரீரென்று நித்யாவுக்குக் கோபம் வந்துவிட்டது. "நீ சும்மாதானே விசு இருக்கே! நாடா கோக்கறது பெரிய வேலையா? செய்யக்கூடாதா?' என்று கத்தலாகப் பதில் சொன்னாள்.

இன்னும் ஒரு நாள்... அலுவலகத்திலிருந்து வந்ததும் தலையை வாரி முகம் கழுவிக்கொள்ளப் பிடிக்காதது மாதிரி, அப்படியே திவானில் புஸ்தகத்தோடு நித்யா படுத்துவிட்டாள். சாப்பாட்டுடன் வந்த அருண், "என்ன நித்தி, தலையும் வேஷமுமா யாரை பயமுறுத்த பிளான்?" என்று சீண்ட,

"நா டிரெஸ் பண்ணிகிட்டு என்ன செய்யட்போறேன் அருண்? வேணா ஹாஸ்பிடலை ஒரு ரவுண்டு சுத்திட்டு வரட்டுமா?" என்று படபடப்பாகப் பதில் சொன்னாள்.

மேற்சொன்ன எந்த சம்பவத்தையும் அருண் பெரிசுபடுத்திப் பார்க்கவில்லை. மனிதர்கள் என்றால், அலுப்பு வராதா? சலிப்பு எழாதா? கோபப்படுவதும், உடனே மறப்பதும் மனிதரின் இயல்புதானே என்று உடனே அவற்றை மறந்துவிட்டதும் நிஜம்.

ஆனால், இப்போது நித்யாவாகவே அந்தப் பேச்சை எடுத்து, கண்களில் நீர் தளும்ப தன் குறையை விவரிப்பதைக் கேட்டபோது, ஓ, இத்தனை பாதிக்கிற அளவுக்கு இது இருக்கிறதா என்ற கவலை எழுந்தது.

அருண் உடனே எதுவும் பேசவில்லை.

மூக்கைச் சிந்தி, தன்னை நித்யா நிதானத்துக்குக் கொண்டுவந்த பின், அவளைப் பார்த்து ஆறுதலாய்ப் புன்னகைத்தான்.

"ஸில்லி கேர்ள்! இந்தச் சின்ன விஷயத்துக்காவா உன்னை இப்படிக் குழப்பிக்கறே? கோவதாவம் இல்லாதவங்க யார் நித்தி? அதுவும், சில மாசமா நீ இருக்கற நிலைல, யாருக்குமே சலிப்பும் ஆத்திரமும் வர்றது சகஜம்தான்... என்ன நீ, ஒண்ணுமேயில்லாதத பெரிசுபண்ணிகிட்டு!"

"இல்ல, அருண்... இன்னிக்குக் காலைல நா விசுகிட்ட ரொம்ப மோசமா நடந்துகிட்டேன்... தூங்கி எழுந்ததுலேந்து தலைவலி வேற... அவன் ஜோக் அடிச்சு என்னைச் சிரிக்கவைக்கப் பாத்தான். 'உன் பித்துக்குளி ஜோக்ஸைக் கேக்கற மூடுல நா இல்ல'ன்னு சொன்னேன்... 'ஸாரி'னு பேசாம இருந்திட்டான். ஆபீஸுக்குப் புறப்படறப்ப, 'காம்ப்ளான் இல்ல நித்தி...'னு சொன்னான்... எனக்கு பக்குனு ரொம்ப ஆத்திரம் வந்திடுச்சு... 'எப்பப்பாரு இது இல்ல, அது இல்ல, எனக்கு வலிக்குது, எனக்கு முடியலை... இந்தப் பேச்சுதானா? ஐ யம் ஃபெடு அப்!'னு கத்தினேன். விசு திகைச்சுப் போயிட்டான்... ஸாரிகூட சொல்லாம வந்திட்டேன்! அருண், ஐ... ஐ... ஃபீல் வெரி பாட்... எனக்கு என்னாச்சு? ஏன் இப்படி ஆயிட்டேன்? விசுவ புண்படுத்த என்னால எப்படி முடியுது... அ... அருண்..."

சப்தமில்லாமல் நித்யா அழத் துவங்க, அருண் அவள் தோளைத் தட்டி ஷ்... ஷ்... என்று தேற்றினான்.

"இப்படித்தான்... நாலு நாள் முன்னால எதுக்கோ நா கத்தினப்ப, விசு கொஞ்ச நேரம் சும்மா இருந்திட்டு, அப்பறம் என்ன சொன்னான் தெரியுமா? 'நீ வேணா உங்கப்பா அம்மா எங்க இருக்காங்கனு தெரிஞ்சுகிட்டு, காண்டாக்ட் பண்ணப் பாரேன்... அவங்களைச் சந்திச்சு, அவங்களோட நாலு நாள் நிம்மதியா இருந்திட்டு வந்தா, யூ வில் ஃபீல் பெட்டர்'னு சொன்னான்... எவ்வளவு தூரம் மனசை நோகடிச்சிருந்தா,

அவன் அந்த வார்த்தையச் சொல்லுவான்? என்மேல எத்தனை அன்பு, அக்கறை இருந்தா, நா கத்தின பிறகும், என் சந்தோஷம் ஒண்ணுதான் முக்கியம்னு இப்படிப் பேசுவான்! அன்னிக்கு அவன் கையப் பிடிச்சிட்டு ஸாரி சொல்லி அழுதேன். ஆனா, இன்னிக்கு? ஒண்ணுமே பேசாம வந்திட்டேனே, அருண்... நா... நா ஏன் இப்படி நாளுக்கு நாள் மோசமா ஆயிட்டுவரேன்... எனக்கு என்னாச்சு?''

சின்னக் குழந்தையாய் பரிதவிப்பவளை அத்தனை நெருக்கத்தில் காண்கையில், அந்த முகத்தைத் தோளில் சாய்த்துக்கொண்டு, 'அழாதே, நித்திம்மா... அழாதே...' என்று ரொம்ப இதமாகத் தேற்றவேண்டும்போல திடுமென்று ஒரு பரபரப்பு மனசுக்குள் வியாபிக்க, அருண் அவசரமாய் எழுந்து அவளிடமிருந்து தள்ளிப் போனான்.

தன் மேலேயே அவனுக்கு எரிச்சல் மூண்டது.

நாற்காலியில் அமர்ந்து கொஞ்சம் ஆஸ்வாசப்படுத்திக் கொண்டவன், வார்த்தைகளைத் தேர்ந்தெடுத்து நிதானமாகப் பேசினான்.

''என்ன தப்பு பண்ணிட்டம்னு நீ இப்படி அவஸ்தைப்படறே நித்தி? திரும்பச் சொல்றேன், உன் நிலைல இருக்கற எந்தப் பொண்ணும் இதைவிட மோசமா, பொறுமையில்லாமதான் நடந்துப்பா... செய்ய உரிமை இருக்கற உனக்கு, கத்த மட்டும் ரைட் இல்லியா? இருக்கு... நிச்சயம் இருக்கு! எனக்கு விசுவைத் தெரியும்... இந்த மாதிரி சின்ன விஷயத்துக்கெல்லாம் அடிபட்டுப்போறவன் அவன் இல்ல! கமான், நித்தி... கேதர் யுவர் செல்ஃப்...''

''.....''

''இன்னும் ஒரு வாரத்துல விசு டிஸ்சார்ஜ் ஆகப்போறான்... அப்பறம், ஒரு மாசம்தான்... அவன் வேலைக்குப் போகத் துவங்கிட்டா, உங்க லைஃப் திரும்ப பழையபடி ஆயிடும்! இத்தனை மாசம் தைரியமா தாக்குப்பிடிச்சிட்டு, இப்ப, கடைசி

நிமிஷத்துலபோய் நீ அப்செட் ஆகலாமா? நோ, நித்தி... ப்ளீஸ் யோசிம்மா...''

ஒரு நிமிஷம் நித்யா மௌனமாய் இருந்தாள். பிறகு அருணை ஏறிட்டு அழகாய்ப் புன்னகைத்தாள்.

''யூ ஆர் ரைட்... இத்தனை தாங்கிட்டப்பறமும் நா இப்ப இப்படியிருக்கறது அசட்டுத்தனம்தான்... ஐ லவ் விசு... அவன் இல்லாம என்னால இருக்கமுடியாது! அவனுக்காக எந்தக் கஷ்டத்தையும் தாங்கிக்க நா ரெடி! தேங்க்யூ, அருண்... குழம்பியிருந்தேன்... உங்ககிட்ட பேசினப்பறம் ஐ ஃபீல் பெட்டர்.''

''குட்!'' என்றபடி அருண் எழுந்து சோம்பல் முறித்தான். ''வேலை அதிகமா இல்ல... நா வீட்டுக்குப் போப்போறேன்... நீயும் அரைநாள் லீவு போட்டுட்டு, போய் விசுவோட இரேன்...''

தான் போய் விசுவோடு சந்தோஷமாக இருப்பதற்காகத்தான், வேலை இல்லையென்று அருண் சொல்கிறார் என்பது புரிய, தர்க்கிக்காமல் நித்யா கிளம்பினாள்.

காம்ப்ளான், பழங்கள், விசுவுக்குப் பிடித்த சில தமிழ் எழுத்தாளர்களின் புஸ்தகங்கள் என்று வாங்கிக்கொண்டு, இரண்டரை மணிக்கெல்லாம் ஹாஸ்பிடலில் போய் நின்றாள்.

கோழித் தூக்கத்திலிருந்த விசுவுக்கு ஆச்சர்யம், சந்தோஷம்.

காலையில் அவள் கத்திவிட்டுப்போன வருத்தத்தின் சாயல் துளிக்கூட இல்லாமல், ஆத்மார்த்தமான குஷியுடன், ''ஹாய்!'' என்று வரவேற்றான்.

இரண்டு பேருமாய் சாத்துக்குடி உரித்துத் தின்றார்கள். ஆப்பிள் வெட்டிச் சாப்பிட்டார்கள்.

ஒரே கட்டிலில் விசுவின் தோள் மீது தலைவைத்துப் பக்கத்தில் படுத்து நித்யா வளவளத்தாள்.

"அருண்கிட்ட பேசிட்டிருந்தேன், விசு... கெஸ்டு ஹவுஸ்ல ஒரு ரூம்ல நம்ப சாமான்களைப் போட்டுப் பூட்டி வெச்சிருக்காராம்... 'டிஸ்சார்ஜ் ஆனதும் நேரா என் வீட்டுக்கு வந்திடுங்க, அங்க சாமான்களைக் கொண்டு வந்திடறேன்'னார். நா வேணாம்னு சொல்லிட்டேன். 'என் பேரண்டுஸ் சீக்கிரமே வந்திடுவாங்க... இந்தச் சமயத்துல அவங்க பேச எடம்குடுக்க எனக்கு இஷ்டமில்ல'னு சொன்னேன். 'சரி, அப்ப கெஸ்டு ஹவுஸ்கே போயிடுங்க... விசு வேலைக்குப் போனப்பறம் வீடு பாத்துக்கலாம்'னு அருண் சொன்னார்... ஓகேனு சொல்லிட்டேன். என்ன விசு?"

விசு குனிந்து அவள் நெற்றியில் முத்தமிட்டான்.

"உன் முடிவு எதுவானாலும் எனக்கும் சரி, நித்தி... என் ஆசையெல்லாம், இனிமே ஒண்ணே ஒண்ணுதான்... சுருக்க பழைய விசுவாகி, ராப்பகலா உழைச்சு, உன்னை ராணி மாதிரி... இல்ல, பூ மாதிரி உள்ளங்கைல வெச்சுப் பாத்துக்கணும்! பாரு... நீ வேணா பாரு... சொல்றதை நா செஞ்சுகாட்டறேனா இல்லியானு பாரு!"

"ஐ லவ் யூ, விசு..."

"ஐ லவ் யூ டூ, நித்தி டார்லிங்!"

"விசு..."

"ம்?"

"ஒண்ணு கேக்கட்டுமா?"

"தாராளமா..."

"உனக்கு உங்கம்மாவப் பாக்கணும்போல இருக்கா? வேணா அவங்களுக்கு லெட்டர் போடட்டுமா?"

"ஹேய், என்ன இது திடீர் சந்தேகம்?"

"உனக்கு உடம்புக்கு வந்த உடனேயே கேட்டேன், நீ வேணாம்னு சொல்லிட்டே... இப்ப, உனக்கு அந்த ஆசை இருக்குமோனு தோணித்து... அதான்..."

"கல்யாணமானதும் நாம ரெண்டு பேரும் என்ன முடிவுக்கு வந்தோம், ஞாபகமிருக்கா, நித்தி?"

"நம்மளப் பெத்தவங்க, அவங்களா நம்மளக் கூப்பிடற வரைக்கும், நாமா அவங்ககிட்ட போகக்கூடாதுன்னு... நாம ஒரு தப்பும் பண்ணாம இருந்தப்போ, நம்மைப் புரிஞ்சிக்காம அவங்க நம்மை விலக்கினாங்க... ஸோ, அவங்களா புரிஞ்சிக்கறவரைக்கும் நாம போய் வலிய நிக்க வேண்டாம்!"

"அப்போ, நாலு நாள் முன்னால 'உங்கப்பாவோட போய் இருந்திட்டு வாயேன்'னு நீ ஏன் என்கிட்ட சொன்னே?"

"அ... அது... வந்து... என்னால உனக்கு ரொம்பக் கஷ்டம் நித்தி... கொஞ்ச நாளாவது சந்தோஷமா இருந்துட்டு வாயேன்னுதான்..."

"ஸில்லி! உன்னோட இருக்கறதுதான் எனக்கு சந்தோஷம்!"

"எனக்கும்!"

"ஐ லவ் யூ!"

"ஐ லவ் யூ டூ!"

இரண்டு பேரும் மனம்விட்டுச் சிரித்தார்கள்.

நித்யா விசுவின் மார்பில் கைகளை ஊன்றிக்கொண்டு, தலையை நிமிர்த்தி அவன் முகவாயில் முத்தமிட்டாள். அப்புறம், "ஏதாவது ஜோக் சொல்லேன், விசு..." என்றாள்.

——

27

வேலை மெனக்கெட்டு யாரோ பச்சைநிறப் பெயிண்டைப் பூசிவிட்ட தினுசில், மாலை வெயிலில் புல்வெளி கொஞ்சம் அதிகமாகவே பச்சையடித்தது. தோட்டக்காரன் தெளித்துவிட்டுப் போன நீரில் குளித்திருந்த புல்லிதழ்கள், காலடியில் ஜிலுஜிலுத்தன. வானம் துளி அழுக்கில்லாமல் பளிச்சென்று இருந்தது. வீடு திரும்பிவிட்ட குஷியில் இரண்டு மைனாக்கள் கொன்றைமரக் கிளையிலிருந்து குரல் கொடுத்தன.

புல்வெளியின் நடுவில் போடப்பட்டிருந்த நாற்காலிகளில் அருணும் விசுவும் உட்கார்ந்திருந்தனர். மூன்றாவது நாற்காலி காலியாக இருந்தது.

விசு தலையை நிமிர்த்தி மேலே பார்த்தான். தனியாய் ஒரு பட்சி உயரத்தில் வட்டமடித்துக் கொண்டிருந்தது.

பருந்தா? இல்லை, கழுகா?

காற்றில் பட்டம் அசைவதுபோல அந்தப் பட்சி சிரமமேயில்லாமல், இறக்கைகளை அடிக்காமல், ஒரே சீராய் மிதந்துக் கொண்டிருந்தது.

காலடியோசை கேட்டு, விசு பார்வையைத் தாழ்த்தினான்.

முருகேசன்... கையில் டீக்கோப்பைகள் கொண்ட தட்டு.

"குட் ஈவ்னிங், சார்..."

''குடு ஈவ்னிங், முருகேசன்! உன் டீயை நினைச்சுகிட்டுதான் ஆபீஸ்லேந்து நேரா வந்திருக்கேன்!''

விசு முன்னால் சாய்ந்து உட்கார்ந்தான்.

''இன்னிக்குக் காலைல, காய்கறிக்காரன்கிட்ட நீ கேட்டதை சார்கிட்ட சொல்லட்டுமா முருகேசன்?''

தட்டை ஸ்டூல் மேல் வைத்துவிட்டு நிமிர்ந்த முருகேசன், வெட்கத்தோடு சிரித்தான்.

''போங்க சார், ஆனாலும் நீங்க ரொம்ப மோசம்...'' என்றவன், அந்த வெட்கம் மாறாமலேயே அவசரமாய் திரும்பி உள்ளே போனான்.

''என்னய்யா, இப்படி வெக்கப்படறான்!''

''பின்ன? இந்த விசு இவன் காலை என்னமா வார்றான் தெரியுமா, அருண்?''

முகம் கழுவ உள்ளே போயிருந்த நித்யா, அருண் கேள்விக்கு பதில் சொன்னபடியே வந்து நாற்காலியில் உட்கார்ந்துவிட்டு, எதையோ நினைத்துக்கொண்டு வாய்விட்டுச் சிரித்தாள்.

''எனக்கும் சொல்லிட்டுதான் சிரிக்கறது...''

''இல்ல, அருண்... காலைல காய்கறிக்காரன் வண்டில காய் எடுத்திட்டு வந்தான். முருகேசன் கூடைய எடுத்துட்டுப்போய் தேவையானதை வாங்கறப்ப, கத்தரிக்காயைக் கையில எடுத்து, 'என்னப்பா, பாவாடையத் தொட்டா முள் குத்துது?'னு கேட்டிருக்கான்... லான்ல வாக் பண்ணிக்கிட்டிருந்த இவன் காதுல இது விழுந்திடிச்சி... சும்மா இருப்பானா? கிட்டப் போயி, 'என்ன, முருகேசா... இந்த வயசுல போய் பாவாடையத் தொடறே! அப்பறம் முள் குத்தாம என்ன பண்ணும்!'னு வெகுளி மாதிரி கேட்டதும், காய்கறிக்காரனும் கூர்காவும்... ஹ்... வந்து... ஹ்...''

சிரிப்பை அடக்க முடியாமல் நித்யா சிரிக்க, அருணும் விசுவும் அவளோடு சேர்ந்து கொண்டார்கள்.

"ச்சே, பாவம்ய்யா..."

"இந்த இருவது நாளா இவன்கிட்ட மாட்டிகிட்டு முருகேசனும் மத்தவங்களும் படற பாடு இருக்கே! ஆனாலும் ரொம்பத்தான் டீஸ் பண்றான்!"

"பின்ன என்ன, மச்சான்... ஆறுமாசம் ஹாஸ்பிடல்ல வாலைச் சுருட்டி படுத்துகிட்டிருந்ததுக்கு, சேத்துவெச்சு எல்லாரையும் அறுக்க வேணாமா?"

அருண் சிரித்தான். நித்யா ஏதோ யோசனையில் ஆழ்ந்துவிட்ட பாவனையுடன் டீயைக் குடித்தாள்.

"நித்தி..." கையைச் சொடுக்கி விசு அழைத்தான்.

"....."

"நி...த்...தி..."

"ம்?"

"எந்த உலகத்துல இருக்கே, டார்லிங்?"

நித்யா சின்னதாக ஒரு பெருமூச்சு விட்டாள். அப்புறம், "என்னமோ பழைய நினைப்பு, விசு..." என்றாள்.

"நா ஹாஸ்பிடல்ல இருந்ததா?"

"ம்..."

அருண் காலிக் கோப்பையைக் கீழே வைத்துவிட்டு, அவளை அனுசரணையுடன் பார்த்தான்.

"சந்தோஷமா இருக்கறப்ப, ஏன் வேண்டாததையெல்லாம் நினைச்சிக்கறே, நித்தி?"

"நா என்ன பண்ணுவேன் அருண்! திடும்திடும்னு மனசுக்குள்ள அந்த நாளோட ஞாபகம் வந்திடிச்சின்னா, ஒரு நிமிஷம் ஒண்ணுமே புரியாமப் போயிகுது... அதுவும் ராத்திரி

வேளைல, அயர்ன் லங்க் மாட்டிகிட்டு விசு படுத்திருக்கற மாதிரியும், அன்னிக்கு முகம் நீலமாயி ஒருமாதிரி மூச்சு விட்டதும் நினைப்பு வந்திட்டா, தூக்கம் அவ்வளவுதான்!"

விசு எழுந்து நித்யாவின் பின்னால் சென்று நின்றான். சாய்ந்து அவள் தலைமேல் முகவாயை ஊன்றிக்கொண்டான்.

"ஸில்லி கேர்ள்! அதையெல்லாம் இனிமே நீ நினைக்கவே கூடாது, நித்திம்மா... இப்ப நா இருக்கறதையும், இனிமே நாம ஹாப்பியா இருக்கப் போறதையும் நினைச்சுக்கோ டார்லிங்!"

நித்யா கர்ச்சீப்பினால் முகத்தைத் துடைத்துக்கொண்டாள். அதன் நுனியைத் திருகினாள்.

"அந்த கண்டம் போயிடுச்சு, இனிமே வேதனை எதுவுமில்லேனுதான் எனக்கு நானே சொல்லிக்கறேன் விசு... ஆனாலும்... ஆனாலும்... நினைச்சிட்டா உடம்பு பதறித்தான் போகுது! கடவுளே... வாடு டெரிபிள் டேஸ்! நிஜமா சொல்றேன்... அந்த மாதிரி நாளு..."

குரல் செம்ம, உணர்ச்சிவசப்பட்டுப் பேசுபவளை மாற்றும் எண்ணத்தில், விசு சட்டென்று முன்னால் வந்து கையை நீட்டினான்.

"நீ சொல்லாதே, நா முடிக்கறேன்... அந்த மாதிரி நாளு என் எதிரிக்குக்கூட வரக்கூடாது... டட்டடாங்! என்ன, டயலாக் சரியா?"

அருண் சிரிக்க, நித்யா, "போ விசு... உனக்கு எப்பவும் கேலிதான்..." என்றாள்.

"எப்படிய்யா, அத்தனை கரெக்டா சொன்னே?"

"எத்தனை தமிழ் புஸ்தகம் படிக்கறேன்! எத்தனை தமிழ் சினிமா பாக்கறேன்! ஐயாவ என்னன்னு நினைச்சே நீ!"

"ஓகே ஓகே..." புன்னகையுடன் அருண் எழுந்து நின்று, "வாக் போய்கிட்டே பேசலாமா?" என்று கேட்க, நித்யா, "ஒரு நிமிஷம்..." என்று சொல்லிவிட்டு உள்ளே வந்தாள்.

டிரெஸ்ஸிங் டேபிளிடம் நின்று ரப்பர்பேண்டை எடுத்துவிட்டு, பிரஷ்ஷால் அடித் தலையை நாலு தரம் வாரிக்கொண்டாள்.

முடி சுத்தமாக மென்மையாக இருப்பது திருப்தியைத் தர, பிரஷ்ஷை வைத்துவிட்டு, இப்படியும், அப்படியும் திரும்பி கண்ணாடியில் தன் பிம்பத்தை ரசித்தாள்.

விசு டிஸ்சார்ஜ் ஆகி, கெஸ்டு ஹவுஸுக்கு வந்துவிட்ட இந்தச் சில நாள்களாகவே, சொல்லத்தெரியாத நிம்மதி உங்களுக்குள் வியாபித்துவிட்டதை அவளால் புரிந்துக்கொள்ள முடிந்தது.

இன்னும் ஒரு வாரம்... ஒரே ஒரு வாரம்...

அப்புறம் விசு வேலைக்குப் போக ஆரம்பிக்கலாம் என்று டாக்டர் சொல்லிவிட்டார்.

இப்போதே விசு ஓரளவுக்கு பழைய விசுவாகிவிட்டான்.

சதா கேலி, பேச்சு, சிரிப்பு...

வேலைக்குப் போய், சம்பளம் வாங்கத் துவங்கிவிட்டால், விசுவை யாரும் எட்டிப்பிடிக்க முடியாது.

உற்சாகத்தின் பிறப்பிடமாய் அவன் கொப்பளிப்பான்... நிச்சயம்.

முதல் மாசம் இங்கேயே இருந்துக்கொண்டு, சின்னதாக ஒரு வீட்டைப் பார்த்துவிட வேண்டும். ஊருக்கு வெளியில் இருந்தாலும் பரவாயில்லையென்று, திருவான்மியூர் பக்கமாய் கடற்கரை அருகில்... பாங்கில் வளை விற்றுப் போட்ட பணத்தில் இன்னும் பாக்கியிருக்கிறது. அடுவான்ஸ் கொடுக்க அது போதும். விசு சம்பளத்தோடு என் சம்பளமும் சேரும் என்பதால், கையைப் பிடிக்காமல் தாராளமாகவே செலவு செய்து குடித்தனம் செய்யலாம். அப்புறம்...

திகுமென்று நித்யாவுக்கு ரொம்ப சந்தோஷமாக இருந்தது.

லலலம்பா என்று பாடிக்கொண்டு அறையைச் சுற்றி ஓடிவர வேண்டும்போல இருந்தது.

இந்த ஜீன்ஸைக் கழட்டிவிட்டு வேறு நல்லதாய் உடுத்தினால் என்ன? பரபரவென்று அலமாரியைத் திறந்தாள்.

திருமணமான புதிதில் வாங்கிய ஸ்கர்டுடையும் பிளவுஸையும் எடுத்து அணிந்துக் கொண்டாள்.

முடியை இரண்டு போனி டெய்ல்களாகக் கட்டி, தாராளமாய் சார்லியைத் தெளித்து, சன்னமாக லிப்ஸ்டிக் பூசிக்கொண்டாள்.

''நி...த்...தீ...ஈ...''

''வந்திட்டேன்...''

அவசரமாக ரப்பர் செருப்பைக் கழட்டி, கோலாப்புரி ஸ்லிப்பர்களை மாட்டிக்கொண்டு, ஓட்டமாக ஓடி, புல்வெளியில் வந்து லேசாக மூச்சிரைக்க நிற்க...

''உன் அகராதிப்படி ஒரு நிமிஷம்னா பதினைஞ்சு நிமிஷமா நித்தி?'' என்று கேட்டுக்கொண்டே திரும்பின அருண் கண்களை விரித்தான்.

''வாவ்!'' என்றான்.

நித்யாவின் அருகில் வந்து கழுத்தை முகர்ந்து, ''ம்... அம்மாடியோவ்!'' என்ற விசு,

''அடடே, மறந்துட்டேனே... அவசர வேலையிருக்கு... இப்ப வாக் வேணாம்! நீ போயிட்டு வரியா, மச்சான்?'' என, மூவரும் சிரித்தார்கள்.

விசுவின் மார்பில் செல்லமாகக் குத்திவிட்டு நித்யா கேட்டைப் பார்க்க நடந்தாள்.

கால்களை அகலஅகலமாக வைத்து மற்ற இருவரும் அவளைத் தொடர, கேட்டைவிட்டு தெருவைத் தொட்டார்கள்.

''நாளைக்கு நா பெங்களூர் போறேன், சொன்னேனோ?''

“நாளைக்கா?” நடந்துக்கொண்டிருந்த விசு நின்று நண்பனைப் பார்த்தான்.

“ம்.”

“சொல்லவேயில்லியே, மச்சான்...”

“ஸடன் டிரிப்... நாளைக்குப் போயிட்டு நாளன்னிக்கு வந்திடுவேன்.”

“நிச்சயமா நாளன்னிக்கு வந்துடுவியா?”

“டெஃபனட்லி! ஏன் கேக்கறே?”

“இல்ல... அன்னிக்கு...” ஆரம்பித்த விசு புன்னகையுடன் நிறுத்தினான். “ஒண்ணுமில்ல, மச்சான்... சும்மாதான் கேட்டேன்...”

ஹாடோஸ் ரோடு முனையை அடைந்தார்கள்.

பெட்டிக்கடை ஒன்றில், “பணத்துக்கென்னங்க? அது எங்க ஓடிப்போயிடப் போவுது! நீங்க வேணுங்கறதை சாப்பிடுங்க... அப்பறமா பணம் குடுத்துக்கலாம்...” என்று வாடிக்கையாளர் ஒருவரை நைச்சியம் பண்ணி வியாபாரம் செய்துக்கொண்டிருந்த கடைக்காரரின் பேச்சு காதில் விழ, விசு சிரித்தான்.

“என்ன, விசு... ஏதாவது ஜோக்தானே?”

“ம்... கேக்கறியா? ஒரு சமயம் ஆடியபாதம்னு ஒருத்தர் பாம்பேக்குப் போனாராம். ஒரு ஹோட்டல் வாசல்ல, ‘பணம் கொடுக்காமல் இங்கே நீங்கள் சாப்பிடலாம்’னு ஒரு போர்டு இருந்ததாம். ஆடியபாதத்துக்கு ரொம்ப ஆச்சர்யமாம்... உள்ளே போய் மானேஜர்கிட்ட விசாரிச்சாராம். ஆமாங்க, அங்க எழுதியிருக்கறது நிஜம்தான். நீங்க சாப்பிட்டதுக்கு நாங்க உங்க மகன்கிட்ட பணம் வசூலிப்போம்’னு சொன்னாராம். ‘என் மகன் யாரு, அவன் எங்க இருக்கான்னு உங்களுக்கு எப்படித் தெரியும்?’னு ஆடியபாதம் பதில்கேள்வி கேட்டதும்,

'அதெல்லாம் எங்க பொறுப்புங்க! நீங்க கவலைப்படாம, வேணுங்கறதை சாப்டுட்டுப் போங்க'னு மானேஜர் சொன்னதும் ஆடியபாதத்துக்கு ஏக குஷியாம்! 'நமக்குதான் மகனே கிடையாதே, இவங்க ஏமாறத் தயாரா இருக்கறப்ப விடுவானேன்!'னு உள்ள போய் ஒரு வெட்டு வெட்டினாராம். எட்டு நாளைக்கு வேணுங்கறதைத் தின்னுட்டு, அசைஞ்சுகிட்டு வெளில வந்தப்ப, ஒரு பில்லை நீட்டினாங்களாம், தொண்ணூறு ரூபாய்க்கு! 'என்னய்யா அக்ரமம் இது! உங்க பிள்ளைகிட்ட பணம் வாங்குவோம்னு சொல்லிட்டு, இப்ப பில்லை நீட்டறீங்களே?'னு காச்மூச்சுனு கத்தினப்ப, மானேஜர் நிதானமா சொன்னாராம், 'இது நீங்க சாப்பிட்ட பில் இல்ல, உங்கப்பா சாப்பிட்டது!'னு!''

நித்யாவும், அருணும் சிரித்த சிரிப்பின் வேகம், நடந்து சென்ற மற்ற பாதசாரிகளைச் சில வினாடி நின்று திரும்பிப் பார்க்க வைத்தது.

காலேஜ் ரோடு வழியாக நடந்து, மீண்டும் ஆண்டர்சன் சாலையில் கால் வைத்தபோது, ஒரு கார் அவர்களை வேகமாகக் கடந்துபோயிற்று.

''ஹேய்... அது யார் தெரியுமா?''

''எது?''

''அந்தக் கார்ல போறது சோ மச்சான்! அவரோட 'துக்ளக்' ஆபிஸ் இங்கதான் இருக்காம்... நானும் ரெண்டு நாளா போன் பண்றேன், மனுஷன் கிடைக்க மாட்டேங்கறார். ஊருக்குப் போயிருக்கறதா சொன்னாங்க... வந்துட்டார் போலருக்கு. நாளைக்கு நேராவே போயிடப் போறேன். எமகாதக மனுஷன்யா... மகா தைரியசாலி! அரசியல்வாதிகளை உண்டு இல்லன்னு ஆக்கிடறார்!''

அருணும் நித்யாவும் எதுவும் பேசாமல் நடக்க, விசு சலித்துக்கொண்டான்.

"ஆனாலும் நீங்க ரெண்டு பேரும் சுத்த மோசம்... ஒரு தமிழ்ப் பத்திரிகை படிக்கறதில்ல! விழுந்துவிழுந்து டைமும், சண்டேயும், ஸ்டார் டஸ்டும் படிப்பீங்க... விகடன், குமுதம் படிக்கமாட்டீங்க!"

"நா ஜோக்ஸ் படிக்கறேன், விசு..."

"நாங்கூடத்தான்யா... நீ சொல்லிச்சொல்லி இபபல்லாம் கதைகளும் படிக்கறேன்."

"நாளைக்கு நீ பெங்களூருக்கு எப்படிப் போறே?"

"கார்ல..."

"நாலைஞ்சு புஸ்தகம் குடுக்கறேன்... டிராவல் பண்றப்போ படி..."

"நாலைஞ்சு? மைகாட்! தாங்காதுய்யா! ஒண்ணு குடு மொதல்ல..."

அவர்கள் கெஸ்டு ஹவுஸ் காம்பவுண்டுக்குள் நுழைந்தபோது, பளபளவென்று விசுவின் மோட்டார் பைக் போர்டிக்கோவில் நின்றிருந்தது.

"ஹேய், இது எப்ப வந்துது? வாட் எ சர்ப்ரைஸ்!"

விசு கிட்டத்தில் போய், பிரிந்திருந்த காதலியைத் தடவுகிற மாதிரி அதைத் தடவ...

"இத்தனை மாசமா ஷெட்டுல சும்மாதானே கெடந்ததுனு டிரைவரை சர்வீஸ், பாட்டரி சார்ஜ் பண்ணி நாந்தான் கொண்டுவரச் சொன்னேன்..." என்று அருண் கூற...

"நோ... ஓ, நோ... பைக் விடறளவுக்கு உன் உடம்பு இன்னும் சரியாகலை, விசு..." என்றாள் நித்யா அவசரமாக.

"ரிலாக்ஸ் பேபி... ரிலாக்ஸ்! இப்பவே விடப்போறேன்னு யார் சொன்னா? ரெடி பண்ணணும் அருண்னு சொல்லியிருந்தேன், செஞ்சிருக்கான், அவ்வளவுதான்!"

"நித்யா சொல்றது சரிதான்... நீ இன்னும் கொஞ்ச நாளைக்கு இதை ஓட்டவேணாம், விசு."

"ஓட்டலை."

"நிச்சயமா?"

"நிச்சயமா!"

மூவரும் உள்ளே சென்றார்கள். சில நிமிஷங்கள் தங்கி, விசு தந்த தமிழ்ப் புஸ்தகங்களைப் பெற்றுக்கொண்ட பின், "நாழியாறது, நா கிளம்பறேன்..." என்று அருண் புறப்பட்டான்.

வாசல்வரை வந்த விசு, "நாளன்னிக்கு கண்டிப்பா வந்துடணும், மச்சான்... ஏமாத்தக் கூடாது..." என்று சொல்ல, "வந்திடுவேன்யா, ஒருநாள் வேலைதான்..." என்று கூறி அருண் விடைபெற்றுக் கொண்டான்.

அன்றிரவு... மனசும் உடம்பும் குதூகலத்தில் திமிறியதன் காரணமாய், ரொம்...ப... நாள்கள் கழித்து புருஷனும் மனைவியுமாய், இளமைத்துடிப்பு மிகுந்த ஓர் ஆணும் பெண்ணுமாய் முன்னிரவைக் கழித்துவிட்டு, அதிசுகமான இதமான ஆழ்ந்த நித்திரையில் விசுவும், நித்யாவும் அமிழ்ந்துப் போனார்கள்.

மறுநாள், தான்... ஓட்டமாட்டேன் என்று மனைவிக்கும், நண்பனுக்கும் கொடுத்திருந்த வாக்குறுதியை மீறி, மாலை ஐந்து மணி வாக்கில் விசு மோட்டார் பைக்கை எடுத்து வெளியில் சென்றபோதுதான்... அந்த விபத்து நேர்ந்தது.

——

28

நித்யா நகத்தைக் கடித்தாள். டி.வி. நிகழ்ச்சியைக் கொஞ்சம் வெறித்தாள். பக்கத்தில் கவிழ்த்து வைத்திருந்த ஏ.ஜே.க்ரானின் புஸ்தகத்தைக் கையிலெடுத்து, மனசில் எதுவும் பதியாமல், படித்த வரிகளையே திரும்ப வாசித்தாள். எழுந்து வராந்தாவுக்குப் போய் வாசலைப் பார்த்தாள்.

இந்த விசு எங்கே? சொல்லாமல் கொள்ளாமல் எங்கே போய்விட்டான்? இப்படி எதுவும் கூறாமல் வெளியே போகும் வழக்கம் அவனுக்குக் கிடையாதே! ஒன்றும் புரியாமல் மீண்டும் ஹால் சோபாவில் வந்து உட்கார்ந்தாள்.

அருண் ஊரில் இல்லாவிட்டாலும், தங்கிப்போய்விட்ட சில வேலைகளைக் கவனித்துவிட்டு அவள் வீடு திரும்பியபோது மணி ஆறடிக்கப் பத்து நிமிஷம்.

வாசல் லானில் விசு இல்லை. ஹால், உள்ளறை, பாத்ரூம்... ம்ஹூம், இல்லை. பையைப் படுக்கைமேல் வைத்துவிட்டுப் பார்வையைச் சுழற்றியவள், மீண்டும் கூடத்துக்கு வந்து, "விசு..." என்று மென்மையாக அழைத்தாள்.

சாப்பாடு ஹாலில் இருப்பானோ? சமையல்கட்டில் முருகேசனோடு அரட்டையடித்துக் கொண்டிருப்பானோ?

ம்ஹூம், இல்லை.

"முருகேசன்..."

"எஸ், மேடம்?"

"விசு ஐயாவ எங்கக் காணும்?"

"இல்லீங்களா? நா மார்க்கெட்டுக்குப் போயிட்டு இப்பத்தான் வர்றேன்..."

"நீ எப்ப போனே?"

"நாலரை இருக்குங்க..."

"அப்ப இருந்தாரா?"

"புஸ்தகம் படிச்சுகிட்டு வராந்தால உக்காந்திடுடிருந்தாங்க... டீ கொண்டு வரட்டுமா, மேடம்?"

"ம்."

நித்யா தன்னறைக்கு வந்தாள்.

வாக் போயிருப்பானோ?

என்னை விட்டுவிட்டா!

ஐந்தரைவரைக்கும் காத்துப் பார்த்துவிட்டு, நான் வரவில்லை என்பதால், சரி, நாழியாகிறது என்று தனியாகப் போயிருப்பானோ?

இருக்கும்... அப்படித்தான் இருக்கும்.

முகம் கழுவி, தலைவாரியபின், கூடத்தில் வந்து அமர்ந்தாள். முருகேசன் கொண்டுவந்து வைத்த டீயைக் குடித்தாள். ஏ.ஜே. க்ரானின் புஸ்தகத்தைக் கையிலெடுத்துப் பிரித்தாள்.

புஸ்தகத்தில் படியமாட்டேன், முதல்நாள் இரவின் இனிமையைத்தான் நினைப்பேன் என்று மனசு பிடிவாதம் பிடித்தது.

எத்தனை நாள்களுக்குப் பிறகு! ம்ம்ம்... இனி அடுத்துவரும் நாள்களெல்லாம் அந்த இனிமை, அந்த சந்தோஷம்தானே!

நித்யா கஷ்டப்பட்டு கவனத்தைப் புஸ்தகத்தில் ஓடவிட்டாள். கொஞ்சநேரம் படித்துவிட்டு, மணிக்கட்டைத் திருப்பிப் பார்த்தாள்.

ஏழடிக்க ஐந்து நிமிஷங்கள்.

இத்தனை நாழியா வாக் போயிருப்பான்?

புஸ்தகத்தை அப்படியே கவிழ்த்து வைத்தாள். டி.வி.யை ஆன் செய்தாள். வாசலுக்கும், உள்ளுக்கும் இரண்டு தரம் நடந்தாள்.

மணி ஏழு பத்து.

என்ன இது?

ஏன் இன்னும் விசு திரும்பி வரவில்லை?

அந்த முறை வராந்தாவில் நின்று வாசல் இருட்டைத் துழாவிவிட்டு சலிப்புடன் உள்ளே திரும்ப யத்தனித்தபோது, போர்டிகோவில் மோட்டார் பைக் இருந்த இடம் காலியாகக் கண்களை உறுத்தியது.

மோட்டார் பைக்... அது எங்கே?

"முருகேசன்..."

குரல் கேட்டு அவன் ஓடிவந்தான்.

"மோட்டார் பைக் எங்க காணும்?"

"அட, ஆமாங்க! நாங்கூட இப்பத்தான் கவனிக்கறேன்! சாப்பாட்டுக்கு நாழியாயிடுச்சுன்னு சமையலகட்டுலயே இருந்தேனா, அதான் கவனிக்கலை..."

பைக்கைக் காணோம்... விசுவும் இல்லை...

நித்யாவுக்குள் நமநமவென்று கோபம் தலைதூக்கத் துவங்கியது.

"கூர்காவைக் கூப்பிட்டு, ஐயா பைக்ல போனாறானு கேளு..."

போனவன், அரைநிமிஷத்தில் திரும்பினான்.

"ஆமாங்க... அஞ்சு மணி வாக்குல பைக் எடுத்துகிட்டுதான் போனாராம்..."

நித்யா உதட்டைக் கடித்துக்கொண்டாள். எச்சிலைக் கூட்டி விழுங்கி, வெளியே எட்டிப்பார்க்கட்டுமா என்று கேட்ட கோபத்தை உள்ளே தள்ளினாள். எதுவும் பேசாமல் வேகமாக உள்ளே சென்று படுக்கையில் உட்கார்ந்தாள்.

விசு? பைக்கில்? வெளியே?

கடவுளே! என்ன தைரியம் இருந்தால், நேற்று ஓட்ட மாட்டேனென்று சொல்லிவிட்டு, இன்று அதை மீறுவான்?

படுக்கையின் குறுக்கே கிடந்த தலையணையை எடுத்து தூர வீசினாள். விசு வெளியே போகும் அவசரத்தில் பைஜாமாவைக் கழட்டி, கட்டில் ஓரத்தில் போட்டுவிட்டுப் போயிருந்ததை சுருட்டி மூலையில் எறிந்தாள்.

காலில் தட்டுப்பட்ட ரப்பர் செருப்பை ஓங்கி உதைத்தாள். அப்படியென்ன தலைபோகிற வேலை?

கடைக்கா?

எந்தக் கடைக்கு?

இவனுக்கு அப்படியென்ன அவசரத் தேவை?

எங்கு போக வேண்டியிருந்தாலும், என்னிடம் சொல்லாமல், என்னைக் கூட்டிக்கொண்டு போகாமல் ஏன் போகிறான்?

அதுவும் பைக்கில்!

நேரம் ஏழரையைத் தாண்டிய பிறகு, நித்யாவின் இருப்புக் கொள்ளாமையும் ஆத்திரமும் சீராக அதிகமாயின.

நண்பர்களைப் பார்க்கப் போயிருப்பானா?

ஐ.ஐ.டி. காம்பஸுக்கு?

இல்லை, போரடிக்கிறது என்று சினிமா கினிமா எதற்காவது சென்றுவிட்டானா?

என்னை விட்டுவிட்டா!

நித்யாவுக்கு நம்புவது கஷ்டமாக இருந்தது.

ஆனால், இருந்த ஆத்திரத்தில், ஏன் போகமாட்டான் என்ற கேள்வியும் கூடவே எழுந்தது.

முதல்நாள் பைக் ஓட்டமாட்டேனென்று வாக்குக் கொடுத்தவன், மறுநாளே, சரியாய் இருபத்திநாலு மணிநேரம் தாண்டுவதற்குள்ளாகவே, அதை உடைக்கிறான் என்றால்... ஏன் போகமாட்டான்!

கோபமும் எரிச்சலும் அதிகமாக, நித்யா கூடத்துக்கு வந்து அமர்ந்தாள்.

நகத்தைக் கடித்தாள். டிவியை வெறித்தாள். ஏ.ஜே. க்ரானினைப் புரட்டினாள்.

வாசலுக்கு வந்து நின்றாள்.

உள்ளுக்குள் கனன்ற கோபத்தில், கையில் அகப்பட்டதையெல்லாம் போட்டுடைக்க வேண்டும்போல இருந்தது.

விசுவா? சொன்ன வார்த்தையை மீறிவிட்டானா?

இன்றைக்கு இத்தனை அலட்சியமாக இருப்பவன், நாளைக்கு இன்னும் எப்படியெல்லாம் இருக்கப் போகிறானோ!

அதென்ன அத்தனை பொறுப்பில்லாத்தனம்?

இவன் நன்மைக்காகத்தானே இன்னும் கொஞ்ச நாள் பைக் விடவேண்டாமென்று டாக்டர் சொன்னார்?

ஏழு மாசமாய் பட்ட கஷ்டம் துளியாவது நினைப்பில் இருந்தால், இப்படிச் சிறுபிள்ளைத்தனமாய் நடந்துகொள்வானா?

அதென்ன, அத்தனை பைக் வெறி!

பொறுத்துக்கொள்ள முடியாதபடி, அதென்ன அத்தனை ஆசை!

சினேகிதர்கள் எங்கே ஓடிவிடுகிறார்கள்? இல்லை, பைக்தான் எங்கே போய்விடப் போகிறது?

ச்சே... டிஸ்கஸ்டிங்!

விசுவா? விசுவா இப்படி வாக்கு மீறிவிட்டான்?

கசந்து, எரிந்து, அலுத்துக்கொண்டு நித்யா நிற்கையில், போன் கூப்பிட்டது.

முருகேசன் எடுத்துப் பேசிவிட்டு, ''உங்களுக்குத்தான், மேடம்...'' என்றான்.

விசுவா?

ஸாரி, டார்லிங், வந்த எடத்துல மாட்டிகிட்டேன், லேட்டாயிடுத்து, இதோ வந்துடறேன் என்று சொல்லக் கூப்பிடுகிறானோ?

கோபத்தை அடக்க முயற்சிக்காமலேயே, ரிசீவரை எடுத்து, ''எஸ்...'' என்றாள்.

''யாருங்க அது? மிசஸ் விசுவநாதனா?''

விசு இல்லை... ஏதோ புதுக்குரல்...

''ஆமா...''

''கான்ஸ்டபிள் துரைசாமி பேசறேன்... உங்க ஹஸ்பெண்டு மிஸ்டர் விசுவநாதன் அங்க இருக்காரா?''

''இல்ல... வெளிய போயிருக்கார். எதுக்குக் கேக்கறீங்க?''

''உங்க வீட்டுக்காரர்கிட்ட ஒரு மோட்டார் பைக் இருக்குதா?''

''இருக்கு...''

''அதோட நம்பர் எம்.எஸ்.எஸ். 666 ஆ?''

காரணமேயில்லாமல் நித்யாவின் வயிற்றில் வெட்டுக்கிளிகள் தாவத் தொடங்கின.

''ஆ... ஆமா... ஏன் கேக்கறீங்க?''

“கொஞ்சம் பதட்டப்படாம விஷயத்தைக் கேளுங்க... நா ஜி.ஹெச்-லேந்து பேசறேன். இங்க விசுவநாதன்னு ஒருத்தர் பைக் ஆக்சிடெண்டுல அட்மிட் ஆகியிருக்கார். அவர் பர்ஸுல இருந்த கார்டுல அவர் வேலைபாக்கற ஃபாக்டரியோட விலாசம், டெலிபோன் நம்பர், வீட்டு விலாசமும் இருந்தது. ஒரு கான்ஸ்டபிள் அந்த வீட்டு விலாசத்துக்குப் போய்ப் பாத்தாரு... அங்க வீட்டை காலி பண்ணினதா சொன்னாங்க. ஃபாக்டரிக்கு போன் பண்ணப்ப, பொறுப்பா யாரும் பதில் சொல்லலை. இங்க விசாரிச்சு, அங்க விசாரிச்சதுல, மிஸ்டர் அருண்னு எம்.டி.யோட நம்பர் தந்தாங்க. அங்க கால் போட்டப்ப, ஒரு ஆளு இந்த நம்பர் குடுத்து உங்களோட பேசச் சொன்னாங்க... நாங்க தேடற மிசஸ் விசுவநாதன் நீங்கதானான்னு தெரியணும்...”

நான்தான்... நானேதான்... நித்யா கத்த நினைத்தாள். வார்த்தைகள் அவளை ஏமாற்றின.

மண்டைக்குள் மரங்கொத்தி ஒன்று சிந்திக்க விடாமல், வலிக்கவலிக்கக் கொத்தியது.

மார்புக்கூட்டில் பறவைகளின் படபடா... கஷ்டப்பட்டுப் பேசினாள்.

“வி... விசுவுக்கு என்னாச்சு? எப்படி ஆக்சிடெண்ட் ஆச்சு? இப்ப அவர் எங்க?”

“இங்க ஜி.ஹெச்-ல இருக்கார்... நீங்க உடனே வந்தாத் தேவலை.”

ரிசீவரை வைத்துவிட்டு நித்யா பேந்தப்பேந்த விழித்தாள்.

விபத்தா?

விசுவுக்கா?

கடவுளே... கடவுளே...

நான் என்ன செய்வேன்?

மனசு வலித்த வலியில், கண்கள் இரண்டும் குளமாயின.

''என்னம்மா?''

''ஐயாவுக்கு ஆ... ஆக்சிடெண்டு ஆயிடுத்தாம், முருகேசா... ஜி.ஹெச்-லேந்து பேசறாங்க... நா போகணும்... நீ சட்டுனு ஒரு டாக்ஸி கொண்டு வர்றியா?''

என்ன ஏது என்று பேசிக்கொண்டு நிற்காமல், முருகேசன் உடனே செயல்பட்டான்.

கூர்காவை டாக்ஸி கொண்டுவர அனுப்பினான். அவுட் ஹவுஸிலிருந்த மனைவியைக் கூப்பிட்டு விவரம் சொன்னபின், வந்த டாக்ஸியில் நித்யாவுடன் தானும் புறப்பட்டான்.

சென்ட்ரல் கடிகாரம் ஒன்பதைத் தொட்டுக் கொண்டிருந்தது.

நேரே காஷவாலிடிக்குப் போனார்கள். டாக்ஸிக்குப் பணம் கொடுத்து முருகேசன் அனுப்ப, நித்யா அங்கிருந்த ரிசப்ஷனில் விசாரித்தாள்.

''ஆக்சிடெண்ட் வார்டுக்குப் போங்க... வார்டு நம்பர் ஒன்...'' போனார்கள்.

டெட்டால், ஃபினாயில் வாசனை, முனகல்கள், டிராலியின் உருளல்கள், எங்கோ யாரோ எதற்கோ கத்தும் கத்தல்...

நித்யாவுக்குப் பின்கழுத்தில் வேர்த்தது. காதுக்குள் இதயம் ஹோவென்று கூச்சல் போட்டது.

ஆக்சிடெண்ட் வார்ட்...

பதினைந்து இருபதுக்கும் மேலேயே படுக்கைகள்.

அது விசு இல்லை... இது விசு இல்லை...

அ... அது...?

விசுதான்!

கையில் ட்ரிப்... வெளுத்த முகம்... சற்றே திறந்த உதடுகள்... மூடின கண்கள்...

கலைந்த முடி...

மெதுவாக அவனருகில் சென்று நித்யா நின்றாள்.

இவளைக் கண்டுவிட்டு, வராந்தாவில் நின்றிருந்த கான்ஸ்டபிள் அருகில் வந்தார்.

"இவர் சம்சாரமாங்க?"

நித்யா தலையாட்டினாள்.

"அண்ணா சாலைல ஸ்பென்சர் பில்டிங் எதிர்ல பஸ் மோதிடுச்சிங்க... பஸ் டிரைவரை அரெஸ்டு பண்ணிட்டோம். பைக்குக்கு செமை அடி! இப்ப இவரு நினைவில்லாம இருக்கறதால, ஸ்டேட்மெண்டு வாங்க முடியலை. காலைல இங்கதானே இருப்பீங்க? எஸ்.ஐ. வருவாரு..."

கான்ஸ்டபிள் நகர்ந்ததும், ஊசியோடு வந்த நர்ஸிடம் நித்யா விசுவின் நிலைமை குறித்து விசாரித்தாள்.

"அதோ, டியூடி அசிஸ்டெண்டு இருக்காரு... போய்க் கேளுங்க..."

சின்னப்பையனாய், கண்ணாடி போட்டுக்கொண்டிருந்த டாக்டரிடம் நித்யா சென்றாள்.

"எட்டாம் நம்பர் பெட்டா? அட்மிட் ஆகி ரெண்டுமணிநேரம் ஆச்சு... இன்னும் நினைவில்லாமதான் இருக்காரு... எலும்பு முறிவு இருக்குமோனு எக்ஸ்ரே எடுத்தோம். பாத்தவரைக்கும், ஒண்ணுமில்ல. சீஃப் டாக்டர் வந்து செக்கப் பண்ணிட்டு இப்பத்தான் போனாரு. ஹெட் இன்ஜரி இருக்கலாம்னு சந்தேகப்படறதால, காலைல ஸ்கேன் பண்ணிப் பாத்தபிறகுதான் எதுவும் தெளிவா சொல்லமுடியும். எமர்ஜென்சி ட்ரீட்மெண்டு குடுத்திருக்கோம்."

"நி... நினைவு ஏன் இன்னும் திரும்பலை டாக்டர்? தலைல பலமா அடிபட்டிருக்குமா?"

"தலைல அடிபட்டா நினைவிழக்கறது சகஜம். இது கோமாவான்றதும், மத்த விவரங்களும், ஸ்கேன் பண்ணிப் பாத்தப்பறம்தான் சொல்ல முடியும்."

கோ... கோமாவா?

விசு கோமாவில் அமிழ்ந்துவிட்டானா?

அந்த சாத்தியம்கூட உள்ளதா?

திடுமென்று, சினேகிதி ஒருத்தியின் அண்ணன், இதேபோல விபத்தில் அடிபட்டுக் கிட்டத்தட்ட மூன்று வருஷங்கள் போல நினைவில்லாமல் கிடந்து, கண்களைத் திறக்காமலேயே உசிரை விட்டது நித்யாவினுள் எட்டிப்பார்த்தது.

ஹோ... கடவுளே!

அந்த நிலையா? விசுவுக்கா?

நோ... நோ... நோ...

என்னால் தாங்கிக்கொள்ள முடியாது!

ஏழு மாசம் ஹாஸ்பிடலில் நர்ஸ் உத்தியோகம் பார்த்துவிட்டு, இன்னும் நான் நிமிரக்கூட இல்லை... அதற்குள் மீண்டுமா?

இல்லை... என்னால் முடியாது!

என்னால் அந்த நரகத்தை மறுபடி அனுபவிக்க முடியாது

நின்ற இடத்திலிருந்து விசுவை வெறிக்கையில், அந்த நினைவற்ற முகமும், கையோடு பிணைக்கப்பட்ட ட்ரிப்பும் ராட்சஸத்தனத்துடன் பயமுறுத்த, கிட்டத்தில் சென்று 'விசு' என்று மெல்ல அழைக்கவும், இரவு முழுவதும் அவனோடு அந்தச் சூழ்நிலையில் தங்கவும், வலுவோ விருப்பமோ மனசுக்கு இல்லை என்பது புரிய, சட்டென்று கண்களில் நீர் ஊற, கன்னத்தில் வழிந்த அந்த நீரைத் துடைக்கக்கூடத் தெரியாமல் நித்யா அவசரமாகத் திரும்பி வெளியே ஓட முற்பட்டாள்.

என்னால் முடியாது...

கண்டிப்பாய் முடியாது!

——

29

திரும்ப அந்த ஹாஸ்பிடல் வாசம், நர்ஸ் உத்தியோகம் எதையும் செய்ய முடியாது. மெஷினாய் உணுர்ச்சிகளை அடக்கிக்கொண்டு இருக்க முடியாது. முடியாது... மு...டி...ய...வே மு...டி...யா...து. நான் ஜடமில்லை, எந்திரமில்லை, எல்லாவற்றையும் துறந்த ஞானியில்லை.

நான் ஒரு மனுஷி.

எனக்கு இப்போது ஆறுதல் தேவை, அன்பு தேவை, அழாதேம்மா என்று சொல்ல, ஓர் அக்கறைமிக்க நபர் தேவை. மனம்விட்டு ஹோவென்று கதறி அழ ஓர் உறுதியான தோள் தேவை...

அப்பா, அம்மாவிடம் ஓடிவிடலாமா?

நான் அடிபட்டு வந்திருக்கிறேன், அப்பா... என்னை ஏற்றுக்கொள்ளுங்கள் – என்று அவர் கைகளைப் பற்றிக்கொண்டு விடலாமா?

மனசு வலிக்கிறது, அம்மா... இனி எதையும் தாங்கும் சக்தி என் இதயத்துக்கோ உடம்புக்கோ இல்லை என்று அம்மாவின் மடியில் முகம் பதித்து அழலாமா?

புருவத்தைத் தூக்காமல், முகத்தைச் சுளிக்காமல், ‘நான் அப்போதே சொன்னேனே, கேட்டாயா? நன்றாய் அனுபவி!’ என்று சொல்லிக்காட்டாமல் ஏற்றுக்கொள்வார்களா?

இல்லை... அப்பா, அம்மா வேண்டாம். நொந்த உள்ளத்தை மேலும் வேதனைக்கு உள்ளாக்காமல், உன் கஷ்டம் எனக்குப் புரிகிறது என்று கண்களால் சொல்லி, தோளைத் தட்டி, 'நான் இருக்கிறேன் உனக்கு' என்று சொல்லக்கூடிய ஆத்மாதான் இப்போது எனக்கு வேண்டும்.

அ...ரு...ண்...

நீங்கள் எங்கே, அருண்?

இந்தச் சமயம் பார்த்து என்னைத் தவிக்க விட்டுவிட்டு, நீங்கள் எங்கே போய்விட்டீர்கள், அருண்?

ஐ வாண்ட் யூ நௌ... எனக்கு உங்கள் அருகாமை வேண்டும்... ஆண்மை பொருந்திய, எதற்கும் அலண்டுபோகாத அந்த மனம் வேண்டும்...

அருண்... அருண்... அருண்...

கெஸ்டு ஹவுஸுக்கு வந்ததும், முதல் காரியமாய் நித்யா பெங்களூருக்கு ஒரு லைட்னிங் கால் போட்டாள். அருண் தங்குவதாகச் சொல்லிச் சென்றிருந்த ஹோட்டலின் நம்பர் கொடுத்துப் பதிவுசெய்ய, ஆபரேட்டர் இரண்டாம் நிமிஷம் கூப்பிட்டார்.

"பி.பி. நாட் அவெய்லபிள், மேடம்..."

எங்கே போய்விட்டார்?

"ப்ளீஸ் கீப் த கால் பெண்டிங்."

அரைமணி கழித்து மீண்டும் தொடர்புகொள்ளச் செய்தும், அருண் கிடைக்கவில்லை.

எங்கே போய்விட்டீர்கள், அருண்?

கடவுளே... அவர் எங்கே இருந்தாலும் என்னோடு உடனே தொடர்புகொள்ளும்படி செய்யேன்... ப்ளீஸ்... ப்ளீஸ்...

நான் திரும்ப தாக்கப்பட்டுவிட்டேன், அருண்... என் மனசு வலிக்கிறது, அருண்...

காயம் ரணகளமாய் இருக்கிறது... தனியாய் என்னால் இந்த அவஸ்தையைத் தாங்க முடியவில்லை... எங்கே போய்விட்டீர்கள் அருண்?

சரியாகப் பதினோரு மணிக்கு அருண் அவளை அழைத்தான்.

"நித்தி, என்ன விஷயம்மா? லைட்னிங் கால் போடற அளவுக்கு?"

"அ...ரு...ண்..." என்று அழைத்த நித்யா, தன்னைக் கட்டுப்படுத்திக்கொள்ள இயலாமல், இதுநாழிகை அடக்கி வைத்திருந்த ஏமாற்றம், வேதனை, ஆத்திரம் எல்லாம் ஒன்றாகச் சேர்ந்து ஆளை விரட்ட, வாய்விட்டு அழத் துவங்கினாள்.

"ஹேய்... நித்தி... நி...த்தி... என்ன விஷயம்?"

"வி... விசுவுக்கு ஆக்சிடெண்ட்... ஆ... ஆயிடுத்து, அருண்..."

"வாட்?"

பதில் சொல்லாமல் நித்யா விசும்பினாள்.

"நித்தி... என்ன சொல்றே நீ? புரியும்படி சொல்லேன்..."

"சா... சாயங்காலம் நா ஆபீஸ்லேந்து வந்தப்போ, வி... விசு இல்ல அருண்... பைக் எடுத்துகிட்டு வெளிய போயிடுடான். ஜி.ஹெச்-லேந்து கா... கான்ஸ்டபிள் போன் பண்ணார், ஆக்சிடெண்ட் ஆகி அட்மிட் ஆயிருக்கான்னு... போய் பாத்தேன்... நினைவில்லாம படுத்திருக்கான்... எ... என்னால நின்னு பாக்க முடியலை... ஓடி வந்திட்டேன்... ஐ... ஐ... நீடு யூ, அருண்... வாங்க... உடனே வா... வாங்க... ப்ளீஸ்... ப்ளீஸ்..."

பெரிசாய் நித்யா அழத் துவங்க, எதுவும் சொல்லத் தெரியாத அதிர்ச்சியில் அருண் மெளனித்தான்.

"நா உடைஞ்சுபோ... போயிட்டேன், அருண்... சுக்குசுக்கா சிதறிட்டேன்... இனிமே எதையும் தாங்கற வலு எனக்கில்ல... ஒரு பெரிய பாலைவனத்துல த...தனியா மாட்டிகிட்ட மாதிரி ப...பயமாயிருக்கு அருண்... ரொம்ப பயமாயிருக்கு... நீங்க வாங்க, அருண்... ஐ நீட் யூ, அ... அருண்..."

"நித்தி... ப்ளீஸ் நித்திம்மா... அழாதே... கண்டுரோல் யுவர்செல்ஃப்... ப்ளீஸ்... நா வரணும், அதானே? வந்திடறேன்... உடனே புறப்பட்டு வந்திடறேன். அழாதேம்மா... டாக்டர் பிரபுவைக் காண்டாக்ட் பண்ணியா? அவரைப்போய் விசுவைப் பாக்கச் சொல்லு... பிரைவேட் நர்ஸிங் ஹோமுக்கு மாத்தணும்னா, மாத்தச் சொல்லு... இப்போ, விசுவுக்கு நல்ல கவனிப்பு முக்கியம்! உடனே ட்ரீட்மெண்ட் குடுத்து அவனைச் சரியாக்கிடலாம், நித்தி... கவலைப்படாதே... எதுக்கும் கவலைப்படா..."

அவனை முடிக்க விடாமல் நித்யா கத்தினாள்.

"இல்ல, அருண்... விசு சரியாக மாட்டான்... அவன் இப்படியேதான் ஆயுசுக்கும் என்னை வேதனைப்படுத்திக்கிட்டு இருக்கப்போறான்... ஐ நோ... என்னைப் பத்தின அக்கறை அவனுக்கு இல்ல... இருந்திருந்தா, பைக் எடுத்துகிட்டுப் போவானா? அவன் என்னை லட்சியம் பண்ணாதது மாதிரி, நானும் இனிமே அவனுக்காக அவஸ்தைப்படப் போறதில்ல... ஐ டோண்டு கேர்..."

"நித்தி... ப்ளீஸ், நித்தி... லிஸன் டு மீ..."

"மாட்டேன்... நா கேக்க மாட்டேன்! நா செல்லரிச்சுப் போயிட்டேன்... திரும்ப அந்த ஹாஸ்பிடல் அனுபவங்களை அனுபவிக்க எனக்குத் தெம்பில்ல! எனக்குனு மனசு இருக்கு, அதுல ஆசாபாசங்கள் இருக்கு... அத்தனையும் துடைச்சிப் போட்டுட்டு, சன்யாசியா வாழ என்னால முடியாது! இப்ப எனக்கு அன்பு வேணும்... 'ஐ லவ் யூ-னு சொல்லி தோளுல சாய்ச்சிக்க ஒரு ஆத்மா வேணும்! உழைச்சி

உழைச்சி நா அலுத்துப் போயிட்டேன்... 'நீ உக்காரு, நா உனக்கு செய்யறேன்'னு சொல்ல ஒரு அன்பான மனுஷன் வேணும்... நா சாஞ்சிகிட்டு அழ உறுதியான தோள் வேணும்! ஆம்பளையா மாறி பொறுப்பெடுத்துகிட்டு, பாரம் சுமந்துசுமந்து எனக்கு வெறுத்துப் போச்சு... ஒரு பொம்பளையா என்னை யாராவது பாக்க மாட்டாங்களானு ஏக்கமாயிருக்கு! நா சொல்றதெல்லாம் உங்களுக்குப் புரியுதா அருண்? ப்ளீஸ்... ப்ளீஸ்... புரிஞ்சிக்கங்களேன்! விசு கோமால ஒரு வெஜிடபிளா கிடக்கறான்... அதுக்காக உணர்ச்சிகளை மூட்டைகட்டி வெச்சிட்டு, ஜடமா என்னால இனிமே வாழ முடியாது... நோ, ஐ காண்ட்! ஐ நீட் யூ, அருண்... இப்ப, உடனே எனக்கு நீங்க வேணும்... என் பக்கத்துல உக்காந்துகிட்டு, என் கையப் பிடிச்சுகிட்டு 'நா இருக்கேன்'னு சொல்லணும்... சொல்வீங்களா? அருண்... ப்ளீஸ்..."

அழுகையை நிறுத்திவிட்டு ஹிஸ்டரிக்கலாக நித்யா கத்தக்கத்த, அருணுக்குள் குமிழ்குமிழாய் என்னென்னவோ வெடித்தன.

கடவுளே! கடவுளே!

சாய்ந்து அழ ஒரு தோள் வேண்டும்...

பெண்ணாக என்னை நடத்த ஓர் ஆண் வேண்டும்...

எனக்கு உங்கள் அருகாமை வேண்டும்...

ஐ நீட் யூ...

இதற்கெல்லாம் என்ன அர்த்தம்?

உள்ளுக்குள் அமுக்கிப் பூட்டிவைத்திருந்த உணர்வு சரசரவென்று வெளிப்பட்டு அவன் உடலெங்கும் பரவியது.

ஐ லவ் நித்தி...

அவளைக் கண்ட அந்தக் கணத்திலிருந்து அவளை நான் காதலிக்கிறேன்.

இது சத்தியம்.

விசுவுக்கு அவள் என்றான பிறகு, நோ, இது தவறு என்று அந்த உணர்வைக் கட்டி அழுத்திவிட்டதும், இதுநாள்வரை எங்கள் நட்புக்குக் குந்துமணி அளவுகூடக் குந்தகமில்லாமல் நான் நடந்துக்கொண்டதும் நிஜம்.

ஆனால், இப்போது?

நீ வேண்டும் என்று நித்யாவே அழைக்கும்போது, நான் சும்மாயிருப்பது எப்படி?

நானும் ஓர் ஆண் என்பதை நிரூபிக்க வேண்டாமா?

நான் நித்தியை விரும்புகிறேன்...

அவளும் என்னை விரும்புகிறாள்...

இல்லாவிட்டால், உடனே வா, உன் அருகாமை வேண்டும் என்று இப்படிக் கதறுவாளா?

இனியும் தாமதிப்பது வேண்டாம்.

இதில் நட்புக்கு துரோகம் இல்லை.

தன்னாலியன்ற அளவுக்கு நித்யா முயன்று பார்த்ததும், இதுநாள்வரை ஒரு நல்ல நண்பனாக அத்தனை கஷ்டங்களிலும் நான் தோள் கொடுத்ததும் உண்மைதானே?

தாளமுடியாமல் ஆன பிறகுதானே, கையை விட்டு விஷயம் மீறிப்போன பிறகுதானே, நித்யா என்னிடம் வந்திருக்கிறாள்?

பாரங்கள் சுமக்கும் ஒட்டகத்தின் முதுகை உடைக்கும் சக்தி, அதிகப்படியாக ஏற்றப்படும் ஒரு சின்ன துரும்புக்குக்கூட இருக்கும் என்பது உண்மையென்றால், இத்தனை தாங்கிய நித்யாவை இந்த விபத்து நொறுக்கியதில் வியப்பென்ன! அவளும் மனுஷிதானே! சின்னவயசுப் பெண்தானே!

அவளுக்குள்ளும் எத்தனை கற்பனைகள், அபிலாஷைகள் இருக்கும்! அத்தனையும் பொசுக்கிவிடு என்றால், அதெப்படி நியாயமாகும்?

சர்வத்தையும் தியாகம் செய்கிற வாழ்க்கையை எத்தனை மனிதர்களால் ஏற்று, சிரித்தபடி வாழ முடியும்? ஒருகாலத்தில் இந்த விசுவுக்காக, பணம், வசதி, பெற்றவர் என்று அத்தனையும் உதறிவிட்டு வந்தவள்தானே இந்த நித்யா!

நம்பிக்கையுடன் அத்தனை கஷ்டங்களையும் சின்னச் சிரிப்புடன் ஏற்றுக் கொண்டவள்தானே! இன்று மீண்டும் இடி விழுந்து, அவள் எதிர்காலம் சூன்யப்பட்டுப்போன பிறகே, இனி இந்த முகமூடி வேண்டாம், மூச்சுத்திணறல் வேண்டாம், வேதனை வேண்டாம் என்று வெளியில் வரத் துடிக்கிறாள்.

இந்தச் சமயத்தில் அவளை ஏற்று அணைத்துக்கொள்ளாமல் விட்டால், அப்புறம் நான் என்ன மனுஷன்!

ஆணின் பாதுகாப்பை, நெருக்கத்தை வேண்டும் ஒரு பலவீனமான பெண்ணான இவளிடம், ஒரு நல்ல ஆணாக நான் நடந்து கொள்ளாவிட்டால், அப்புறம் நான் என்ன ஆண்!

"அ...ருண்... ப்ளீஸ்... ஏதாவது பேசுங்க... உடனே வரேன்னு சொல்லுங்க... ப்...ளீ...ஸ்..."

அருண் தீர்மானித்துவிட்டான்.

"வரேன், நித்தி... உனக்கு நா இருக்கேன்... என்னிக்கும், எப்பவும்! ப்ளீஸ், டோண்ட் ஒர்ரி! அழாதேம்மா... உன் அழுகைய என்னால தாங்கிக்க முடியலை... அழாதே, நித்தி..."

"அருண்... வந்திடுங்க... உடனே வந்திடுங்க..."

"வரேன்... இப்பவே... இப்பவே... ஐ லவ் யூ நித்தி..."

"எ... என்னது? திரும்பச் சொல்லுங்க?"

"ஐ லவ் யூ..."

"அருண்... அருண்..."

"கவலைப்படாதேம்மா... நா இருக்கேன்... கொஞ்சமும் கவலைப்படாதே! இப்ப நா சொல்றதைக் கொஞ்சம் கேப்பியா? உன்கிட்ட காம்போஸ் மாத்திரை இருக்கில்ல?

முருகேசனை சூடா பால் கொண்டுவரச் சொல்லி, அதைப் போட்டுகிட்டு தூங்கப் பாரு... நா சுருக்க வந்திடறேம்மா... ப்ளீஸ், சொன்னதைச் செய், ஓகே?''

ரிசீவரை வைத்துவிட்டு நிமிர்ந்தபோது, அருணின் உள்ளங்கையில் வியர்வை ஏகமாய் ஊறியிருந்தது. இதயம், தொண்டை வரைக்கும் எகிறிக் குதித்தது. படபடப்பாக இருந்தது.

நித்தி... இனி என் நித்தியா?

ஓ! கடவுளே!

கையும் காலும் செயலிழந்து போய்விட்ட மாதிரி இருந்தது.

நித்தி... என் நித்திம்மா...

கவலைப்படாதே... இதோ ஓடிவருகிறேன்... வந்து உன்னை என் தோள்மீது

சாய்த்துக்கொண்டு, நான் இருக்கிறேன் உனக்கு என்று இதமாய்ச் சொல்கிறேன்.

ஓ... நித்தி... ஹவ் மச் ஐ லவ் ஹர்! அலமாரியில் சுருட்டிப் போட்டிருக்கும் போஸ்டரை எடுத்து, உனக்காகத்தான் வாங்கினேன் என்று சொல்லவேண்டும்.

உள்ளே பத்திரமாய் வைத்திருக்கும் வளையல்களை, அவள் கையைப் பற்றி அணிவிக்க வேண்டும். சில மாசங்களாய் அவள் பட்டுவிட்ட வேதனைக்கு ஈடுகட்டுகிற மாதிரி நடந்துக் கொள்ள வேண்டும்.

அவளை தேவதை மாதிரி போற்றிப் பாதுகாக்க வேண்டும்.

அப்புறம்... அப்புறம்...

அருண், பிரயத்தனப்பட்டுத் தன்னை அடக்கிக்கொண்டான்.

ரிசப்ஷனை அழைத்து, டிரைவரை மேலே வரச்சொல்ல, காரில் டிரைவர் இல்லை என்ற பதில் பத்து நிமிஷங்களில் வந்தது.

எங்கே போயிருப்பான்?

ராத்திரி ஆட்ட சினிமாவுக்கு?

அருணுக்குக் கோபம் வந்தது.

டிரைவர் வந்தவுடன் தனக்குத் தெரிவிக்கும்படி சொல்லிவிட்டு, துணிமணிகளை எடுத்து வைத்தான்.

பாக் செய்து முடித்துவிட்டு, எதற்காகவோ ப்ரீஃப் கேஸைத் திறந்தபோது, விசு இவன் படிப்பதற்காகத் தந்திருந்த தமிழ் நாவல்கள் மேலாக மொட்டென்று விழிக்க, திடுமென்று எழுந்த விசுவின் ஞாபகத்தில், அவன் சிரிப்பில், அவன் பேச்சில் மனசு வலித்தது.

'என்ன, மச்சான்... கடைசில நம்ப மடியிலயே கை வெக்கறியே!'

விசு கோமாவிலிருந்து மீண்டு வருவானா?

வந்தால், எங்கள் தீர்மானம் குறித்து என்ன சொல்வான்? என்ன நினைப்பான்?

விசு ஒரு யதார்த்தவாதி... அவன் புரிந்துக்கொள்வான்... நிச்சயம், நிச்சயம்.

தனக்குத்தானே சமாதானம் சொல்லிக்கொண்டு, நினைவுகளை மாற்றும் தினுசில், மேலாக இருந்த புஸ்தகத்தைக் கையிலெடுத்து, டிரைவருக்காகக் காத்திருந்த நாழிகையில் அருண் படிக்கத் தொடங்கினான்.

அருணுடன் பேசி முடித்த பிறகும், நித்யா ஒருவித பிரமையில்தான் இருந்தாள். தனக்குத்தானே பேசிக்கொண்டாள், அழுதாள், முனகிக்கொண்டாள்.

முருகேசன் நீட்டிய பாலைக் குடித்து ஒரு காம்போஸ் போட்டுக்கொண்டும் தூக்கம் வராமல் என்னென்னவோ வேதனை, நினைப்புகள் பயமுறுத்த, இரண்டு மணி அளவில் இன்னும் ஒரு மாத்திரையைப் போட்டுக்கொண்டாள்.

ஐ லவ் யூ என்று அருண் சொன்ன வார்த்தைகள் விஸ்வரூபமெடுத்து, மண்ணையும் விண்ணையும் தொட்டுக்கொண்டு ஒலிக்கத் துவங்க, சட்டென்று அந்தக் குரல் விசுவுடையதாக மாற, விவரிக்கத் தெரியாத குழப்பம் ஆளை ஆட்கொள்ள... அந்தக் குழப்பம் மாறாமலேயே நித்யா உறக்கத்தில் ஆழ்ந்துபோனாள்.

——————

30

காடு. பெரீய்ய்ய காடு. பச்சையாய், அடர்த்தியாய், உயரஉயரமாய் மரங்கள். செங்குத்தான பாதை. ஒருபக்கம் அதலபாதாளம். விசுவும் நித்யாவும் நடந்துக்கொண்டிருக்கிறார்கள். விசு

ஏதோ ஜோக் சொல்ல, நித்யா சிரிக்கிறாள். கிட்டத்தில் அணைக்க முயல்பவனை விளையாட்டாகத் தள்ளிவிடுகிறாள். தடதடவென்று நாலு அடிகள் பின்னால் போன விசுவின் கனத்தைத் தாங்காத தினுசில், பாதையின் ஓரக்கல் சரிகிறது... விசுவையும் கூடவே இழுத்துக்கொண்டு! ஆ...வென்று விசு கத்த, நித்யா அலறியபடி அவனை நோக்கி ஓடுகிறாள். தொத்தல் கொடி ஒன்றைப் பற்றிக்கொண்டு இரண்டடி கீழே விசு ஊஞ்சலாடுகிறான். 'ஹெல்ப்... மீ... நித்தி... ஹெல்ப் மீ...' என்று தீனமாகக் குரல் கொடுப்பவன், ஒரு கையை மேலே நீட்டுகிறான். நித்யா பட்டையாய் படுத்துக்கொண்டு, முடிந்தவரை எக்குகிறாள்... ம்ஹூம், எட்டவில்லை. இன்னும்... இன்னும்... ம்ஹூம், முடியவில்லை. 'எனக்கு உதவி பண்ணு... என்னைக் காப்பாத்து... நித்தி...' மெல்லிய கொடி கொஞ்சமாக அறுகத் துவங்குகிறது. விசு இன்னும் ஓரடி தழைந்துப் போகிறான். 'நித்தி... ஹெல்ப் மீ...' நித்யா எட்டிப் பார்க்கிறாள். இருட்டாக இருக்கிறது. 'என்னால முடியலியே, விசு... நா என்ன பண்ணுவேன்!' அவளுக்குப் பயமாக இருக்கிறது. பயம்... பயம்... பயம்... ப.. ய...ம்...

நித்யா புரண்டு படுத்தாள்.

நாலு பேர்களைத் தூக்கி வைத்துக் கொண்டிருக்கிற மாதிரி தலை கனத்தது.

விசு... என்று முனகினாள்.

இந்தப் பக்கம் திரும்பிப் படுத்தாள்.

தூக்கம் தன் பிடியைப் பையப் பைய தளர்த்த, மெதுவாகக் கண்களைத் திறந்தாள்.

கண்ணோரங்கள் எரிய, மீண்டும் கண்களை மூடிக்கொண்டாள். விசுவின் நினைப்பு நெஞ்சை அடைத்தது.

தொண்டையில் துக்கம் திரண்டு பந்தாக மிதந்தது. கண்ணுக்குள் ததும்பிய ஜலம், மூடிய இமைகள் வழியாக வெளியே வழிந்தது. எழுந்து உட்கார்ந்து தலையைக் கையால் தாங்கிக்கொண்டாள்.

மூக்கை உறிஞ்சி, தன்னை அடக்கிக்கொள்ளப் பிரயத்தனித்த கணத்தில், மில்லியனேரின் மணம் இதமாய் நாசியில் ஏறியது.

மில்லியனேர்?

சட்டென்று நிமிர்ந்து, கண்களை விரிக்க, மசமசத்த பார்வையில் நாற்காலியில் உட்கார்ந்திருந்த அருண் விழுந்தான்.

"அ... அருண்! வந்திட்டீங்களா, அருண்! ஓ! தேங்க் காட்! தேங்க் காட்! எப்ப வந்தீங்க, அருண்? ஏன்... ஏன் என்னை எழுப்பாம உக்காந்திருக்கீங்க? அ... அருண்... நா... வந்து... வந்து..."

அதற்குமேல் எதுவும் பேசத்தெரியாத மாதிரி விழித்த நித்யா, சடாரென்று எழுந்தாள். இரண்டே தாவலில் அருணை நெருங்கினாள். தரையில் மண்டியிட்டு உட்கார்ந்து, அவன் மடியில் முகத்தைப் பதித்து, பெரிசாய் அழத் துவங்கினாள்.

நடுநடுவே சம்பந்தா சம்பந்தமில்லாமல் புலம்பினாள்.

“நா யாருக்கு என்ன கெடுதல் செஞ்சேன், அருண்? எதுக்காக என்னை விதி ஓடஓட விரட்டுது? நா பிறந்ததுக்கு அர்த்தமேயில்ல... இப்ப வாழற வாழ்க்கைக்கும் அர்த்தமில்ல! இப்படி அர்த்தமேயில்லாத வாழ்க்கைய வாழறதுக்குப் பதிலா, செத்துப் போயிடலாம், அருண்! நா உடைஞ்சிப் போயிட்டேன்... சரிபண்ண முடியாத அளவுக்கு தூள் தூளா சிதறிப் போயிட்டேன்! இனிமே நா என்ன பண்ணப் போறேன்? எனக்கு ஒண்ணுமே புரியலை, அருண்...” என்றாள்.

“விசு என்னை ஏமாத்திட்டான் அருண்... முழுக்க முழுக்க ஏமாத்திட்டான்... அவனுக்கு எம்மேல அன்பில்ல, கரிசனமில்ல, அக்கறையில்ல... ஒரு மண்ணாங்கட்டியுமில்ல! என்னை மதிக்காதவனை, நா மட்டும் ஏன் மதிக்கணும்? மாட்டேன்... மா...ட்...டேன்!” என்றாள்.

“நா பேசறதுல ஏதாவது உங்களுக்குத் தப்பா தெரியுதா, அருண்? துவக்கத்திலேந்தே என்னை நல்லா புரிஞ்சிக்கிட்டவர் நீங்க ஒருத்தர்தானே, அருண்? சொல்லுங்க... இனிமே என் நிம்மதி முக்கியம்னு நா நினைக்கறது தப்பா? சுயநலம், தியாகம், விட்டுக்குடுக்கறது இதெல்லாம் வெறும் ஹம்பக்! அப்படித்தானே, அருண்? நம்ம சந்தோஷம், நிம்மதி இதுக்கு மிஞ்சித்தானே மத்தவங்களுக்காக நாம தேயணும்? சொல்லுங்க, அருண்...” என்றாள்.

இன்னும் தெளிவில்லாமல் எதையெதையோ பேசிவிட்டு விசும்பினாள்.

எதற்கும் ஒரு வார்த்தைகூடப் பதில் சொல்லாமல் அருண் இறுகிப்போய் அமர்ந்திருந்தான்.

நித்யாவின் புலம்பலும் தவிப்பும் அளவுக்கு மீறி அதிகமாகி, தாங்கமுடியாது போகிறபோது மட்டும், அவள் தோளில் கைவைத்துத் தடடினான். ஷ்...ஷ்... என்று சன்ன த்வனியில் அடக்கினான்.

முழுசாய் பத்து நிமிஷங்கள் போன பிறகு, நித்யா கொஞ்சம் அடங்கினாள். புலம்பலை நிறுத்தினாள். விசும்புவதைக் குறைத்தாள்.

நிதானத்துக்கு வந்துவிட்டாள், இனி இவளிடம் பேசுவது சாத்தியம் என்பதை உணர்ந்த அருண், மெதுவாகச் சொன்னான்.

"உன் வருத்தம் எனக்குப் புரியுது, நித்தி... ஐ'ம் ஸாரி... ரியலி ஸாரி! ஆனா... இப்படி அழுது, கத்தறதைக் காட்டிலும், என்ன நடந்தது, இனிமே என்ன செய்யலாம்னு நிதானமா பேசறதுதானேம்மா நல்லது? ம்? கமான், நித்தி... கெட் அப்... முகம் கழுவிக்கிட்டு வா... முருகேசனை சூடா காபி கொண்டுவரச் சொல்றேன்... குடிச்சிட்டுப் பேசலாம், என்னம்மா? நீ சொன்ன மாதிரி உன்னை நல்லா புரிஞ்சிகிட்டவன் நா... அதுல உனக்குச் சந்தேகமே வேணாம்! எழுந்திரும்மா... ப்ளீஸ்..."

பதட்டமில்லாமல், தெளிவாக ஒவ்வொரு வார்த்தையாக அருண் பேசியதும், தன் விசும்பலை நிறுத்திவிட்டு நித்யா மகா ஆச்சர்யத்துடன் பார்வையை நிமிர்த்தினாள்.

அருணா? இப்படிப் பேசுவது அருணா?

கொஞ்சம்கூட உணர்ச்சிவசப்படாமல், என்ன நடந்துவிட்டது இப்போது என்கிற பாவனையுடன் பேசுவது அருண்தானா?

நேற்று ஐ லவ் யூ என்று சொன்ன அதே அருணா?

எதற்கும் கவலைப்படாதே, ஓடிவந்துவிடுகிறேன், ஐ லவ் யூ என்று படபடப்பாகப் பேசின அதே அருணா?

அருண் என்றைக்குமே நிதானம் தப்பாதவர்தான்... வார்த்தைகளை அள்ளிக் கொட்டாதவர்தான்... ஆனாலும்... வாரியெடுக்க வேண்டாம், அணைத்துக் கொள்ள வேண்டாம்... ஆனாலும், ஐ லவ் யூ என்று முதல்நாள் சொன்ன மனிதர், இப்படி ஜடமாகவா இருக்கவேண்டும்? கையைப் பற்றி,

கண்ணைத் துடைத்து, 'நான் இருக்கிறேன் உனக்கு' என்று தைரியம் கூடவா சொல்ல முடியாது?

என்னாயிற்று அருணுக்கு? என்மேல் கோபமா? என்ன கோபம்?

ஒருநிமிஷக் காலத்துக்குள் எதையெதையோ நினைத்து நித்யா குழம்பிப்போனாள்.

அருண் என்னை வெறுக்கிறாரா?

ஏன்?

அசட்டுத்தனமாகக் கேள்வி தோன்றிய வேகத்தில், அடங்கியிருந்த கண்ணீர் மீண்டும் வெளியாக முற்டட்டது.

"எ... எம்மேல கோ... கோவமா, அருண்?"

அருண் இல்லையென்று தலையாட்டினான்.

"ஏ... ஏன் எப்படியோ இருக்கீங்க? நா... நா... ஏதாவது தப்பாப் பேசிட்டேனா? ப்ளீஸ், சொல்லுங்க... டோண்டு பீ ஸோ கோல்டு..."

அருண் ஒரு கணம் தாமதித்துவிட்டு, தன் சுர்ச்சீப்பை எடுத்து அவள் கண்களைத் துடைத்தான். அப்புறம் சின்னக் குழந்தையிடம் பேசுவதுபோலக் கனிவுடன் பேசினான்.

"உன் மனசு இப்ப ரொம்பக் குழம்பிப் போயிருக்கு, நித்தி... எதையும் தெளிவா அலசமுடியாத நிலைல நீ இருக்கே! அதனாலதான் சொல்றேன்... ப்ளீஸ், எழுந்திரும்மா... போய் முகம் கழுவிக்கிட்டு வா... காபி சாப்பிடலாம். அப்பறமா பேசலாம். சத்தியமா எனக்கு உம்மேல எந்தக் கோவமும் இல்ல, நித்திம்மா... நா என்னிக்கும் உன் பழைய அருண்தான்... ப்ளீஸ், என்னை நம்பு! எதுக்கும் இடிஞ்சிபோகாத, எந்த நிலைமையையும் பிராக்டிகலா எதிர்நோக்கற நித்யாவா நீ எப்பவும் இருக்கணும்னு நா ஆசைப்படறேன்... உன்னால அப்படி இருக்கத்தான் முடியும்! எழுந்திரும்மா... ப்ளீஸ்..."

பேசி முடித்த அருண், தன் மடிமீதிருந்த அவள் கைகளை மெல்ல விலக்கினான். எழுந்து கதவைத் திறந்து, “சூடா ரெண்டு காபி கொண்டு வா, முருகேசன்...” என்று குரல்கொடுத்தான்.

எதுவும் புரியாமல் அமர்ந்திருந்த நித்யாவிடம் குனிந்து, அவள் கையைப் பற்றித் தூக்கினான். “ப்ளீஸ், நித்தி...” என்றான். அவளை அப்படியே விட்டுவிட்டு, ஏ.சி.யிடம் சென்று அதை நிறுத்தினான். திரைச்சீலைகளை ஒதுக்கி, ஜன்னல்களைத் திறந்தான். மின்விசிறியை ஓடவிட்டான்.

இத்தனை அவன் செய்த பிறகும், நின்ற நிலையிலேயே நித்யா நின்றுக் கொண்டிருக்க... அவள் கையைப் பிடித்து பாத்ரூமுக்கு அழைத்துச் சென்று, “முகத்தை வாஷ் பண்ணிகிட்டு வாம்மா...” என்றான்.

நித்யா உள்ளே நுழைந்து கதவைத் தாளிட்டுக் கொண்டாள்.

பின்மண்டையில் புழு ஒன்று அழுத்தமாகக் குடைந்தது.

என்னாயிற்று அருணுக்கு?

ஏன் இப்படி விட்டேத்தியாய் இருக்கிறார்?

என்மேல் என்ன கோபம்?

நான் செய்த தவறு என்ன?

குனிந்து முகத்தை அலம்ப முடியாதபடி கைவிரல்கள் நடுங்கின. இதயத்தில் ரத்தம் ஜில்லென்றது. குமுகுமுவென்று கண்ணீர் பொங்கியது.

கொஞ்சம் அழுதுவிட்டு, வாரிவாரி கண்களிலும் முகத்திலும் நீரை அடித்துக் கொண்டதில், புத்தியைச் சுற்றியிருந்த போர்வை லேசாகத் தளர்ந்த மாதிரியிருக்க, மசமசத்த பார்வை தெளிவடையத் துவங்கியது.

‘ரிலாக்ஸ், நித்தி... எதற்காக இப்படி இடிந்துபோகிறாய்? தேற்றிக்கொள்...’ என்றது மனம்.

வாயைக் கொப்பளித்தாள்.

நைடு டிரெஸ்ஸை அவிழ்த்துவிட்டு, ஜீன்ஸ், பனியனை அணிந்துக்கொண்டாள். கலைந்திருந்த முடியை விரலால் கோதி சீர்செய்தாள். வெளியில் வந்தவளைப் பார்த்து இதமாக அருண் புன்னகைத்தான்.

"குட் கேர்ள்!" என்றான்.

முருகேசன் கொணர்ந்து வைத்திருந்த காபியை எடுத்து அவளிடம் நீட்டினான்.

"இப்ப சொல்லு நித்தி... என்ன நடந்தது?"

நித்யா கண்களை உயர்த்தாமலேயே பேசினாள்.

"புதுசா சொல்றதுக்கு எதுவுமில்ல, அருண்... ஏற்கனவே நேத்து சொன்னதுதான்..."

"ஓகே, காபி குடிச்சிட்டுக் கிளம்பறியா, போய் விசுவைப் பாத்திட்டு, டாக்டர் என்ன சொல்றார்னு..." அவனை முடிக்கவிடாமல் நித்யா குறுக்கிட்டாள்.

"ஸாரி, என்னால முடியாது! என் வார்த்தைய மீறிக்கிட்டு விசு போயிருக்கான்... எம்மேல அவனுக்கு கடுகத்தனைகூட அக்கறையில்லேன்னு இதிலேந்து புரியுது... நா வரலை!"

"நித்தி... ப்ளீஸ்... அவன் எதுக்காகப் போனானோ, என்ன முக்கிய வேலையோ..."

"எனக்குத் தெரியாம அப்படியென்ன முக்கிய வேலை? ஒண்ணுமில்ல! பைக்கை எடுத்துகிட்டு ஊர்சுத்தப் போயிருக்கான்... அவ்வளவுதான்!"

காலிக் கோப்பையை அருண் கீழே வைத்தான். எழுந்தான். குறுக்கும் நெடுக்கும் நடந்தான். நின்றான்.

"விசு செஞ்சது தப்புதான்... அதுக்காக, இப்ப அவனை வந்து பாக்கமாட்டேன்னு சொல்றது நியாயமா நித்தி? அவனுக்கும் நம்மை விட்டா வேற யாரும்மா?"

நித்யா கண்களை மூடிக்கொண்டாள். ஆயாசத்துடன் பெருமூச்சு விட்டாள்.

“உங்களை என்னால புரிஞ்சிக்கவே முடியலை, அருண்... இந்த நிமிஷம் நானும் ரொம்ப அடிபட்டுப் போயிருக்கேன்... ஏமாந்துபோய், உடைஞ்சிப் போயிருக்கேன்! எனக்கு இப்ப ஆறுதல், அன்பு, அரவணைப்பு தேவை... இதையெல்லாம் நா நேத்து சொன்னப்போ, உடனே வரேன்னு துடிப்பா சொன்னீங்க... அப்பறம், ஐ லவ் யூ நித்தினுகூடச் சொன்னீங்க... ஞாபகமிருக்கா? இப்ப என்னடான்னா, அடியோட புதுசா நடந்துக்கறீங்க, பேசறீங்க... என்னைப் பத்தின நினைப்பே இல்லாத மாதிரி, விசு பத்தியே கவலைப்படறீங்க! இதெல்லாம் என்ன, அருண்? ஏற்கனவே நொந்துபோயிருக்கற என்னை, உங்க பங்குக்குக் குத்தி வேடிக்கை பாக்கறீங்களா?”

குரல் செம்ம, கண்களில் நீர்ப்பூக்கள் பூக்க முற்பட, நித்யா முகத்தைக் கைகளில் புதைத்துக் கொண்டாள்.

அருண் அவசரமாக அவளருகில் வந்தான். ஆறுதலாகத் தோளில் கை வைத்தான். என்ன சொல்வதென்று புரியாமல் திண்டாடிவிட்டு பேசினான்.

“எஸ்... யூ ஆர் ரைட்... நேத்து நா அவசரப்பட்டு, உணர்ச்சிவசப்பட்டு என்னென்னமோதான் பேசிட்டேன். ஐ லவ் யூ-னு சொன்னேன். இப்பவும், ஏன், எப்பவும் அதை நா சொல்ல ரெடி! ஆனா, நித்தி... ஆத்திரப்படாம நீ கொஞ்சம் யோசிச்சா தேவலை. ‘ஐ நீட் யூ, அருண்’னு நீ சொன்னியே தவிரவும், ‘ஐ லவ் யூ, அருண்’னு சொன்னியா? இல்லம்மா! ஏன்னா, உன்னால அப்படிச் சொல்ல முடியாது... யூ லவ் விசு... ஒன்லி விசு! அன்புக்கும், காதலுக்கும் வித்தியாசம் உண்டு, நித்தி... எம்மேல நீ வெச்சிருக்கறது அன்பு... ஆனா, விசுவைக் காதலிக்கறே! யூ அக்ரி? இப்ப நீ உடைஞ்சிப் போயிருக்கே, கசந்துப் போயிருக்கே... விசு உனக்குக் குடுத்த சத்தியத்தை மீறிட்டான்னு கொதிச்சுப் போயிருக்கே! அந்த

வேதனைல பேசற பேச்சுதாம்மா, இப்ப நீ பேசறதெல்லாம்... இதுக்கெல்லாம் அர்த்தமே கிடையாது, நித்தி!''

“இல்ல... அவன் என்னை ஏமாத்திட்டான்... இனிமே தொடர்ந்து ஏமாத்துவான்! எம்மேல அவனுக்கு அக்கறையில்ல, மதிப்பில்ல... நா புரிஞ்சிக்கிட்டேன்! அந்தப் பேச்சை விடுங்க... என்னை, என் வேதனைய நீங்க சரியாப் புரிஞ்சிகிட்டீங்களா, இல்லியா? மொதல்ல அதைச் சொல்லுங்க, அருண்...''

“சொல்றேன்... சொல்லத்தானே வந்திருக்கேன்... அதுக்கு முன்னால, உனக்கு ஒரு குட்டிக் கதை சொல்ல ஆசைப்படறேன்... நேத்து ராத்திரி டிரைவருக்காகக் காத்திருந்தப்ப, ‘காளான்'ற நாவலை விசுதான் தந்தான். படிச்சேன். ஆறு வயசுல பொண்ணு இருக்கற விதவை அனுராதாவும், நிரந்தர நோயாளி மனைவியோட வாழற சங்கரும் சந்திக்கறாங்க... அன்பு மெதுவா காதலா மாறுது. அந்தக் காதலோட தீவிரத்துல, பொண்ணையும் மனைவியையும் ஒதுக்கிட்டு, கல்யாணம் பண்ணிகிட்டு வாழ முடிவெடுத்துடறாங்க! விவாகரத்துக்கு ஏற்பாடு பண்ண சங்கர் வெளியூர் போறான்... அப்ப கிடைச்ச ரெண்டு நாள் தனிமைல, அனுராதா யோசிக்கறா... அப்பட்டமா சில உண்மைகளைப் புரிஞ்சுக்கறா! அதனால, சங்கர் வந்தப்பறம் மனசுவிட்டு அவன்கிட்ட பேசறா... ‘இன்னிக்கு நாம உணர்ச்சிவசப் பட்டிருக்கோம்... நமக்கு உடம்பு சுகம் தேவைப்படுது. அந்தப் போதைல, நாம வெகுவா அன்பு செலுத்தற ரெண்டு ஜீவன்களை, அவங்க எந்தத் தப்புமே பண்ணாம இருக்கறப்போ, நம்ம வாழ்க்கைலேந்து விலக்கத் தீர்மானிச்சிட்டோம்... நாளைக்கு இந்த உடம்பு மோகம் குறைஞ்சதுமே, இந்தளவுக்கு சுயநலமா இருந்திட்டோமேன்னு நாம குத்தஉணர்ச்சிக்கு ஆளாகமாட்டோம்னு என்ன நிச்சயம்? வேணாம்... உங்க மனைவி பேர்லயும் என் மகள் மேலயும் நாம வெச்சிருக்கற பிரியத்து மேல, நாம ஒருத்தர்கிட்ட ஒருத்தர் செலுத்தற காதல் காளானா ஆகவேணாம்... அந்தக் காளானைத் துடைச்செறிஞ்சிட்டு, பழையபடி வாழ ரெண்டு

பேரும் சேந்து முயற்சி பண்ணலாம். ப்ளீஸ் ஹெல்ப் மீ'னு அனுராதா கேட்டுட்டு அழறப்போ, சங்கரும் தெளிஞ்சிடறான்!

ஐ டெல் யூ, நித்தி... நேத்து நா ரொம்ப உணர்ச்சிவசப்பட்டிருந்ததும், நிதானத்தை இழந்து, உண்மை நிலைய மறந்து, சில நிமிஷத்துக்கு என்னென்னமோ கற்பனை பண்ணினதும் நிஜம்! ஆனா, எதேச்சையா 'காளானை' படிச்சப்போ, அந்த சங்கர் நிலைல நா இருக்கற மாதிரியும், அந்த அனுராதா சொல்ற ஒவ்வொரு வார்த்தையும் நீ சொல்றாப்பலயும் பட்டுது... திருப்பித் திருப்பி பத்து தரம் படிச்சேன்... மனசுக்குள்ள பளீர்னு விளக்கை ஏத்திவெச்சிட்ட மாதிரி கூசிப் போயிட்டேன்... நா... நா..."

அருண் நாற்காலியில் அமர்ந்தான். கண்களில் ஊறிய நீரை விரல்களால் கசக்கி அடக்கினான். சமாளித்துக்கொண்டு, தொடர்ந்தான்.

"ஐ லவ் விசு, அவன் இல்லாம என்னால இருக்க முடியாதுன்னு எத்தனை தரம் சொல்லியிருக்கே, நித்தி! அவனுக்காக நீ எதையெல்லாம் - பேரண்டுஸ், பணம், வசதினு அத்தனையும் விட்டுட்டு வந்திருக்கே! நினைச்சிப் பாரும்மா... கோவத்தை மறந்து, நிஜத்தை நினைச்சிப்பாரு... உணர்ச்சிவசப்படாம, உன் மனசுல என்ன இருக்குனு நிதானமா தோண்டிப் பாரு! இப்ப ஆத்திரத்துல எதையோ செஞ்சிட்டு, அப்பறம் ஆயுசுக்கும் வருத்தப்படறதுல அர்த்தமில்ல நித்தி... ப்ளீஸ், நா..."

கெஞ்சலாக அருண் பேசிய நிமிஷத்தில், அறைக்கதவை ஒருதரம் தட்டிவிட்டு முருகேசன் உள்ளே எட்டிப்பார்த்தான்.

"ஸாரி சார்... நித்யாம்மாவுக்கு இந்த பொக்கே வந்திருக்கு, சார்..."

முருகேசனின் கையில், குமிழ்குமிழாய் சிவப்பு ரோஜாக்கள்...

பொக்கேயா?

நித்யாவுக்கா?

பூச்செண்டைக் கொடுத்துவிட்டு முருகேசன் போனதும், அவசரமாய் அதில் செருகியிருந்த கார்டை அருண் டடித்தான்.

'நித்தி... என் உடல், ஆவி, ரத்தம், மூச்சு, சிந்தனை அத்தனையும் உனக்கே அர்ப்பணிக்கிறேன்! என் உயிருள்ளவரை, உன்னை ஒரு மகாராணிபோல வைத்துக் கொள்வேன்... இது சத்தியம்! என் உலகம் நீ... என் இன்பம் நீ... என் சர்வமும் நீ! மெனி ஹாப்பி ரிடர்ன்ஸ்!

உன் விசு.'

கைகள் தடதடவென்று நடுங்க, மலர்ச்செண்டையும், கார்டையும், திகைத்து அமர்ந்திருக்கும் நித்யாவிடம் அருண் நீட்டுகிறான்.

பன்னிரெண்டு ரோஜாக்கள்...

பன்னிரெண்டு மாசங்களைக் குறிக்கும் மலர்கள்!

நித்யாவின் உள்ளங்கையில் வியர்வை ஊறுகிறது.

மார்புக்கூட்டில் திடுமென்று ஆயிரக்கணக்கில் பறவைகள் படபடக்கின்றன.

விசு கைப்பட எழுதியிருக்கும் வாசகங்களைப் படிக்கமுடியாதபடி அவள் பார்வை மங்குகிறது.

என் விசு ஊர்சுற்றப் போகவில்லையா? கல்யாணமான நாளை நினைவில் வைத்துக்கொண்டு, முந்தைய பழக்கத்தின்படி பூச்செண்டுக்கு ஆர்டர் பண்ணத்தான் சென்றானா?

கடவுளே... கடவுளே!

"வி... விசு ஊர் சுத்தப் போ... போகலை... அருண்! எ... எனக்கு இந்த பொக்கே ஆர்டர் ப...பண்ண..." வாக்கியத்தை

முடிக்க முடியாமல் நித்யாவுக்குள்ளிருந்து அழுகை வெடித்துக்கொண்டு கிளம்புகிறது.

"வி... விசு... என் விசு... உன்னைப்போயி தப்பாப் புரிஞ்சிகிட்டு என்னென்னமோ பேசிட்டேனே! ஐ லவ் யூ, விசு... என்னை மன்னிச்சிடு... என்னை... என்னை..." பெரிசாய் அழுதுகொண்டு அந்த மலர்ச்செண்டையே விசுவாக எண்ணி, வெறியுடன் அணைத்து, முத்தமிட்டு நித்யா கதறுகையில், கிட்டப்போய் அவளைத் தேற்றலாமா என்று அருண் ஒருகணம் யோசிக்கிறான்.

அழாதே நித்திம்மா, இனி எந்தக் குழப்பமும் இல்லை, நாமெல்லோரும் ஒன்றுசேர்ந்து விசுவை சரிபண்ணி விடலாமென்று சொல்லலாமா?

இங்கு வருவதற்கு முன் உன் பெற்றோரைச் சந்தித்து பூரா விவரமும் சொல்லிவிட்டேன், அவர்களும் நிலைமையை உணர்ந்துவிட்டார்கள், இங்கு வந்து உனக்குத் தோள்கொடுக்கத் தயாராய் இருக்கிறார்கள் என்பதையும் சொல்லிவிடலாமா?

வேண்டாம்... நித்யா அழட்டும். மன அழுக்கு கரைந்துபோகிற தினுசில் அழட்டும். நேற்றிரவு நான் அழுத மாதிரி, என் கணநேர பலவீனத்தை நொந்து அழுத மாதிரி இவளும் அழட்டும்!

அருண் மெதுவாக அறைக்கதவைத் திறந்துகொண்டு வெளியில் வருகிறான். மூடிய கதவின் வழியாக, "ஐ லவ் யூ விசு... நீ இல்லாம என்னால இருக்க முடியாது விசு..." என்று உள்ளே நித்யா அரற்றுவது சன்னமாகக் காதில் விழ, கண்களில் கோர்க்கும் நீர்முத்துக்களைத் துடைக்காமல், கதவின்மேல் சாய்ந்து விழிகளை மூடுகையில், விவரிக்கத் தெரியாத ஒரு நிம்மதி உள்ளுக்குள் படர்வதையும் அவனால் உணரமுடிகிறது.

என் குறிப்பு:

நித்யா இப்போது வெந்து, வெடித்து அழும் கண்ணீரெல்லாம், இன்னும் ஒருமணிநேரத்திற்குத்தான்! சரியாய் ஒரே ஒரு மணிநேரத்திற்குத்தான்! அப்புறம், அவள் வாழ்க்கையில் இனி இந்தக் கண்ணீருக்கு இடமேயில்லை என்பதுதான் நிஜம். அருணோடு நித்யா ஹாஸ்பிடலுக்குச் செல்லும்போது, விடிகாலையில் நினைவு திரும்பிவிட்ட விசு இவர்களைப் பார்த்து பிரயத்தனப்பட்டு மெதுவாகத் தன் வழக்கமான சிரிப்பைச் சிரித்து, 'பஸ்ஸை பின்னால தள்ளினா என்னாகும்?' என்று தன் பலவீனத்துடனேயே கேட்டுவிட்டு, இவர்கள் விழிக்க, 'பின் வளைஞ்சு போகும்!' என்று சொல்லி இவர்களைச் சிரிக்க வைக்கப் போகிறான்! இன்னும் சரியாய் ஒருமணிநேரம்... ஒரே ஒருமணிநேரம்! அதுவரை அருண் நினைத்த விதத்தில் தன் கணநேர மன அழுக்கு கரைகிற தினுசில் நித்யா அழட்டும், பரவாயில்லை!

சிவசங்கரி.

1981.

— முற்றும் —

www.ingramcontent.com/pod-product-compliance
Lightning Source LLC
LaVergne TN
LVHW090303051026
849518LV00005B/1632